சிறகுகள் முளைக்கும் வயதில்...

குறுநாவல்கள்

ஜி.ஆர். சுரேந்தர்நாத்

சிகஸ்த்சென்ஸ் பப்ளிகேஷன்ஸ்
உலக அறிவுச் சுரங்கங்கள் அனைத்தும் உங்களுக்காகத் தமிழில்
10/2 (8/2) போலீஸ் குவார்ட்டர்ஸ் சாலை
(தி.நகர் பேருந்து நிலையத்திற்கும்
காவல் நிலையத்திற்கும் இடைப்பட்ட சாலை)
தி.நகர் சென்னை - 600 017
தொலைபேசி : 2434 2771, 65279654

சிறகுகள் முளைக்கும் வயதில்

ஆசிரியர்
ஜி.ஆர். சுரேந்தர்நாத்

முதற்பதிப்பு
டிசம்பர், 2012

இரண்டாம் பதிப்பு
ஆகஸ்ட், 2016

பக்கங்கள்: 192
விலை ₹ 150

சிக்ஸ்த்சென்ஸ் பப்ளிகேஷன்ஸ்
10/2 (8/2) போலீஸ் குவார்ட்டர்ஸ் சாலை,
(தியாகராயநகர், பேருந்து நிலையத்திற்கும் காவல் நிலையத்திற்கும் இடைப்பட்ட சாலை)
தியாகராயநகர், சென்னை – 600 017
தொலைபேசி : 2434 2771, 65279654.
கைபேசி: **72**000 **5**00**73**
மின்னஞ்சல்: sixthsensepub@yahoo.com

இந்தப் புத்தகத்திலுள்ள எந்த ஒரு பகுதியையும் பதிப்பாளர் மற்றும்
எழுத்தாளர் அனுமதியை எழுத்து மூலம் பெறாமல் பதிப்பிக்கக் கூடாது.

ISBN : 978-93-82577-79-9

Title:
Siragugal Mulaikkum Vayadhil

Author:
G.R. Surendarnath

Publisher:
K.S. Pugalendi

Address:
Sixthsense Publications
10/2(8/2) Police Quarters Road,
(Between Thiyagaraya Nagar Bus Stop & Police Station)
Thiyagaraya Nagar, Chennai - 17
Phone: 2434 2771, 65279654
Cell: **72**000 **5**00**73**

Sixthsense Publications
6 th sense_karthi
e-mail : sixthsensepub@yahoo.com
Website: sixthsensepublications.com

Edition:
First : December, 2012
Second : August, 2016

No part of this book may be reproduced or transmitted in any form without permission in writing from the author or publisher

Layout:
M.Magesh
Pages:
192
Price:
₹150

ISBN : 978-93-82577-79-9

அச்சிட்டோர் :
கணபதி எண்டர்பிரைசஸ்
சென்னை-5

முன்னுரை

பிரியமுள்ள நண்பர்களுக்கு,

வணக்கம். காலம் நமக்கு கம்ப்யூட்டரையும், டிவியையும், செல்ஃபோனையும் கொடுத்துவிட்டு பதிலுக்கு ஏராளமானவற்றை நம்மிடமிருந்து பறித்துக்கொண்டுவிட்டது. காலப்போக்கில் நாம் இழந்ததை எல்லாம் பட்டியல் போட போட... நெஞ்சம் விம்மித் தணிகிறது.

பொங்கலுக்கு முந்தைய இரவு நமக்கு மருதாணி போட்டுவிட்டு, தூக்கத்தில் நாம் கைவிரல்களை மடக்காமல் பார்த்துக்கொண்ட அக்காக்கள் எல்லாம் எங்கே போனார்கள்? வீடுதோறும் தோட்டம் வைத்து, நம் வீட்டு முன்வாசலில் இறைந்து கிடந்த செம்பருத்திப் பூக்களையும், நந்தியாவட்டைப் பூக்களையும் எந்த சூறைக்காற்று அடித்துக்கொண்டுப் போனது? தீபாவளிக்கு ஒரு வாரம் முன்பிருந்தே தின்பண்டங்கள் செய்வதற்காக விடாமல் எரிந்து கொண்டிருந்த அடுப்புகளை யார் அணைத்தார்கள்? தாவணி முனையில் சில்லறைக் காசுகளை முடிந்தபடியே ''படம் போட்ருப்பானா சுரேந்த்ரு?'' என்று அரக்க, பறக்க சினிமாவுக்கு புறப்பட்ட எதிர்வீட்டு அக்காக்கள் எல்லாம் எங்கே? வெள்ளிக்கிழமை இரவுகளில் ஒளியும், ஒலியும் பார்ப்பதற்காக எங்கள் வீட்டு ஹாலில் குவிந்து கிடந்த ஜனங்களை எல்லாம் யார் துரத்தினார்கள்?

இவ்வாறு இன்னும்... இன்னும்... சொல்லிக்கொண்டே போகலாம். காலம் இவற்றோடு சேர்த்து இன்னொன்றையும் நம்மிடமிருந்து பறித்துக்கொண்டிருக்கிறது. அது... மாத நாவல்கள்.

எனதருமை நண்பர்களே... முன்பு ஒரு காலம் இருந்தது. முன்பென்றால் 20 வருடங்களுக்கு முன்புதான். மாத நாவல்களின் பொற்காலம் அது. எந்த வீட்டிற்குச் சென்றாலும் கையிலிருந்த ராணி முத்துவை படித்துக்கொண்டிருந்த பக்கத்தோடு தரையில் கவிழ்த்துவிட்டுப் பேசும் அக்காக்களும், அலமாரி நிறைய க்ரைம் நாவல்கள் அடுக்கி வைத்திருந்த அண்ணன்களும் இருந்தார்கள். 'பாலகுமாரனோட பச்சை வயல் மனது படிச்சிருக்கியா?' என்று பேச ஆரம்பித்து தமிழ்நாட்டில் உருவான காதல் பல. 'பட்டுக்கோட்டை பிரபாகர உனக்குப் பிடிக்குமா?' என்று புதிய நண்பர்கள் நட்பின் உரையாடலைத் துவக்கினார்கள்.

இப்போதும் நாவல் புத்தகங்கள் வருகின்றன. இருப்பினும் அந்த பழைய வீச்சும், பழைய வாசகர் பரப்பும் இல்லை. தற்போதும் தொடர்ந்து மாத நாவல்கள் எழுதிக்கொண்டிருக்கும் எழுத்தாளர் ராஜேஷ்குமார் அவர்களை ஒரு முறை சந்தித்தபோது, "இப்போதும் மாத நாவல்கள் படிக்கிறார்களா சார்?" என்று கேட்டேன். அதற்கு அவர், "முன்பு எல்லோரும் படித்தார்கள். இப்போது பயணம் செய்பவர்கள் மட்டும் படிக்கிறார்கள்" என்றார். பயணம் செய்பவர்களும் நாவல் படிப்பதை நிறுத்துவதற்கு முன்பாக நானும் சில நாவல்கள் எழுத ஆசைப்பட்டேன்.

அவைகள் குங்குமச்சிமிழ், பாக்கெட் நாவல் போன்ற நாவல் இதழ்களில் பிரசுரமானது. அக்குறுநாவல்களுடன் கல்கியில் நான்கு வாரத் தொடராக வெளிவந்த 'அழகிய பெண்ணே' என்ற நெடுங்கதையும் இக்குறுநாவல் தொகுப்பில் உள்ளது. படித்து விட்டு உங்கள் கருத்துகளை கூறுங்கள்.

இக்குறுநாவல்களை வெளியிட்ட கல்கி வார இதழின் முன்னாள் ஆசிரியர் திருமதி. சீதா ரவி அவர்களுக்கும், பாக்கெட் நாவல் ஆசிரியர் திரு. ஜி. அசோகன் அவர்களுக்கும், குங்குமச்சிமிழ் ஆசிரியர் திரு. கௌதம நீலாம்பரன் அவர்களுக்கும் எனது இதயபூர்வமான நன்றிகளை தெரிவித்துக் கொள்கிறேன்.

சிறுகதைகள், நாவல்களுக்கெல்லாம் பெரிய விற்பனை இல்லாவிட்டாலும், வியாபார நோக்கமின்றி கதை என்ற கலை

மீதுள்ள ஆர்வத்தாலும், என் மீதுள்ள நட்பாலும் எனது கதைகளைத் தொடர்ந்து வெளியிடும் சிக்ஸ்த்சென்ஸ் பதிப்பக உரிமையாளர் திரு. புகழேந்தி அவர்களுக்கு எனது பிரியம் கலந்த நன்றியை தெரிவித்துக்கொள்கிறேன்.

மேலும் இப்புத்தகத்தின் அட்டைப் படத்தை வடிவமைத்து தந்த நண்பர் விஜயனுக்கும், சிக்ஸ்த்சென்ஸ் பதிப்பக நண்பர்கள் பாண்டியன் மற்றும் மகேஷ்க்கும், என்னை தொடர்ந்து ஊக்குவித்து வரும் எனது பெற்றோர் மற்றும் மனைவி, மகனுக்கும் சொல்லித் தீராத நன்றிகள்.

என்றென்றும் சிநேகத்துடன்
ஜி.ஆர். சுரேந்தர்நாத்
மொபைல்: 9941769120

பதிப்புரை

எளிமையான, இளமையான, இனிமையான எழுத்துக்கு சொந்தக்காரரான ஜி. ஆர். சுரேந்தர்நாத்தின் இத்தொகுப்பில் காணப்படும் குறுநாவல்கள் அனைத்தும் மெலிதாக இழையோடும் நகைச்சுவையோடு, சுவையான நடையில், ஒரு சுகமான வாசிப்பு அனுபவத்தை தருகின்றன. கதைகள் படிப்பது வழக்கொழிந்து வரும் இந்த காலகட்டத்தில், தனது சுவாரஸ்யமான கதை சொல்லும் திறமையால் கதைகளை வாசிக்கும் பழக்கத்தை அதிகரிக்க முயற்சிக்கும் சுரேந்தர்நாத்தின் பணிக்கு உறுதுணையாக சிக்ஸ்த்சென்ஸ் பதிப்பகம் இக்குறுநாவல் தொகுப்பை வெளியிடுகிறது.

இத்தொகுப்பிலுள்ள 'சிறகுகள் முளைக்கும் வயதில்' குறுநாவலில் சுரேந்தர்நாத் ஒரு சிறுநகரத்தில் வாழும் சிநேகிதர்களின் வாழ்க்கையை கலகலப்பாக ஆரம்பித்து கண்ணீருடன் முடித்துள்ளார். 'ஒரு தற்கொலை: சில குறிப்புகள்' குறுநாவல் எதிர்பாராத திருப்பங்களுடன் வேகமாக நகர்கிறது. பல நுணுக்கமான தடயங்கள் மூலமாக ஒரு தற்கொலைக்கான காரணத்தை கண்டுபிடிக்கும் விதம் மிகவும் சுவாரஸ்யமாக உள்ளது.

ஒரு பிரபல திரைப்பட இயக்குனரின் கடந்தகாலத்தை தோண்டி வெளிக்கொணரும் முயற்சியில் ஈடுபடும் காதல் ஜோடியான கௌதமும், ஸ்ரவந்தியும் இடையிடையே கலகலப்பாக காதல் திருவிழாவைக் கொண்டாடியபடி கதையின் ரகசிய முடிச்சுகளை அவிழ்க்கும் விதம் அபாரம். இத்தொகுப்பிலுள்ள 'அழகிய பெண்ணே' கதையில் வரும் கதாநாயகி தேவியைப் போன்றப் பெண்களை நாம் எல்லா ஊர்களிலும் பார்க்கலாம். தேவி கடைசியில் தான் அழகி என்ற கர்வத்தை இழந்தாலும், அவளின் முடிவு நம் நெஞ்சில் ஒரு வலியை ஏற்படுத்துவதை தவிர்க்கமுடியவில்லை.

இன்னும் சொல்ல இருக்கிறது... இருப்பினும் இந்த நூலை வாசிக்கக் காத்திக்கும் உங்களுக்கு வழிவிட்டு...

கே. எஸ். புகழேந்தி

நட்புடன்

இராமச்சந்திரனுக்கும்
திருஞானத்திற்கும்

பொருளடக்கம்

1. சிறகுகள் முளைக்கும் வயதில்...   09
2. ஒரு தற்கொலை: சில குறிப்புகள்   58
3. தேடாதே...   104
4. அழகிய பெண்ணே   176

சிறகுகள் முளைக்கும் வயதில்...

1

ஒரு முன்குறிப்பு: நண்பர்களைப் பற்றிய கதை என்றால், நண்பர்களின் எண்ணிக்கை நான்காகத்தான் இருக்கவேண்டும் என்று முதன் முதலில் எழுதிய அல்லது சினிமா எடுத்த புண்ணியவான் யார் என்று தெரியவில்லை. இருப்பினும், நம் முன்னோர் வகுத்த பாதையிலிருந்து விலகாமல், இந்தக் கதையிலும் நான்கு நண்பர்கள். முதலில் நண்பர்கள் குறித்த ஒரு அறிமுகம்:

அசோக்:

அசோக்கின் அப்பா, 'இரண்டு பெற்றால் இன்பமயம். அதிகம் பெற்றால் அல்லல் மயம்.'' என்று சுவருக்கு சுவர் குடும்பக் கட்டுப்பாடு பிரச்சாரம் பரபரப்பாக நடைபெற்றுக்கொண்டிருந்த காலத்திலேயே, இருட்டில் பிள்ளைகளைத் தாண்டித், தாண்டி மனைவியிடம் சென்று ஆறு பிள்ளைகள் பெற்றவர். கேட்டால் ஆண் பிள்ளைக்காக தாண்டிச் சென்றதாகக் கூறுவார். அப்பாவின் கனவை நிறைவேற்ற ஐந்து பெண் குழந்தைகளுக்குப் பிறகு ஆறாவதாக பிறந்தவன் அசோக். கடைசிப் பிள்ளை என்பதால் மிகவும் செல்லமாக வளர்க்கப்பட்டவன். விளைவு: நாளது தேதியில் கல்லூரிப் படிப்பை முடித்துவிட்டு வீட்டுக்கு அடங்காமல், வேலைக்கு ஏதும் செல்லாமல், நண்பர்களுடன் ஊரைச் சுற்றி வருபவன்.

அசோக்கிற்கு சில கனவுகள் இருந்தன. பிஸினஸ் ஆரம்பிக்க வேண்டும். பிஸினஸ் என்றால், சின்னதாக ஜெராக்ஸ் கடை ஆரம்பிக்க வேண்டும்... நைட்டு டிபன் கடை ஆரம்பிக்கவேண்டும் என்பது போன்ற பிசினஸ் அல்ல.

''பேசாம ஒரு செல் ஃபோன் கம்பெனி ஆரம்பிச்சா என்ன? ஏர் செல்... ஏர்டெல் மாதிரி. எல்லா செல்போனும், சிட்டிய டார்கெட் பண்ணிதான் இருக்குது. நம்ம ரூரல் ஏரியாவ டார்கெட் பண்ணி ஆரம்பிக்கலாம். ரூசெல்லுன்னு பேர் வச்சுக்கலாம். ஒரே ஒரு சாட்டிலைட் கனெக்ஷன்.. நாலு டவர் இருந்தா போதும். நம்ம தாலுகா ஃபுல்லா ஆரம்பிச்சிடலாம்.'' என்று சீரியஸாக சொல்வான்.

''பஜ்ஜிக்கு காசு வச்சிருக்கியா அசோக்கு?''

''கிண்டலு... ம்.... உள்ளுவது உயர்வுள்ளல்னு வள்ளுவரே சொல்லியிருக்காரு.''

கையில் காசின்றி, ஒரே ஒரு குவார்ட்டரை வைத்துக்கொண்டு, அதை டானிக் போல் அவுன்ஸ் அவுன்ஸாக ஊற்றி, ஏராளமான தண்ணீரைக் கலந்து, நான்கு பேரும் அடித்துக்கொண்டிருக்கும் போது, ''சே... இப்பதான்டா அந்த ஐடியா வருது... பேசாம ஒரு ஃபேக்டரி ஆரம்பிச்சிருக்கலாம்...'' என்பான்,

''முன்னாடியே வந்திருந்தா, இந்நேரம் ஆரம்பிச்சு பெரிய ஆளாயிருக்கலாம்ல?''

''ஆமாம்... '' என்று கூறும் அசோக் தாமதமாக கிண்டலை புரிந்துகொண்டு முறைப்பான்.

நேற்று அவன் ஒரு சிமெண்ட் ஃபேக்டரி ஆரம்பிக்கவேண்டும் என்று சொல்லிக்கொண்டிருந்தபோது அவன் சட்டைப் பையில் வைத்திருந்த காசு, முப்பது ரூபாய்தான்.

ஜெய்கிருஷ்ணன்:

ஜெய்கிருஷ்ணன், பெயருக்கேற்றாற் போல் லீலைகள் புரிபவன். ஆறாவது படிக்கும்போதே உடன் படித்த ரெஜினாவுக்கு காதல் கடிதம் கொடுத்துவிட்டு, ஃபாதர் கூப்பிட்டு விசாரித்தபோது, இது கனவில் கர்த்தர் இட்ட ஆணை என்று கூறி மன்னிப்பு பெற்றதால் புகழ்பெற்றவன். இன்று வரையில் அவன் ஒரு தலையாகவும், இரு தலையாகவும் காதலித்த பெண்களை ஒன்றாகச் சேர்த்தால் ஒரு மகளிர் சுய உதவிக் குழுவே ஆரம்பிக்கலாம்.

ஜெய்க்கு வாழ்க்கை என்பது பெண்களால் ஆனது. பெண் இல்லாமல் அவனால் இரண்டு வரிகளுக்கு மேல் பேசமுடியாது. உதாரணங்கள்:

''அப்பாவுக்கு பயங்கர ஜுரம். பிளட் டெஸ்ட்டுக்கு அழைச்சுட்டுப் போனேன். அங்க ஒரு பொண்ணு ரத்தம் எடுத்துட்டிருந்தது பாரு... என்னா ஃபிகருங்குற...''

''மும்பை தாஜ் ஓட்டல் டெர்ரரை மாத்தி மாத்தி டிவில என்னமா கவர் பண்ணினாங்க இல்ல? அதுவும் சின்ன சின்ன பொண்ணுங்க நியூஸைச் சொல்றப்ப நமக்கு டென்ஷனே போயிடுது...''

தினேஷ்:

இவர்களில் நன்கு படிக்கக்கூடியவன் தினேஷ்தான். எம்எஸ்ஸியில் எண்பது பர்சன்ட் வாங்கினான். இருப்பினும் இவர்களோடு சேர்ந்துகொண்டு, வேலை வெட்டிக்கு ஏதும் செல்லாமல் சுற்றிக்கொண்டிருக்கிறான். அதற்கான அவசியமும் இல்லை. தினேஷின் அப்பாவுக்கு ஊரில் ஏராளமான சொத்துகள். ஊரைச் சுற்றி வரும்போதெல்லாம், சற்றே சுண்ணாம்பு அடிக்காமல் ஒரு வீடு கண்ணில் பட்டால் போதும். நேராகச் சென்று விசாரிப்பார். அவர்கள் கஷ்டத்தில் இருப்பது போல் தெரிந்தால், பேசி வாங்கி விடுவார்.

இது குறித்து அசோக்கின் அப்பா தினேஷிடம் அடிக்கடி கூறுவது: ''இப்படியே போச்சுன்னா, உங்கப்பா ஒரு நாளைக்கு மொத்த ஊரையும் வாங்கிப்போட்டு, ஊரச் சுத்தி காம்பவுண்ட் சுவர் கட்டி, கேட்ட பூட்டி சாவிய எடுத்துட்டுப் போயிடுவாரு.''

தினேஷுக்கு குறிப்பாக லட்சியம் என்று ஏதும் இல்லை. சில சிகரெட்டுகள், கொஞ்சம் விஎஸ்ஓபி பிராந்தி, ஷகிலா படங்கள்... இது மூன்றும் இருந்தால் போதும். அப்படியே வாழ்க்கையை ஓட்டிவிட்டுப் போய்விடலாம் என்று நினைப்பவன்.

பிரசாத்:

இந்த நால்வரில், இப்போதைக்கு மிகுந்த கவலைக்கிடமான நிலையில் உள்ளவன் பிரசாத். பிரசாத் காதலித்த பெண், அவனை கைவிட்டுவிட்டு மாமா பையனை கட்டிக்கொண்டு சென்றுவிட.... அன்று இரவு ஓல்டு மாங்கில் தஞ்சம் அடைந்தவன். ஆறு மாதங்களாகிறது. இன்னும் அதிலிருந்து வெளிவரவில்லை. வர, வர ஓல்டு மாங்க் கூட போதை ஏறவில்லை என்று மானிட்டருக்கு மாறலாமா என்று யோசித்துக் கொண்டிருக்கிறான்.

2

கதையை மங்களகரமாக ஒரு கோயிலிலோ அல்லது ஆக்கபூர்வமாக ஒரு கல்லூரியிலோ ஆரம்பிக்கலாம்தான். ஆனால் கதாநாயகர்கள் நால்வரும், அந்த அளவுக்கு ஒழுக்கமான பையன்கள் இல்லை என்பதால் கதை ஒரு டாஸ்மாக்கில் ஆரம்பிக்கிறது.

ஏறத்தாழ இரண்டு லட்சம் நபர்கள் வசிக்கும் அந்த ஊருக்கு, ஒரு டாஸ்மாக் கடை போதவில்லை. எனவே டாஸ்மாக் கடையின் சிறிய வாசலைச் சுற்றி ஏராளமான பேர் நெருக்கியடித்துக்கொண்டு நின்றுகொண்டிருந்தனர்.

தினேஷ் கம்பிக்குள் கையை விட்டு பணத்தை நீட்டி, 'பிராந்தி... விஎஸ்ஓபி டீலக்ஸ் ஃபுல்லு இருக்கா?''

''இல்ல...''

''பிபி கோல்டு விஸ்கி?''

''இல்ல...''

''கார்டினல்?''

''இல்ல...''

''என்னாதான்யா இருக்கு?''

''சிக்னேச்சர் இருக்கு. காசு கம்மியா வேணும்னா ஓல்டு மாங்க் வாங்கிக்க. உங்க ஃப்ரண்டு வந்து ஏற்கனவே ஓல்டு மாங்க் வாங்கிட்டு உள்ளப் போயிட்டாரு.''

''யாரு பிரசாத்தா?''

''ஆமாமாம். அவன்தான் காலைல, சாயங்காலம்னு டெய்லி வந்துடுறானே... சட்டுன்னு வாங்கு. இல்லன்னா இடத்தைக் காலி பண்ணு. கும்பல் அம்முது பாரு...''

''எதாச்சும் ஒண்ண வாங்குடா...'' என்று பின்னாலிருந்து ஜெய் கத்த, எம்ஸியை வாங்கிக்கொண்டு வந்தான்.

''என்னடா இது... எது கேட்டாலும், இல்லங்கறான். பிரைவேட்டுகிட்ட இருந்தப்ப கேக்குற பிராண்டு கிடைக்கும். இப்ப என்னடான்னா இவனுங்க கொடுக்கற பிராண்டுதான். சிஎம் செல்லுக்கு ஒரு பெட்டிஷன் போடணும்.''

''என்னன்னு?''

''விஎஸ்ஓபி டீலக்ஸ் கிடைக்கலன்னு...'' என்ற தினேஷை முறைத்தான் அசோக்.

''ஏன்டா அவன் அவன் நிலத்த புடுங்கிட்டான், சாக்கடை கட்டல... பைப்பு போடலன்னு பெட்டிஷன் போட்டுட்டிருக்கான். இதுதான் உனக்கு பெரிய பிரச்னையான்னு உள்ளத் தூக்கி போட்டுடுவாங்க.''

''பிரசாத் தினம் வர்றானாம்டா...''

''அவன் வரலன்னாதான் செய்தி.'' என்றான் ஜெய்.

''ப்ச்... அவனும் நம்மள மாதிரி வாரத்துக்கு ஒரு தடவை அடிச்சு கிட்டு இருந்தவன்தான். பாவம்...'' என்றான் அசோக்.

''என்ன பாவம்? பொட்டக் கழுத... அவளே எக்கேடோ கெட்டுப்போன்னு போய்ட்டா... அவ இல்லன்னா இன்னொருத்தின்னு போவியா? அதை விட்டுப்புட்டு... இப்ப பாரேன். உள்ள எவனயாச்சும் மொக்கை போட்டுட்டிருப்பான்.'' என்ற தினேஷ் பாரினுள் நுழைந்ததும், ''அங்கப் பாரு...'' என்றான்.

பாரின் மூலையில் உட்கார்ந்திருந்த பிரசாத், தினேஷ் சொன்னது போல் யாரோ சின்னப் பையன் போல் தெரிந்த ஒருவனை மடக்கி அமர வைத்து பேசிக்கொண்டிருந்தான்.

இவர்கள் அருகில் நெருங்கிய போது, ''அதனால ஒரு பொம்பள உன்னப் பாத்து சிரிச்சான்னு வச்சுக்க. அன்னையோட உன் அழிவு க்காலம் ஆரம்பிச்சிடுச்சுன்னு அர்த்தம். நீயும் பதிலுக்கு சிரிச்ச... அப்புறம் டாஸ்மாக்தான். ம்... என்ன சொன்னேன்? சொல்லு...'' என்று எதிரிலிருந்தவனிடம் கேட்டுக்கொண்டிருந்தான் பிரசாத்.

எதிரிலிருந்தவன் மிரட்சியுடன், ''ஒரு பொம்பள... பொம்பள... அழுதான்னா.'' என்று கூற, அவன் மண்டையில் ஓங்கி அடித்த பிரசாத், '' சிரிச்சான்னாடா...'' என்றான்.

''ம்... சிரிச்சான்னா...'' என்றவன் அழுவது போல் இருந்தான்.

''பிரசாத்து... என்னடா... சின்னப் பையன் மாதிரி இருக்கான். அவனப் போய் கலாச்சுகிட்டு...'' என்று பிரசாத்தருகில் அமர்ந்த தினேஷ் எதிரிலிருந்தவனைப் பார்த்தான். பார்த்தால் உள்ளூர்காரனாகத் தெரியவில்லை.

''யார்ரா நீ? என்ன ஊருடா நீ?'' என்றான் தினேஷ்.

''கை காட்டிலருந்து சந்தைக்கு வந்தண்ணன். அப்படியே ஒரு கட்டிங் விட்டுட்டு போலாம்னு இங்க வந்தேன். சும்மா கம்பெனிக்கு இருக்கட்டும்னு அண்ணன்கிட்ட பேச ஆரம்பிச்சேன். பொம்பளைங்கள எல்லாம் அசிங்க, அசிங்கமா திட்டிட்டு என்னையும் திட்டச் சொல்றாருண்ணன்... பேசிப் பேசி, ஆஃப் அடிச்சதும் இறங்கிடுச் சுண்ணன்.'' என்றவனைப் பார்க்கப் பாவமாக இருந்தது.

''இதுக்குதான் ஆழம் தெரியாம கால விடக்கூடாதுங்குறது. ஓடிப்போ...'' என்று தினேஷ் அவன் தலையில் தட்ட.... அவன் விட்டால் போதும் என்று, ஜவுளிக்கடை மஞ்சள் பையை எடுத்துக்கொண்டு ஓடினான்.

''நண்பர்களே... வெல்கம்...'' என்ற பிரசாத் குழறலாக, ''இவரு நம்ம ஃப்ரண்டு. ஊரு கைகாட்டி...'' என்று எதிர் சேரைப் பார்த்தவன், ''எங்கடா என் நண்பனக் காணோம். நண்பா கை காட்டி... கைகாட்டி...'' என்று எழுந்து கத்தினான்.

''அவன் போயிட்டான்டா. நீ உக்காருடா...'' என்று அவன் தோளில் அழுத்தி உட்கார வைத்தான் தினேஷ்.

''என்னடா... இன்னக்கி எல்லாரும் வந்துருக்கீங்க? ஓ... இன்னக்கி சனிக்கிழமைல்ல? அந்த கடங்காரி உட்டுட்டுப் போனா. எனக்கு தினம் சனிக்கிழமைதான். நீங்களாச்சும் ஒழுங்கா இருங்கடா. ஏதோ சைட் அடிச்சமா, வந்தமான்னு இருக்கணும். மீறி லவ், கிவ்வுன்னு

இறங்கினீங்க... அப்புறம் ஓல்டு மாங்குதான்...'' என்றவன், அந்த பாட்டிலில் மிச்சமிருந்த ரம்மை அப்படியே ராவாக வாயில் ஊற்றிக்கொண்டான்.

''டேய் ராவா அடிக்கறான்டா...'' என்ற தினேஷ், பிரசாத்தை கவலையுடன் பார்த்தான்.

ராவாக அடிக்க ஆரம்பிப்பது, ஒரு பெரிய குடிகாரனாவதற்கான ஆரம்ப அறிகுறி. முதலில் மாலையில் மட்டும் அடிக்க ஆரம்பிப்பவர்கள், பிறகு காலையிலேயே ஆரம்பித்துவிடுவார்கள். வீட்டில் பணம் கிடைக்கும் வழியை அடைப்பார்கள். அதனால் வீட்டிலேயே திருட ஆரம்பிப்பார்கள். பிறகு தெரிந்தவர்களிடம் கடன் கேட்பார்கள். போதையில் அனைவரிடமும் சண்டையாகும். உச்ச கட்டமாக நெருக்கமான மனிதர்களை எல்லாம் இழந்து, தெருவில் போதையில் விழுந்து கிடப்பார்கள்.

''என்ன மச்சான்... இவன் நிலைமையைப் பாத்தா திருந்தற மாதிரியே தெரியலடா....'' என்றான் அசோக்.

''திருந்த மாட்டன்டா... திருந்த மாட்டன். அப்படியே குடிச்சு, குடிச்சு செத்துப் போகணும். அப்பயாச்சும் அவளுக்கு என் காதலப் பத்தி தெரியும்ல்ல?'' என்று கத்தினான் பிரசாத்.

''அவளுக்காக நீ ஏன்டா சாவணும்? அவ இந்நேரம், புருஷன்காரன கட்டிப் புடிச்சுகிட்டு, பைக்குல சினிமாக்கு போய்ட்டிருப்பா. அவள நினைச்சு நீ இங்க சாவணுமா?''

''ஆமாம்... நான் சாவணும். இனிமே என்ன இருக்கு? டேய்... நான் செத்துப் போயிட்டன்னா, அவளுக்கு சொல்லிவிடுங்கடா... வரலன்னாலும், ஒரு சொட்டு கண்ணீராச்சும் விடுவாளல? சொல்லுங்கடா... விடுவாள்ல?''

''விடுவா... விடுவா... விட்டா புடிச்சு, எடுத்துட்டு வந்து உன் கல்லறைல ஊத்தறோம்'' என்றான் ஜெய்.

''எனக்குத் தெரியும்டா... அவ அழுவா. அவ அப்பங்காரன்... சொட்டைத் தலையன்... தற்கொலப் பண்ணிக்குவேன், அது இதுன்னு சொல்லி மனச மாத்திட்டான். சபிதா... சபிதா... சபி... சபி...'' என்றவன் அப்படியே டேபிளில் குப்புறக் கவிழ்ந்தான்.

''ஃப்ளாட்ரா...'' என்ற ஜெய் அவர்களுடைய பாட்டிலைத் திறந்தான்.

ப்ளாஸ்டிக் டம்ளரில் ஆளுக்கு கால்வாசி ஊற்றி, செவன் அப்பைக் கலந்தான். மூவரும் சியர்ஸ் கூறினர். தினேஷ் கிளாஸை கீழே வைக்க, ஓங்கி அவன் தலையில் அடித்த ஜெய், ''ஏன்டா... எத்தனைத் தடவை சொல்லியிருக்கேன். சியர்ஸ் சொல்லிட்டு, ஒரு மடக்காச்சும் குடிச்சுட்டுதான், கீழ வைக்கணும்னு'' என்றான்.

''ஆமாம்... இவரு பெரிய லண்டன் ரிட்டர்னு... சியர்ஸ் சொல்லிட்டு கீழ வைக்கமாட்டாரு.''

''நீங்கள்லாம் திருந்தவே மாட்டீங்கடா... உங்களுக்கெல்லாம் எதுக்கு விஸ்கி... பாரு... சாராயக் கடை திறந்து, உள்ள உங்கள பெஞ்சுல உக்கார வைக்கணும்.''

''அடிச்சுக்காம குடிங்கடா...'' என்ற அசோக் மடமடவென்று ஒரே மடக்கில் குடித்தான்.

''காட்டுப்பய... எப்படி ஒரே மடக்குல குடிக்கிறான் பாரு. நம்மல்லாம் சிப் பை சிப்... மப் பை மப்...'' என்று ஒரு சிப்பை குடித்துவிட்டு கீழே வைத்த ஜெய், ஒரு சிகரெட்டை எடுத்துப் பற்றவைத்துக்கொண்டான்.

''உங்கள்ட்ட தண்ணி அடிச்சுட்டுதான் சொல்லணும்னு இருந்தேன். எங்க எதிர்வீட்டுல ஒரு ஃபிகரு வந்துருக்கு பாரு... என்னா கலருங்கற... ஜெனிபர் லோஃபஸ்க்கு சுடிதார் போட்டு விட்ட மாதிரி... அப்படி ஒரு ஃபிகரு...''

''ஆரம்பிச்சுட்டான்டா...'' என்றான் அசோக்.

''என்ன ஆரம்பிச்சுட்டேன்?''

''இல்ல... இவ்ளோ நேரமா பொம்பளையப் பத்தி பேசாம இருக்கியேன்னு பாத்தேன். அதச் சொன்னேன்.''

''ஏன் நீங்கள்லாம் பொம்பளைய பாக்கவே மாட்டீங்களா? பெரிய யோக்கியன் மாதிரி பேசாதடா...''

''மச்சான்... எங்களுக்கெல்லாம் பொண்ணுங்கிறது, வாழ்க்கைல ஒரு பகுதி. ஆனா உனக்கு பொம்பளதான் வாழ்க்கையே...''

''ஆமான்டா... அதான் மச்சி லைஃபு... அப்புறம் சாவற வரைக்கும் உன் மூஞ்சியவா பாத்துகிட்டு உக்காந்துருக்கமுடியும்.''

''சரி... நீ விஷயத்தைச் சொல்லு.'' என்றான் தினேஷ்.

''நேத்து காலைல மொட்டை மாடில உக்காந்து பல்லு தேச்சுட்டிருந்தன். ''இங்க பாருடா... இங்க பாருடா''ன்னு ஒரு சத்தம். பாத்தா. எதிர்வீட்டு ஃபிகரு. மாடில நின்னுகிட்டு கூப்டுகிட்டிருக்கா... சரி நம்மளதான் கூப்பிடுறான்னு பாத்தா, கீழ இடியாப்பம் விக்குற பயல கூப்டுருக்கா. இருந்தாலும் எனக்கு ஒரு டவுட்டு.''

''என்ன டவுட்டு?''

''என்னதான் கூப்ட்டுருப்பாளோன்னு...''

''ஷ்... அப்பா... இப்பவே கண்ணக் கட்டுதே...'' என்றான் அசோக் வடிவேலு போல்.

அசோக்கின் தலையில் தட்டிய ஜெய், ''நாயே... இதெல்லாம் ஒரு சிக்னல்டா. அதையெல்லாம் புரிஞ்சுக்கிறதுக்கு ஒரு அறிவு வேணும். ஸாரி... உன்கிட்டப் போய் அறிவுன்னு பேசிட்டேன்.'' என்ற ஜெய் மிச்சமிருந்த விஸ்கியை காலி செய்துவிட்டு ''மச்சி... அடுத்த ரவுண்ட ஊத்து'' என்றான்.

''விடிகாலைல கனவு கண்டா பலிக்கும்னு சொல்வாங்கள்ல தினேஷ்?'' என்றான் அசோக்.

''ஆமாம்...''

''மூணு மாசமா தினம் விடிகாலைல ஒரே கனவு, திருப்பி, திருப்பி வருது.''

''என்ன கனவு?''

''நம்ம ஊருப் பொம்பளைங்க எல்லாம் ஜெய்ய பைப்படில உக்கார வச்சு, சாணிய கரைச்சு ஊத்தி, செருப்பால அடிக்கற மாதிரி திரும்பி, திரும்பி வருது... பலிச்சிடும்ங்கற?'' என்றதற்கு தினேஷ் சத்தமாக சிரித்தான்.

''ம்ஹ்ம்... நீயும் நாக்கத் தொங்க போட்டுகிட்டு தெரு தெருவா அலையுற... ஒண்ணும் படிய மாட்டேங்குது. அந்த கடுப்பு உனக்கு'' என்றான் ஜெய்.

''ஆஹா... நீ கவுத்த ஃபிகருல்லாம் பெரிய த்ரிஷா, நயன்தாரான்னு நினைப்பு... அட்டு ஃபிகருங்க. உக்காருன்னா, படுக்குற கேசுங்க. என்னமோ பெரிய இந்த .ஃபிகர கவுத்த மாதிரி பேசற?''

''அட்டு ஃபிகரோ... சப்பை ஃபிகரோ... மேட்டர முடிக்கிறோம்ல்ல?''

''விடு அசோக்கு. அது அவன் டேஸ்ட்டு. உனக்கு போதை எப்படி இருக்கு?'' என்றான் தினேஷ்.

''இப்பதான் லேசா எறும்பு கடிச்ச மாதிரி இருக்கு. உனக்கு?''

''எனக்கு வெறிநாயே கடிச்ச மாதிரி இருக்கு. சரி போதை...''

''உனக்குதான் எப்பவும் ரெண்டாவது ரவுண்ட்லயே கும்முன்னு ஏறிடுமே...''''

''மச்சான்... நம்ம ஃபேமிலிக்கே ஒரு கொடுப்பினை என்னான்னா, கொடுக்கற காசுக்கு வஞ்சகமில்லாம போதை ஏறும். எங்கப்பால்லாம் ஒரு ரவுண்டு அடிச்சாலே போதும். அலும்பு தாங்க முடியாது. என்னைக்காச்சும் முத ரவுண்டு முடிச்சும் எனக்கு போதை ஏறாம இருந்தா, அன்னையோட தண்ணி அடிக்குறத நிறுத்திடுவேன்.'' என்றபடி புகையை இழுத்துவிட்ட தினேஷிடம், ''தீப்பெட்டி தா.'' என்றான் ஜெய்.

''இரு... நான் உனக்கு சிகரெட் கிஸ் கொடுக்குறேன்'' என்று எழுந்தான் தினேஷ்

''இவனுக்கு சக்கையா ஏறிடுச்சுடா...''

''ஏறணும். அதுக்குதான அடிக்கிறோம். நீ வாய்ல சிகரெட்ட வைய்யு.''

''டேய் வேணாம்டா...''

''நீ வைய்யு. உனக்கே தெரியும்ல்ல... மாமன்... மப்புலயும் தெளிவு. நீ சிகரெட்ட வை சொல்றேன்.''

ஜெய் லேசான பயத்துடன், தனது வாயில் பற்ற வைக்காத சிகரெட்டை வைத்தான். தினேஷ் எரியும் சிகரெட்டை தன் வாயிலிருந்து எடுக்காமல், தாவி ஜெய்யின் தோள்களை அணைத்தபடி நுனி நெருப்பால், ஜெய்யின் சிகரெட்டைப் பற்றவைத்தான். சரியாக பற்ற வைத்தவுடன், ஜெய், தினேஷின் கையைப் பற்றி குலுக்கி, ''சபாஷ்டா மச்சான்'' என்றான்.

''மாமன் போதைலயும் தெளிவுல்ல... அசோக்கு. நீ சிகரெட்ட வையுடா...'' என்று அசோக்கிற்கு சிகரெட்டைப் பற்ற வைக்க முயற்சித்த தினேஷ், தவறி அவன் உதட்டில் சிகரெட் நெருப்பை அழுத்தமாகப் பதித்து விட்டான்.

''நாயே... நாயே...'' என்று கதறிய அசோக், வேகமாகத் தனது கையால் உதட்டைப் பிடித்து அழுத்த... தினேஷும், ஜெய்யும் சத்தமாக சிரித்தனர்.

''மாமன் மப்புல மலிவாயிட்டான்டா...'' என்று ஜெய் கூற, அசோக் வலியை மறந்து சிரித்தான்.

''அமைதிப்படைல சத்யராஜ் சொல்ற மாதிரி, ரெண்டு ரவுண்டு அடிச்சும், இந்த போதை கூட ஏறலன்னா, என்ன கர்மத்துக்கு இதக் குடிப்பானேன். ஜெய்யு... நீ அடுத்த ரவுண்ட ஊத்து.'' என்றான் தினேஷ்.

3

ஒரு மணி நேரம் கழித்து, பிரசாத்துக்கு போதை சற்றுத் தெளிய... நால்வரும் செகண்ட் ஷோ சினிமா பார்க்கக் கிளம்பினர். படம்: சுப்ரமணியபுரம். ஏற்கனவே பார்த்த படம்தான். இருப்பினும் இந்த போதையில் வீட்டுக்குச் சென்றால் கண்டு பிடித்துவிடுவார்கள் என்பதால் வேறு வழியில்லை.

படம் ஆரம்பித்தபோது நால்வரும் உச்சக்கட்ட போதையில் இருந்தனர், சிறிது நேரத்திலேயே கதாநாயகி ஸ்வாதி, கதாநாயகன் ஜெய்யை லுக் விட ஆரம்பித்தவுடன், பிரசாத், ''டேய்... நீயும்

பாக்காதடா... அத்தனையும் சும்மா டைம் பாஸூ... சிக்கிக்காத...'' என்று சத்தமாகக் கத்தினான். முன்னாலிருந்தவர்கள் திரும்பிப் பார்த்தனர்.

ஸ்வாதி மீண்டும் பார்க்க, பிரசாத் வாயில் கையை வைத்து தட்டி, 'பா... பா... பா...'' என்று கத்த... முன்னாலிருந்தவர்களில் ஒருவன், ''ஹலோ... மத்தவங்க எல்லாம் படம் பாக்க வேண்டாமா...'' என்றான்.

''பாரு... யாரு வேணாம்ங்கிறது....'' என்று அமைதியான பிரசாத், சில நிமிடங்களிலேயே ''அண்ணா... வேண்டாம்னா... . கடைசில உனக்கு ஆப்பு வச்சிடுவா.... பா... பா... பா...'' என்று கத்தியபடி முன்னால் இருந்த சேரில் வேகமாகத் தட்ட, முன்னாலிருந்தவன் எழுந்து, ''டேய்... போதையா? விட்டன்னா, போதைல்லாம் இறங்கிடும். உக்காருடா...'' என்றான்.

''மச்சான்... என்ன உக்கார சொல்றான்டா...''

''எவன்டா நம்மள உக்காரச் சொல்றது?'' என்ற தினேஷ் தள்ளாடியபடி எழுந்து நின்றான். பின்னால், ''ஏய் உக்காருப்பா...'' என்று சத்தம்.

''என்ன மச்சி... ஆளுக்காளு உக்கார சொல்றானுங்க. எழுந்திருங் கடா...'' என்று தினேஷ் கூற நால்வரும் எழுந்து நின்றுவிட்டனர்.

பின் வரிசையிலிருந்த இரண்டு பேர்; இவர்கள் அருகில் வந்து, ''ஒழுங்கா படம் பாக்குறதா இருந்தா பாக்கணும். இல்லன்னா மரியாதையா வீட்டுக்கு கிளம்புங்க...'' என்றனர்.

''நீ யாருடா என்னை வீட்டுக்குப் போகச் சொல்ல...'' என்ற தினேஷ் ஒருவனுடைய சட்டையைப் பிடித்தான். அவன் பதிலுக்கு தினேஷின் கன்னத்தில் ஓங்கி அறைந்தான். போதையிலிருந்த தினேஷ் பொத்தென்று கீழே விழுந்தான். அவ்வளவுதான். மற்ற மூவரும் தினேஷை அடித்தவனை நோக்கிப் பாய்ந்தனர். ஐந்தே நிமிடங்களில் அங்கே பெரிய அடிதடியானது.

கண்கள் இரண்டால்...
கண்கள் இரண்டால்...

பாடல் ஒலிக்க, ஒலிக்க, நால்வரும் தியேட்டரை விட்டு வெளியே இழுத்து வரப்பட்டனர்.

காவல் நிலையம். போலீஸ்காரர்கள் அடித்த அடியில் நால்வரும் போதை இறங்கி உட்கார்ந்திருந்தனர்.

''உன்னாலதான் நாயே...'' என்று பிரசாத்தை எட்டி உதைத்தான் தினேஷ்.

தொப்பென்று கீழே விழுந்த பிரசாத், ''ஸாரிடா மச்சான்...'' என்றான்.

''சும்மா அவனை ஏன்டா திட்டிட்டிருக்க? அவன்தான் சாயங்காலத்துலருந்து ஓவர் தண்ணில இருந்தான். நம்ம இவன கன்ட்ரோல் பண்ணாம, நம்மளும் சேர்ந்துதானே தகராறு செஞ்சோம்...'' என்றான் ஜெய்.

''இருந்தாலும், இவனாலதாண்டா ஆரம்பிச்சது...''

இவர்களின் உரையாடலைக் கவனித்த இன்ஸ்பெக்டர், ''ஆமான்டா... கூத்தடிக்கறப்ப எல்லாரும் சேர்ந்து கூத்தடிங்க. மாட்டிகிட்டா, ஒருத்தன ஒருத்தன் கையை நீட்டிக்குங்க.''

அசோக் இவர்கள் பேச்சில் கலந்துகொள்ளாமல், தெருவைப் பார்த்தபடி தீவிர யோசனையில் இருந்தான்.

இதனைக் கவனித்த ஜெய் அவனிடம், ''என்ன மச்சி... வீட்டுக்குத் தெரிஞ்சா, என்னாவும்னு திகிலா இருக்கா?'' என்றான்.

''அதில்ல... எனக்கு வேற ஒரு யோசனை.''

''என்ன யோசனை?''

''நம்ம செட்டி ஏரியத் தாண்டி, ராவுத்தர் இடம் ஒண்ணு சும்மா கிடக்குதுல்ல?''

''ஆமாம்.''

''அது எத்தனை க்ரௌண்டு இருக்கும்?''

''ம்... ஒரு அஞ்சாறு க்ரௌண்டு இருக்கும். அதுக்கென்ன இப்ப?''

''இல்ல... அங்க ஒரு பீர் ஃபேக்டரி ஆரம்பிச்சா என்னான்னு தோணுது. நம்ம மாமா ஒருத்தரு, ஆளும் கட்சி வட்டச் செயலரா இருக்காரு. அவர வச்சு டாஸ்மாக்ல ஆர்டர் வாங்கிடலாம். எப்படி ஐடியா? நாலே வருஷத்துல, விஜய் மல்லையா மாதிரி ஆயிடலாம். என்ன சொல்ற?'' என்ற அசோக்கை சில வினாடிகள் முறைத்த ஜெய் ஒன்றும் பேசாமல் தள்ளி உட்கார்ந்துகொண்டான்.

''என்னடா... ஒண்ணும் சொல்லமாட்டங்கற...'' என்று அசோக் கேட்டவுடன்; கடுப்பான ஜெய் தினேஷை நோக்கி, ''டேய் இவன் இம்சை தாங்க முடியலடா...'' என்றான் அழுவது போல்.

''என்ன சொல்றான்?''

''நம்ம ராவுத்தர் இடத்துல ஒரு பீர் ஃபேக்டரி ஆரம்பிக்கலாமான்னு கேக்குறான்டா...'' என்று கூற, தினேஷ் அசோக்கை முறைத்தான். இவர்களுடைய ஆத்திரத்தை உணராமல் அசோக் தொடர்ந்து, ''பீருக்கு பேரு கூட வச்சுட்டன். டென் தௌசன்ட்... நல்லாருக்கா?''

என்றவனிடம் தினேஷ் அமைதியாக, ‘‘அசோக்... இங்க கொஞ்சம் வாயேன்...’’ என்றான்.

அருகில் நெருங்கிய அசோக்கின் சட்டைக் காலரைப் பிடித்த தினேஷ், ‘‘டேய்... உன் கூடத் தெரியாத்தனமா பழகிட்டோம்டா... தயவுசெஞ்சு விட்டுடுடா. உனக்கு பிஸினஸ் ஐடியா தோண்றதுக்கு வேற இடமே கிடைக்கலையாடா?’’ என்றான்.

‘‘ஏன்டா... டென் தௌசன்ட்ங்குற பேரு பிடிக்கலயா? வேணும்னா, டென் லேக்ஸ் இல்ல... டென் க்ரோர்னு வச்சுக்கலாம்.’’ என்று அசோக் கூற, ‘‘டேய்... இவனக் கொல்லாம விடமாட்டன்டா...’’ என்றபடி தினேஷ் அசோக்கின் வயிற்றில் ஓங்கி குத்த... அசோக் சுருண்டு கீழே அமர்ந்தான்.

‘‘டேய்... விடுடா...’’ என்று ஜெய், தினேஷை விலக்கி விட்டான்.

இவர்களின் சண்டையைக் கவனித்த கான்ஸ்டபிள் ஒருவர், ‘‘இருங்கடி... இன்னும் கொஞ்ச நேரத்துல உங்க வீட்டுலயிருந்து ஆள் வந்துடும். அவங்களுக்கு எதிர உங்க அலம்பல எல்லாம் காமிங்க பாப்போம்’’ என்றார்.

‘‘சார்... வேண்டாம் சார். மொபைல்ல கூப்பிட்டு வர வேண்டாம்னு சொல்லுங்க சார். இனிமே ஒழுங்கா இருப்போம் சார். ஏதோ போதைல கலாட்டா பண்ணிட்டோம். ப்ளீஸ் சார்...’’ என்ற தினேஷ், ‘‘டேய் சொல்லுங்கடா...’’ என்று கத்தினான்.

‘‘ஆமாம் சார்... தயவுசெஞ்சு இந்த ஒரு தடவை விட்டுருங்க சார். வீட்டுக்கு தெரிஞ்சா பெரிய பிரச்னை ஆயிடும் சார்.’’ என்றான் பிரசாத்

‘‘சார்... வேண்டாம் சார்... ப்ளீஸ் சார்...’’ என்று ஆளுக்காள் கத்த, இன்ஸ்பெக்டர், ‘‘வாயை மூடுங்கடா. வீட்டுல சொன்னாதான்டா உங்களுக்கெல்லாம் புத்தி வரும். அப்பங்காரன் பின்னாடி எரிய சம்பாரிச்சு உங்கள எல்லாம் படிக்க வச்சா, ஒரு வேலைக்கு போவணுங்கிற எண்ணம் வேணும். சரி... வேலைக்குதான் போகல... போடற சோத்த தின்னுட்டு வீட்டுல சும்மாவாச்சும் உக்காந்துருக்கலாம்ல்ல? உங்கள எல்லாம் முட்டிக்கு முட்டி தட்டி எடுக்கணும்டா. இவங்கப்பா தாலுகா ஆபீஸ்ல வேலை செய்றாருன்னு சொன்னாதால இதோட விடறேன்’’ என்றார் அசோக்கை நோக்கி கையைக் காண்பித்து.

சிறிது நேரம் கழித்து முதலாவதாக அசோக்கின் அப்பா காவல் நிலையத்தினுள் நுழைந்தார். சில நிமிடங்களிலேயே நால்வரின் பெற்றோரும் வந்துவிட... ஸ்டேசனே சந்தைக் கடையானது. அதுவும் பிரசாத்தின் அம்மா வந்து, காவல் நிலையமே அதிர்வது போல் சத்தமாக

குரல் எழுப்பி, ''இதுக்குதான் உன்னப் பெத்து வளத்தோமாடா...'' என்று அழ ஆரம்பிக்க, அனைவரும் அமைதியாயினர்.

4

ஒரு வாரத்திற்குப் பிறகு...

காலை எழுந்தவுடன் அனைத்து மனிதர்களும் செய்யும் அந்தப் பணியை, ஆற்றங்கரை ஓரமாக, ஓப்பன் ஏர் பகுதியில் முடித்துக்கொள்வதுதான் நால்வரின் வழக்கம்.

அன்றும் அப்படித்தான், செடி கொடிகள் மறைவில், சீரான தூரத்தில் இடைவெளி விட்டு அமர்ந்திருந்தார்கள். யாரும் ஒன்றும் பேசவில்லை. கிட்டத்தட்ட ஒரு வாரம் வரைக்கும், நால்வருடைய வீட்டிலும் அவர்களை வீட்டை விட்டுச் செல்லவே அனுமதிக்கவில்லை.

ஒவ்வொருவருடைய வீட்டிலும் ஒவ்வொரு ரி ஆக்ஷன். அசோக்கின் அம்மா, ''இந்த புள்ளய பெத்ததுக்கு நான் செத்துத் தொலையறேன்'' என்று தலையில் மண்ணெய்ணெயை ஊற்றியிருக்கிறார். ''நீ ஏன்டி சாவணும்? இவன் சாவட்டும்டி'' என்று அசோக்கின் அப்பா அவன் மீது மண்ணெண்ணெயை ஊற்ற... அக்கம் பக்கத்தினர் வந்துதான் சமாதானப்படுத்தியிருக்கிறார்கள்.

தினேஷின் அப்பா, அவனை இரண்டு நாட்கள் வரையிலும் வீட்டிற்குள்ளேயே சேர்க்கவில்லை. பக்கத்து ஊரில் கட்டிக் கொடுத்திருக்கும் அவனுடைய அக்கா வீட்டில் இரண்டு நாட்கள் இருந்துவிட்டு, கடைசியில் அவன் மாமா வந்து சமாதானம் செய்து விட்டுவிட்டுப் போயிருக்கிறார்.

பிரசாத்தை அவனுடைய அப்பா, இந்த வயதிலும் பெல்ட்டால் பின்னி எடுத்துவிட்டார். ஜெய்யின் வீட்டில், அந்தச் சம்பவத்திற்குப் பிறகு நாளது தேதி வரையிலும், அவனிடம் யாரும் ஒரு வார்த்தை கூடப் பேசவில்லை.

''என்னடா... எவ்ளோ நேரம்டா இப்படியே உக்காந்திருப்பீங்க?'' என்றான் தினேஷ்.

''லைஃபே வெறுத்துப் போச்சுடா. வேலை வெட்டிக்கு போகலன்னாலும், வீட்டுல ஒரு பிரியம், மரியாதையாச்சும் இருந்துச்சு. இப்ப அதுவும் போயிடுச்சு.'' என்றான் அசோக்.

''ஆமான்டா. என் தங்கச்சிகிட்ட நேத்து தண்ணி கொண்டு வாடிங்கறேன். கை கால் இருக்குல்ல. போய் எடுத்துக்கோங்கிறா...'' என்றான் பிரசாத்.

''உங்களுக்காச்சும் பரவால்லடா. எங்க வீட்டுல இன்னும் யாருமே பேச மாட்டாங்கறாங்க'' என்றான் ஜெய்.

''நிஜமாவாடாச் சொல்ற?''

''நடுத்தெரு நர்மதா மேல சத்தியமா'' என்றான் ஜெய் இந்த சோகத்திலும் பெண்ணை விடாமல்.

''அப்புறம் சாப்பாடெல்லாம்....''

''ஒண்ணும் பேசாம என் முன்னாடி நங்குன்னு வச்சுட்டுப் போயிடுவாங்க. இருந்தாலும், அதனால என்ன நடந்துச்சுன்னா, எதிர்வீட்டு பொண்ணு நம்பள அனுதாபமா பாக்குது. அப்படியே இந்த அனுதாபத்தை அன்பா மாத்தி, அன்ப காதலா மாத்தி, காதல காமமா மாத்தி... யப்பா... இன்னும் ஏகப்பட்ட வேலை இருக்கு.'' என்ற ஜெய்யின் திசையை நோக்கி கல்லை விட்டெறிந்தான் அசோக். ''அம்மா...'' என்று அலறினான் ஜெய்.

''டேய்... இனிமேலாச்சும் ஏதாச்சும் உருப்படியா பேசுங்கடா'' என்றான் தினேஷ்.

''ஆமான்டா... இன்னிக்கு ஒரு விஷயம் பேசலாம்ணு இருக்கேன். எழுந்திரிங்க'' என்று எழுந்தான் அசோக்.

ஆற்றங்கரை, அரச மரத்தடி மண்டபம்.

அசோக் ஒரு சிகரெட்டைப் பற்ற வைத்துக்கொண்டு தீவிரமாக யோசித்துக்கொண்டிருந்தான்.

''என்னடா... ஏதோ பேசணும்ன்ன...'' என்றான் அசோக்கிடம் ஜெய்.

''நமக்கு வீட்டுல இருந்த கொஞ்சம் நஞ்சம் மரியாதையும் போயிடுச்சு. அவங்களுக்கு முன்னாடி நம்ம நிரூபிச்சுக் காட்டணும். நமக்கும் 25 வயசு நெருங்கிடுச்சு. இன்னும் செட்டிலாவாம இருக்கோம். நம்ம நாலு பேரும் சேர்ந்து ஏதாச்சும் பிஸினஸ் ஆரம்பிச்சா என்ன? இது நான் வழக்கமா சொல்ற ஐடியா மாதிரி கிடையாது.'' என்றான் அசோக்.

''நானும் ஏதாச்சும் பண்ணணும்தான் நினைச்சுகிட்டிருந்தேன். என்ன பண்ணலாம்?'' என்றான் தினேஷ்.

''ஒரு பியூட்டி பார்லர் ஆரம்பிக்கலாண்டா...'' என்ற ஜெய்யின் தலையில் தட்டிய தினேஷ், ''புத்தி போவுது பாரு...'' என்றான்.

''ஒரு சூப்பர் ஐடியா...'' என்று அசோக் கூறியவுடன் அனைவரும் அவனை சந்தேகத்துடன் பார்த்தனர்.

''என்ன... ஆல் இன்டியா லெவல்ல, ஒரு இங்கிலீஷ் நியூஸ் சேனல் ஆரம்பிக்கலாமா? இல்ல... 9000 கோடி இன்வெஸ்ட்மென்ட்ல தெர்மல் பவர் ப்ளான்ட் ஆரம்பிக்கலாமா?'' என்று ஜெய் கேட்க அனைவரும் சத்தமாகச் சிரித்தனர்.

''டேய் விளையாட்டெல்லாம் வேண்டாம். நிஜமாவே சூப்பர் ஐடியாதாண்டா...''

''நீ முதல்ல ஐடியாவச் சொல்லு. அது சூப்பரா, இல்லையான்னு நாங்க சொல்றோம்.''

''நம்ம ஏஆர்ஸி ட்யுசன் சென்டர் இருக்குல்ல...''

''ஆமாம்...''

''மகேந்திரன்னு ஒருத்தர் நடத்திட்டிருக்காரு.''

''தெரியும். உயரமா, கறுப்பா...''

''ஆமாம். அவருக்கு மெட்ராஸ் செக்ரட்டடேரியட்ல வேலை கிடைச்சுடுச்சாம். ஏற்கனவே இங்க க்ளாஸ் எடுக்க சரியா ஆள் கிடைக்காம, சென்டர் ஒண்ணும் சரியாப் போகலயாம். அதனால இந்த மாசத்தோட ட்யுசன் சென்டர க்ளோஸ் பண்ணலாம்னு இருக்காராம். அத வாங்கி நம்ம நடத்தினா என்ன?'' என்று அசோக் கூற எல்லோருக்கும் அது நல்ல யோசனையாகத்தான் தோன்றியது.

''நீ அவருகிட்ட பேசினியா?''

''இல்ல... எங்க பக்கத்து வீட்டுப் பையன் அங்கதான் படிச்சிட்டிருக்கான். அவன் சொன்னான். அதான் போய் கேட்டுப் பாக்கலாம்னு தோணுது.''

''பணம், கிணம் கேப்பாரா?''

''பின்ன... சும்மா தூக்கி கொடுத்துட்டு போவாரா? ரெண்டு க்ளாஸ் நடத்துற மாதிரி, டேபிள் சேரெல்லாம் வாங்கிப் போட்டுருக்காரு. இடத்துக்கு ஏதும் அட்வான்ஸ் கொடுத்திருப்பாரு. அதெல்லாம் கொடுக்கவேண்டியிருக்கும்.''

''எவ்வளவு கேப்பாரு?''

''தெரியல... போய் பேசினாதான் தெரியும்.''

''கிளம்புங்க... உடனே போய் பேசிடலாம்.'' என்று எழுந்தான் தினேஷ்.

''டேய்... இப்படியேவா? போய் குளிச்சு, கிளிச்சுட்டு சுத்தமாப் போவோம்.''

''அதுவும் சரிதான.'' என்று எழுந்தனர்.

ஏ.ஆர்.ஜி ட்யூஷன் சென்டர் போர்டில், 'சென்டர்'' துருப்பிடித்துப் போய் அரைகுறையாகத் தெரிந்தது. கீழே நான்கைந்து சைக்கிள்கள். வயசுப் பெண்கள் இருவர் சிரித்தபடி கையில் நோட்டுடன், மாடிப் படிக்கட்டில் இறங்கிக்கொண்டிருந்தனர்.

''மாடிலயாடா சென்டர்?'' என்றான் தினேஷ்.

''ஆமாம்...'' என்று அசோக் மாடியில் ஏற... அனைவரும் அவனைப் பின்தொடர்ந்தனர்.

இவர்கள் மாடியேறி வராந்தாவில் நுழைந்தபோது, மகேந்திரன் ஒரு நான்கைந்து பேரை உட்கார வைத்து தீவிரமாக க்ராமர் நடத்திக்கொண்டிருந்தான்.

''எ காமன் நௌன் இஸ் தி நேம் ஆஃப் ஏ காமன் பர்ஸன், ப்ளேஸ், அனிமல்...'' என்று கூறிக்கொண்டிருந்தவன் இவர்களைப் பார்த்தவுடன் நிறுத்திவிட்டு, ஆஃபீஸ் ரூமை நோக்கிக் கையைக் காண்பித்தான்.

இவர்கள் சென்று காத்திருக்க, ஐந்து நிமிடத்தில் சாக்பீஸ் கையை ஒரு நீல நிறத் துணியால் துடைத்தபடி உள்ளே வந்தான். இவர்கள் எழுந்து நிற்க, ''உட்காருங்க... உட்காருங்க...'' என்று எதிரில் அமர்ந்துகொண்டான்.

''சொல்லுங்க... என்ன விஷயம்?'' என்ற மகேந்திரன், ஏறக்குறைய முப்பதைத் தொட்டிருந்தான். அரசு வேலைக் கனவுகளை கிட்டத்தட்ட ஏறக்கட்டியிருந்த சந்தர்ப்பத்தில், திடீரென்று அரசு வேலை கிடைத்ததில் மிகவும் உற்சாகமாகவே இருந்தான்.

நால்வரும் தங்களை அறிமுகப்படுத்திக்கொண்டு விஷயத்திற்கு வந்தனர். அசோக்தான் பேசினான்.

''சார்... அடுத்த மாசத்தோட நீங்க ட்யூஷன் சென்டர க்ளோஸ் பண்றதா கேள்விப்பட்டோம்.''

''ஆமாம். செக்ரட்டரியேட்ல ஏஸஸ்ஸ்டெண்டா வேலை கிடைச்சிருக்கு. ரிசல்ட் வந்துருச்சு. இன்னும் போஸ்டிங் ஆர்டர் வரல. இன்னும் ஒரு மாசமாவும்னாங்க. வந்தவுடனே க்ளோஸ் பண்ண வேண்டியதுதான்.''

''நாங்க நாலு பேரும் படிச்சு முடிச்சுட்டு, சும்மாதான் இருக்கோம். அதான் இந்த ட்யூசன் சென்டர நாங்க எடுத்து நடத்தலாமான்னு பாக்கறோம்'' என்றவுடன் மகேந்திரன் நிமிர்ந்து அமர்ந்தான்.

''இந்த இடத்துக்கு அட்வான்சு... இந்த டேபிள், சேருக்கெல்லாம் கூட நாங்க பணம் தந்துடுறோம் சார்...'' என்றான் தினேஷ்.

''பணம்ல்லாம் ஒரு பிரச்னை இல்ல. நீங்க நாலு பேரும் சேர்ந்து ஈஸியா பொரட்டிடலாம். ஆனா நீங்க நினைக்கிற மாதிரி ட்யூசன் சென்டர் நடத்துறது சாதாரண விஷயம் இல்ல. இப்ப பெரிய பிரச்னை என்னன்னா, சொல்லி தர்றதுக்கு ட்யூட்டர் கிடைக்கிறதுதான். முதல்ல எல்லாம் டிகிரி முடிச்சுட்டு, குறைஞ்சது ரெண்டு வருஷமாச்சும் பசங்க வேலை வெட்டியில்லாம சுத்தி வருவாங்க. யாரையாச்சும் புடிச்சுடலாம். இப்ப பாருங்க. காலேஜ் முடிக்கறதுக்

குள்ளயும் கேம்பஸ் இன்டர்வ்யூங்கறான். இன்னும் மீசை முழுசா மொளைக்காத பசங்கள எல்லாம் கொத்து கொத்தா தூக்கிட்டுப் போய், இருபதாயிரம், முப்பதாயிரம் சம்பளம் தர்றான். அதனால இப்ப ஃபேகுல்ட்டிக்கு ஆள் கிடைக்கிறதுதான் பெரிய ப்ராப்ளமா இருக்கு.''

''அது நாங்க பாத்துக்குவோம் சார்...''

''நீங்களே க்ளாஸ் எடுத்துடுவீங்களா?''

''தாராளமா... இவன் யுனிவர்சிட்டி தேர்டு ரேங்க்'' என்று அசோக், ஜெய்யை நோக்கி கை காண்பிக்க அவன் அரண்டு போய்விட்டான். கல்லூரி காலமெல்லாம் முடிந்து, ஏறத்தாழ ஒரு வருடம் கழித்துதான் அவன் அரியர்ஸை எல்லாம் க்ளியர் செய்திருந்தான். இருப்பினும் நண்பன் சொல்லும்போது சும்மா இருக்கக்கூடாது என்று, ''ஜஸ்ட் ரெண்டு மார்க்குல யுனிவர்சிட்டி செகண்ட் ரேங்க் போயிடுச்சு'' என்று ஜெய் பதிலுக்கு எடுத்து விட அசோக்கே அரண்டு போய்விட்டான்.

''ஒவ்வொருத்தரும், ஒவ்வொரு சப்ஜெக்ட்ல தரோவா இருக்கோம். அதனால க்ளாஸ் எடுக்கறதெல்லாம் ஒரு பிரச்னை இல்லை. அதெல்லாம் நாங்களே பாத்துக்குவோம்.''

''அப்ப ஒண்ணும் பிரச்னையில்லை. ஒரு எனர்ஜிட்டிக்கான தலைமுறை கைலதான் சென்டர கொடுத்துட்டுப் போறேன்னு நினைக்கறப்ப சந்தோஷமா இருக்கு.''

''நாங்க எவ்வளவு பணம் தரவேண்டியிருக்கும் சார்?''

''இந்த இடத்து ஓனருக்கு, அட்வான்ஸ் ஐயாயிரம் தந்துருக்கேன். அப்புறம் இந்த க்ளாஸ் ரூம் தடுப்பு, மொத்தம் இருபத்தஞ்சு சேர். டேபிள்... இதுக்கெல்லாம்...'' என்று யோசித்த மகேந்திரன், ''நான் வாங்குனதுல பாதின்னா கூட எங்கயோ போயிடும். சின்னப் பசங்க. புதுசா தொழில் தொடங்குறீங்க. அதெல்லாம் வேணாம். நீங்களே ஒரு நாமினலா ஒரு ரேட் குடுத்துடுங்க.''

''சார்... ஒரு ஐயாயிரம் தந்துரட்டுமா?'' என்ற அசோக்கின் தொடையில் கிள்ளிய தினேஷ், ரகசியமாக, ''நாயே... இன்னய தேதிக்கு, ஒரு டேபிள், சேரு செட்டு, குறைஞ்சது ரெண்டாயிரமாகும். பாதி விலைன்னா கூட இருபத்தாஞ்சாயிரம் கொடுக்கணும்...''

''அப்ப எவ்ளோ கொடுக்கலாம்ங்கிற?''

''நானே பேசிக்கிறேன்'' என்ற தினேஷ் மகேந்திரனிடம், ''சரி சார்... அவன் விபரம் தெரியாம சொல்றான். ஒரு பத்தாயிரம் தர்றோம் சார்... அதுவும் கம்மிதான்...'' என்று தினேஷ் இழுத்தான்.

''பரவால்ல. கிட்டத்தட்ட நாலஞ்சு வருஷமா, இந்த ட்யூசன் சென்டர்தான் எனக்கு சோறு போட்டுச்சு. அத மூடிட்டு போறோமேன்னு

எனக்கு உள்ளுக்குள்ள ஒரு வருத்தம் இருந்துச்சு. ஆனா இப்ப நான் நடத்துலன்னாலும், யாராச்சும் ஒருத்தரு நடத்துறதுல எனக்கு சந்தோஷம். நல்லபடியா நடத்துங்க. வர்ற ஒண்ணாம் தேதிலருந்து இந்த ட்யூசன் சென்டர் உங்களோடது'' என்று மகேந்திரன் கூறியவுடன், நால்வருடைய முகத்திலும் மலர்ச்சி.

5

நால்வரும் டீக்கடையில் அமர்ந்திருந்தனர்.

''அசோக்கு... நீ பாட்டுக்கும் நம்ம க்ளாஸ் எடுக்கலாம்னு சொல்லிட்ட. யாருடா க்ளாஸ் எடுக்குறது?'' என்றான் தினேஷ்.

''மச்சான்.... டுடோரியல் காலேஜ்க்கு வர்றது... பெரும்பாலும் டென்த்து, ட்வெல்த்து ஃபெயிலான கேசுங்கதான். அதுலயும் முக்கால்வாசி பேரு மேத்ஸ், இங்லீஷ்லதான் ஃபெயிலாவாங்க. நான் எம்எஸ்ஸி மேத்ஸ். ஜெய்... பிஏ இங்க்லீஷ் லிட்ரேச்சர். ஏன்டா நீ இங்கிலீஷ் எடுக்கமாட்ட?'' என்று அசோக் ஜெய்யிடம் கேட்க, அவன் தோராயமாக தலையை ஆட்டினான்.

''சயன்ஸ் வந்தா, நான் பாத்துக்குறேன்.'' என்றான் தினேஷ்.

''பிரசாத்து... எம்.காம் முடிச்சிருக்கான். காமர்ஸ், அக்கவுன்டன்ஸி வந்தா அவன் எடுக்கப்போறான். அவ்வளவுதான்.''

''டேய்... கேக்குறப்ப நல்லாதான் இருக்கு. ஆனா அதுக்குல்லாம் ப்ரிப்பேர் பண்ணணும்ல?'' என்றான் ஜெய்.

''பின்ன... எல்லாம் உனக்கு சும்மா வருமா? மொத ஆறு மாசம்தான் கஷ்டமா இருக்கும். அப்புறம் திருப்பி, திருப்பி எடுக்க ஆரம்பிச்சிட்டோம்னா, எல்லாம் மனப்பாடமாயிடும். நம்ம எய்ம் பாஸ் பண்ண வைக்கிறதுதான். அது ஒண்ணும் பெரிய விஷயமில்ல...'' என்றான் தினேஷ்.

''அப்புறம் ஒரு விஷயம்... இன்னைய தேதிக்கு எல்லாத்துக்கும் விளம்பரம் தேவை. இப்படி ஒரு ட்யூஷன் சென்டர் இருக்கறதே, இங்க பாதி பேருக்குத் தெரியாது. முதல்ல நல்லா விளம்பரம் செய்யணும்'' என்றான் அசோக்.

'முதல்ல இந்த பேர மாத்தியாகணும்'' என்றான் பிரசாத்.

''ஆமாண்டா. இந்த ஏஆர்ஸி, கேடிஸிங்கற பிசினஸே இருக்கக்கூடாது. நல்லா ஒரு புதுமையான பேரா இருக்கணும்.''

ஆளுக்காள் சிகரெட் பற்ற வைத்துக்கொண்டு யோசிக்க ஆரம்பித்தனர்.

''பேசாம ஓல்டு மாங்க் ட்யூஸன் சென்டர்ன்னு வைக்கலாமா?'' என்றான் பிரசாத் சிரித்தபடி.

''அடி செருப்பால...''

''சும்மா சொன்னன்டா...''

''ஃப்ரண்ட்ஸ் ட்யுசன் சென்டர்னு வைக்கலாமா?''

''அதுவும் பழைய பேருதான்.''

''இல்ல... ம்...'' என்று யோசித்த தினேஷ், ''சக்சஸ் ட்யூசன் சென்டர்னு வைக்கலாமா?'' என்றான்.

''இது பரவால்ல... ஆனா இத விட, ஃபெயில் ஆனவங்களுக்கு ஊக்கம் தர்ற மாதிரி பேரா இருந்தா நல்லாருக்கும்.''

''ம்... 'வீ கேன்' டுடோரியல்ஸ். இது எப்படி இருக்கு? நம்மால் முடியும்னு என்கரேஜ் பண்ற மாதிரி இருக்கும்ல?'' என்று தினேஷ் கூற, ''சூப்பர்டா... இதையே வச்சுரலாம்.'' என்று மற்றவர்கள் அந்தப் பேரை ஏற்றுக்கொண்டனர்.

''சரிடா... மொத்தம் எவ்ளோ செலவாகும்?'' என்றான் ஜெய்.

''ஆரம்பிக்கறப்பவே பக்காவா ஆரம்பிச்சிடலாம். பில்டிங், பழைய பில்டிங். நாலு ரூமுக்கும் சுண்ணாம்பு அடிக்கணும். அதுக்கு எப்படியும் ஒரு ஐயாயிரம் ரூபா ஆகும். புதுசா ஒரு டிஜிட்டல் போர்டு வச்சு டலாம். அப்புறம். சுத்து வட்டாரம் எல்லா கிராமத்துலயும் போஸ்டர் ஒட்டணும். குறைஞ்சது.... 500 போஸ்டர் அடிக்கவேண்டியிருக்கும். கொஞ்சம் நோட்டீஸ். அப்புறம் ஊருல அங்கங்க ஃப்ளக்ஸ் போர்டு வைக்கலாம். மகேந்திரனுக்கு ஒரு பத்தாயிரம் ரூபாய்... ம்...'' என்று மனசுக்குள் கணக்கு போட்ட அசோக், ''முப்பத தாண்டிடும் மாப்ள...'' என்றபோது அவன் முகம் கவலையானது.

''எப்படி மாப்ள? ஆளுக்கு பத்தாயிரம் தேவைப்படுது. நம்பள நம்பி வீட்டுல இவ்ளோ பணம் தருவாங்களா?'' என்றான் பிரசாத்.

''எங்க வீட்டுல எல்லாம் அஞ்சுக்கு மேல தரமாட்டாங்க. அதுக்கே எங்கப்பா பின்னாடி நாயா சுத்தணும்'' என்றான் பிரசாத்.

''எங்க வீட்டுலயும்தான்'' என்றான் ஜெய்.

''பரவால்ல மச்சி... நீங்கள்லாம் ஆளுக்கு அஞ்சு ரூபா மட்டும் போடுங்க. மிச்ச செலவ நான் பாத்துக்குறேன். எங்கப்பா கேட்டாத் தருவாரு'' என்றான் தினேஷ். தினேஷின் அப்பா நினைத்தால் முழு பணத்தையும் கூடத் தரமுடியும்.

''நல்லதாப் போச்சு மாப்ள. வர்ற லாபத்துல நீ பிஃப்டி பர்சன்ட் எடுத்துக்க. மிச்சத்த நாங்க ஷேர் பண்ணிக்கிறோம்'' என்றான் அசோக்.

''சீ... வாயக் கழுவு. ஏன்டா இப்படி என்ன பிரிச்சு வச்சு பேச றீங்க...''

''இல்ல மாப்ள... நீதான் பாதிக்கு மேல பணம் போடற... அதுக்கு சொன்னேன்.''

''நான் எவ்ளவு போட்டா என்னடா? லாபத்த எல்லாரும் ஈக்குவலாத்தான் ஷேர் பண்ணிக்கிறோம். என்ன?'' என்று தினேஷ் கோபமாக கூற, அனைவரும் தலையை ஆட்டினர். எல்லோருடைய மனதிலும் ஒரு பரபரப்பு. வெற்றிகரமாக நடக்கும் என்று பட்சி சொன்னது.

''சூப்பரா வரும்னு தோணுது. ஜெய்.... நீ என்ன சொல்ற?'' என்றான் தினேஷ்.

''எனக்கும் அப்படிதான் தோணுது. உள்ளுக்குள்ள ஒரே பரபரப்பா இருக்கு. இப்பவே ஆரம்பிக்கணும் போல இருக்கு. என்ன அசோக்கு?'' என்று ஜெய் கேட்க, அசோக் ஒன்றும் பதில் சொல்லாமல் ஏதோ யோசனையில் இருந்தான்.

''டேய்... உனக்கு என்னடா யோசனை? இது சரியா வருமான்னு டவுட்டா?''

''சேச்சே... அதில்ல... நம்ம ஆரம்பிச்சு, பிள்ளைங்க சேந்து, அது லாபமா நடந்தா கூட என்னத்த பெருசா வந்துடப் போவுது. அதான் பேசாம இதையெல்லாம் ஏறக் கட்டிட்டு, ஆளுக்கு கொஞ்சம் பணம் போட்டு, ஒரு பஸ் பாடி ஃபேக்டரி ஆரம்பிச்சா என்னன்னு தோணுது. அதுக்கு தமிழ்நாட்டுல, அதிகமாக போட்டியில்ல...'' என்று அசோக் ஆரம்பிக்க, தினேஷ் செருப்பை கையில் எடுக்க... அசோக் ஓடினான். அவர்கள் சந்தோஷமாக சிரித்தார்கள். தன்னம்பிக்கையின் சிரிப்பு அது.

6

ஒரு வார காலத்திற்குள் பணத்தைத் திரட்டி மகேந்திரனிடம் கொடுத்தார்கள். ஆகஸ்ட் ஒன்றாம் தேதி, ட்யூஷன் சென்டர் அவர்கள் கைக்கு வந்தது. மகேந்திரன் சாவியை இவர்களிடம் கொடுத்துவிட்டு கை குலுக்கினான்.

''நல்லா நடத்துங்க. நீங்க நாலு பேரு. என்னை விட சின்ன வயசு. இன்னும் நல்லாப் பண்ணுவீங்கன்னு நினைக்கிறேன். ஆல் தி பெஸ்ட்'' என்ற மகேந்திரன் மீண்டும் ஒரு முறை கை குலுக்கி விட்டுச் சென்றான்.

நால்வரும் முகமெங்கும் பூரிப்புடன் தங்கள் சென்டரைப் பார்த்தனர். தினேஷ் டேபிள் சேரையெல்லாம் தடவிக் கொடுத்தான்.

''ரொம்ப சந்தோஷமா இருக்குடா. ஏதோ ஒரு ஃபீலிங்... எப்படி சொல்றதுன்னே தெரியல...''

''ஆமான்டா... முதலிரவன்னிக்கு, முத முதலா பொண்டாட்டிய பாத்த மாதிரி இருக்குடா...'' என்ற ஜெய்யின் தலையில் மூன்று பேரும் பேரும் சேர்ந்தாற்போல் அடிக்க, ஜெய் அலறினான்.

''இவன் என்னமோ, ஆயிரம் கல்யாணம் பண்ணி முதலிரவு கொண்டாடின மாதிரி... வேற உதாரணமே கிடைக்க மாட்டேங்குது பாருடா...''

''அப்புறம் சில விஷயங்களை எல்லாம் ஆரம்பத்துலயே பேசிடணும். உக்காருங்க '' என்றான் தினேஷ்.

நால்வரும் வகுப்பறையில் காலியாகக் கிடந்த நாற்காலிகளில் உட்கார்ந்துகொண்டார்கள். தினேஷ் முகத்தை சீரியஸாக வைத்துக்கொண்டு பேச ஆரம்பித்தான்.

''தட்டி முட்டி, இப்பதான் உருப்படியா ஒண்ணு ஆரம்பிச்சிருக்கோம். நாலு காசப் போட்டு, ஒரு ட்யூசன் சென்டர் ஆரம்பிக்கிறது பெரிய விஷயம் இல்ல. அதை நல்லபடியா கொண்டுட்டு போறது நம்ம கைலதான் இருக்கு.''

''ஆமான்டா...''

''ட்யூசன் சென்டர்ங்கிறது, வயசுப் பொண்ணுங்க, வயசுப் பையன்ங்க வந்துட்டுப் போற இடம். அதனால நம்ம ஒழுங்கா இருந்தாதான் பசங்க ஒழுங்கா இருப்பாங்க. அப்பதான் நம்பி, ஊருலயும் பிள்ளைங்கள அனுப்புவாங்க. எனக்கு முதல் கவலை ஜெய்தான்.''

''டேய்... நான் என்னடா பண்ணப் போறேன்?''

''இல்லடா... நீ பொம்பள விஷயத்துல கொஞ்சம் வீக்கு.''

''கொஞ்சம் இல்ல... நிறையவே.'' என்றான் அசோக்.

''டேய்... எல்லா ஆம்பளைங்களுமே பொம்பள விஷயத்துல வீக்குதான். ரொம்ப யோக்கியம் மாதிரி பேசாதீங்கடா.'' என்றான் ஜெய் கோபத்துடன்.

''எல்லாருக்கும் பொம்பளங்கன்னா ஒரு சபலம் இருக்கும். இல்லங்கல? ஆனா நிறையப் பேரு பயத்தாலயோ, இல்ல ஒரு பக்குவத்தாலயோ அந்த சபலத்தை தாண்டிப் போமாட்டாங்க. அப்படியே தூர இருந்து பாத்து ஜொள்ளு விட்டுட்டு, முடிஞ்சா கொஞ்சம் கல்ல போட்டுட்டு அப்படியே விட்டுடுவாங்க. ஆனா நீ அதத் தாண்டிப் போவியே... அந்த அமுதாவ முடிக்கல நீ?'' என்றான் தினேஷ்.

''அது வந்து... பிரியப்பட்டு வந்துச்சு.''

''அப்புறம் ரம்யா...''

''ஹி... ஹி...''

''அதான். அந்த வேலைய எல்லாம் இனிமே நிறுத்திக்கோ. ஏன்னா இன்னும் ஊருக்கு உன்னப் பத்தி முழுசா தெரியாது. தெரிய ஆரம்பிச்சு துன்னா, அப்புறம் நம்ம ட்யூசன் சென்டருக்கு பொண்ணுங்கள அனுப்ப யோசிப்பாங்க. புரியுதா?''

''சரிடா...''

''அப்புறம் பிரசாத்து...''

''டேய்... நான் என்னடா பண்ணப் போறேன்? ஒரு பொண்ண லவ் பண்ணதுக்கே, டாஸ்மாக், டாஸ்மாக்கா திரிஞ்சுட்டிருக்கேன்.''

''அததான் சொல்றேன். நம்ம ட்யூசன் சென்டர்... சாயங்காலம் அஞ்சு மணிலருந்து எட்டு மணி வரைக்கும் இருக்கும். அதனால... நீ பகல்ல குடிக்குற வேலையே வச்சுக்கக்கூடாது. ராத்திரியோட உன் தண்ணி அமக்களத்துல எல்லாம் முடிச்சுகிட்டு, சாயங்காலம் அஞ்சு மணிக்கு கரெக்டா சென்டருக்கு வந்துடணும்.''

''அது எப்படிரா சட்டுன்னு விட முடியும்? பழக்கமாயிடுச்சு. கொஞ்சம், கொஞ்சமா நிறுத்திடறேன்'' என்று பிரசாத் கூறியவுடன் தினேஷ் கோபமாக குறுக்கே புகுந்து, ''ஆமாம்... அதுவரைக்கும் நீ தெனம் குடிச்சுட்டு வந்து க்ளாஸ் எடுப்ப.... பசங்க எல்லாம் சிரிக்கணும்'' என்றான்.

''இல்ல தினேஷ்...''

''இங்க பாரு... மத்த பிசினஸ் மாதிரி கிடையாது இது. தினம் அம்பது பேரு, வந்து போற இடம். அவங்க நம்ம மேல மரியாதையா இருக்கற மாதிரி நடந்துக்கணும். புரியுதா?'' என்றான் தினேஷ் கண்டிப்பாக.

''சரிடா... ஆனா எடுத்தவுடனே முழுசா நிறுத்த முடியாது. க்ளாஸ் எடுக்கறப்ப எல்லாம் குடிச்சுட்டு வர மாட்டேன். ஆனா மதியானம் போல கொஞ்சமா தண்ணியடிச்சுட்டு, தூங்கிட்டு சாயங்காலம் ஒழுங்கா வந்து க்ளாஸ் எடுப்பேன்'' என்றான் பிரசாத்.

இவர்களின் உரையாடலில் நுழைந்த ஜெய், ''தினேஷ்... போதும் விடு. சட்டுன்னு ஒரே நாள்ல எல்லாத்தையும் நிறுத்தறது கஷ்டம். அவன்தான் குடிக்காம வந்து க்ளாஸ் எடுக்கறன்னு சொல்றான்ல. அப்புறம் என்ன?'' என்றான்.

''ஆமான்டா... நான் மட்டும் குடிச்சுட்டு, க்ளாஸ்க்கு வந்தன்னா என்ன வெளிய அனுப்பிடு.''

''சரி... மேத்ஸ்க்கு அடுத்து, அக்கௌன்டன்ஸிக்குதான் நிறைய பேரு ட்யூசனுக்கு வருவாங்க. ஒழுங்கா இருந்துக்கோ. சொல்லிட்டேன்.''

''சரிடா...''

''அப்புறம்... வேற ஏதாச்சும் இருந்தாலும், இல்ல நாங்க எப்படி இருக்கணும்னு எதும் இருந்தாலும் சொல்லுங்க.'' என்றான் அசோக்.

''நம்ம நாலு பேருமே, ட்யூசன் சென்டருக்குள்ள தம்மு அடிக்கக்கூடாது. எதா இருந்தாலும் வெளியதான் வச்சுக்கணும்.'' என்றான் ஜெய்.

''அதுவும் சரிதான்'' என்றபடி தினேஷ் பாக்கெட்டிலிருந்து சிகரெட்டை எடுக்க, ''டேய்...'' என்று ஆளுக்காள் கத்தினர். தினேஷ் ''ஸாரி... ஸாரி...'' என்று சிகரெட்டைப் பாக்கெட்டுக்குள் போட்டுக்கொண்டான்.

''ஸோ... இன்னைலருந்து வெளயாட்ட எல்லாம் ஓரம் கட்டி வச்சுட்டு, சீரியஸா தொழில ஆரம்பிக்கப்போறோம்'' என்றான் அசோக்.

விறுவிறுவென்று வேலைகளை ஆரம்பித்தார்கள். முதல் காரியமாக சென்டருக்கு புதிதாக சுண்ணாம்பு அடித்து, வாசலில் அப்துல் கலாம் புகைப்படத்துடன் கூடிய டிஜிட்டல் போர்டு வைத்தார்கள். அடுத்து திருச்சி சென்று, போஸ்டர் அடித்துக்கொண்டு வந்தார்கள். சுத்து வட்டாரம் அனைத்து கிராமங்களிலும் போஸ்டர் ஒட்டினார்கள். அதற்கு நல்ல ரெஸ்பான்ஸ் இருந்தது. முதல் மாதத்திலேயே புதிதாக நாப்பது பேர் சேர்ந்தார்கள். ஏற்கனவே இருந்த இருபது பேருடன் சேர்ந்து அறுபது பேர்.

மாதம் 300 ரூபாய். பெரும்பாலும் அட்டெம்ப்ட் கேஸ்கள்தான். மாணவர்கள் முன்கூட்டியே கொடுத்த பணத்தில் இன்னும் முப்பது சேர்கள் வாங்கிப்போட்டு, மூன்று வகுப்பாகப் பிரித்துக் கொண்டார்கள்.

விளையாட்டாகத் தொழிலை ஆரம்பித்தவர்களின் மனதில் அவர்கள் அறியாமலே நாட்டம் பிறக்க ஆரம்பித்தது. நால்வரும் தீவிரமாக தயார் செய்துகொண்டு பாடங்கள் நடத்த ஆரம்பித்தார்கள். ஃபெயிலானவர்களை எப்படியாவது பாஸ் பண்ண வைப்பது என்ற முடிவோடு, அவர்கள் மீது தனி அக்கறை செலுத்தினார்கள்.

முதல் மாசம் செலவெல்லாம் போக ஆளுக்கு மூவாயிரம் ரூபாய் கிடைத்தது. மறுமாதத்திலிருந்து இன்வெஸ்ட்மென்ட் செலவுகள் இல்லாததால், ஆளுக்கு ஐயாயிரம் ரூபாய் கிடைத்தது. உற்சாகத்துடன் தீவிரமாக வகுப்பு எடுப்பதில் இறங்கினார்கள்.

அதற்கு நல்ல பலன் கிடைத்தது. அவர்கள் டுடோரியல் ஆரம்பித்து நடந்த அட்டம்ப்ட் தேர்வில், இவர்களிடம் படித்தவர்களில் 90 சதவீதம்

தேர்ச்சி அடைய... ஊரெங்கும் இலவச விளம்பரமாயிற்று. மேலும் நிறைய ஃபெயில் ஆன மாணவர்கள் வர ஆரம்பிக்க, காலை பத்து மணிக்கே வகுப்புகளைத் துவக்கினார்கள். மாணவர்களின் எண்ணிக்கை ஆறே மாதத்தில் இருநூறைத் தொட்டது. ஒவ்வொருவருக்கும் மாத வருமானம் பத்தாயிரத்துக்கு குறையாமல் வந்தது.

மாணவர்கள் அதிகம் சேர, சேர, நிறைய வகுப்புகள் எடுக்கவேண்டியிருந்தது. மற்றவர்களுக்கு பிரச்னை ஒன்றும் இல்லை. ஆனால் பிரசாத்துக்குதான் பிரச்னை.

7

முதலில் மாலை மட்டும் வகுப்புகள் இருந்தபோது, பிரசாத்தின் குடிப்பழக்கத்தால் எந்தப் பிரச்னையும் இல்லை. மாலையில் வந்து வகுப்பெடுத்துவிட்டு தண்ணியடிக்கச் சென்றுவிடுவான். காலையில் தண்ணி அடித்தாலும், அதனால் மாலை வகுப்பிற்கு எந்த ப்ரச்னையும் இல்லை. ஆனால் காலையில் வகுப்புகள் ஆரம்பித்தவுடன் தினேஷ், பிரசாத்திடம் சொன்னான்.

''பிரசாத்து... நீ தினம் காலைலயும் தண்ணியடிக்குற. அதனால இது வரைக்கும் ஒண்ணுமில்ல. ஆனா இப்ப காலைலயும் க்ளாஸ் எடுக்க ஆரம்பிச்சிட்டோம். உனக்கு டெய்லி மார்னிங் டென் டு ட்வெல் அக்கௌண்டன்ஸி க்ளாஸ் இருக்கு. அப்புறம் ஈவ்னிங் சிக்ஸ் டு எய்ட் இருக்கு. அதனால இனிமே டாஸ்மாக் போறத எல்லாம் ராத்திரி எட்டு மணிக்கு மேல வச்சுக்குற...''

''என்னது... அவ்ளோ நேரம்ல்லாம் என்னால தண்ணி அடிக்காம இருக்கமுடியாது.''

''இங்க பாரு ப்ரசாத்து... இது வரைக்கும் நினைச்ச மாதிரி இருந்தோம். இப்ப நமக்குன்னு ஒரு தொழில் ஆரம்பிச்சு நல்லபடியா போய்ட்டிருக்கு. நீயும் அதுல முழுசா கான்சன்ட்ரேட் பண்ணு. உனக்கும் கொஞ்சம், கொஞ்சமா குடிய விட்ட மாதிரி இருக்கும்.''

''இல்லடா... கிட்டத்தட்ட ஒரு வருஷமா, தினம் காலைலயே குடிக்க ஆரம்பிச்சிடுவேன். இப்ப திடீர்னு நிறுத்தணும்னா... ரொம்பக் கஷ்டம்டா.''

அப்போது அசோக், ''அப்ப தினம் காலைல தண்ணியடிச்சுட்டு வந்து, மப்புலயே பாடம் எடுக்குறங்கறியா?'' என்றான்.

''அப்படி சொல்லலடா...''

''அப்புறம்... உனக்கு டெய்லி காலைலயும் க்ளாஸ் இருக்கு. அப்புறம் எப்படி எடுப்ப?''

''தினேஷு... ரொம்ப அடிக்காம, சும்மா ஒரு கட்டிங் மட்டும் அடிச்சுட்டு வந்து, சைலன்டா க்ளாஸ் எடுத்துட்டுப் போய்டுறேன்.''

''போதைல எப்படி ஒழுங்கா க்ளாஸ் எடுப்ப?''

''அதெல்லாம் நான் எடுப்பன்டா...''

''ப்ச்... அதல்லாம் சரிப்பட்டு வராது. நீ இனிமே தினம் ராத்திரி மட்டும்தான் தண்ணி அடிக்குற...''

பிரசாத் பதில் ஒன்றும் சொல்லாமல் மௌமாக இருந்தான். கோபமான தினேஷ், அசோக்கிடம், ''வாயத் திறந்து சரின்னு சொல்றானா பாருடா...'' என்றான்.

''அதுல்லாம் இருப்பான். ஆரம்பத்துல கஷ்டமாத்தான் இருக்கும். அப்புறம் சரியாயிடும். என்னடா?'' என்றான் அசோக்.

''சரி...'' என்று மெதுவாகச் சொன்ன பிரசாத்தை தினேஷ் சந்தேகத்துடன் பார்த்தான்.

மறுநாள் முதல் காலை வகுப்புகளுக்கு பிரசாத் தண்ணியடிக்காமல்தான் வந்தான். ஆனாலும் இவர்களிடம் எரிந்து எரிந்து விழுந்தான். அவனுடைய நிலைமையைப் புரிந்துகொண்டு இவர்கள் ஒன்றும் சொல்வதில்லை.

காலை வகுப்புகளும் எடுக்க ஆரம்பித்த பிறகு, டுடோரியல் எந்நேரமும் பிஸியாக இருந்தது. ஆனாலும் பெண்கள் அதிகமாக வரவில்லை. என்ன காரணம் என்று கலந்தாலோசித்தனர்.

''நாலு பேரும் சின்னபசங்களா சேர்ந்து நடத்தறோம். புதுசு வேற... ஆள் எப்படியோங்கிற டவுட்டுதான் காரணம்'' என்றான் அசோக்.

''யாராச்சும் லேடி ட்யூட்டரைப் போட்டா, பொண்ணுங்க வர ஆரம்பிக்கும்'' என்றான் தினேஷ்.

''நல்ல ஐடியா. ஆனா ஆள் கிடைக்கணுமே... நம்ம ஊருல, பொண்ணுங்க படிச்சு முடிச்சு, ரிசல்ட் வர்றதுக்குள்ள கல்யாணத்தைப் பண்ணி வச்சுட்டுதானே, 'கோலங்கள்' பாக்க உக்கார்றானுங்க.''

''இவன மாதிரி ஆளுங்கள்லாம் ஊர்ல இருந்தா?'' என்றான் பிரசாத் ஜெய்யை நோக்கி கைகாட்டி.

''டேய்.... ஆறு மாசத்துக்கு மேல ஆவுது. என்னைப் பத்தி ஏதாச்சும் கம்ப்ளைண்ட் வந்துச்சா?'' என்றான் ஜெய்.

''இது வரைக்கும் வரல... பாக்கலாம். ஆறு மாசம்தானே ஆவுது. பத்து மாசம் போனாத்தான் தெரியும்... '' என்று தினேஷ் கூற அனைவரும் சத்தமாக சிரித்தனர்.

''இல்லடா... இப்பல்லாம் ஒழுங்காதான் இருக்கான். அவனுக்கும் வாழ்க்கைல செட்டிலாவணும்னு தோணும்ல...'' என்று அசோக் கூற, மற்றவர்கள் அதை ஆமோதிப்பது போல் தலையை ஆட்டினர்.

''நீதானே நிறைய பொம்பளைங்க கூட பழகுவ... உனக்கு தெரிஞ்சு யாராச்சும் இருந்தா சொல்லேன்'' என்றான் தினேஷ் ஜெய்யிடம்.

''இருக்கு... ஆட்டுமந்தைத் தெருல, நம்ப டெய்லர் பொண்ணு ஒண்ணு இருக்கு. அது என்னைப் பாக்கறப்ப எல்லாம், ஏதாச்சும் வேலைக்கு ஏற்பாடு பண்ணுங்கன்னு கேட்டுகிட்டேயிருக்கு.''

''யாரு சுகந்திதானே? கறுப்பா... உயரமா... அது பத்தாவது ஃபெயிலுல்ல?''

''பத்தாவது ஃபெயிலானா என்னா? எட்டாவதுக்கும் கிளாஸ் ஆரம்பிச்சு, அதை எட்டாவதுக்கு டீச்சரா போட்டுடலாம்'' என்று ஜெய் சிரிக்காமல் சொன்னான்.

''எட்டாவதுக்கா?''

''அதுவும் நல்ல ஐடியாதான். என்கிட்ட, பத்து, பதினஞ்சு பேர் எட்டாவதுக்கு ட்யூஷன் எடுப்பீங்களான்னு கேட்டுருக்காங்க...'' என்றான் தினேஷ்.

''அப்ப போட்டுடுவோம். நம்பள பொறுத்தவரைக்கும், டுடோரியல்ல பொம்பளன்னு ஒண்ணு இருந்தா, தைரியமா பொண்ணுங்க வருவாங்க. நீயே பேசிடு ஜெய்'' என்றான் அசோக்.

சுகந்தியை மாதம் ஆயிரத்தைநூறு ரூபாய் சம்பளத்திற்கு பணியில் சேர்த்தார்கள். அதற்கு உடனடியாக ரிசல்ட் தெரிந்தது. இரண்டே வாரத்தில், மளமளவென்று 30 பெண்கள் சேர்ந்தார்கள். ஐந்து மணி நேர டுடோரியலை, எட்டு மணி நேரமாக்கினார்கள். டுடோரியலில் எந்நேரமும் பரபரப்பாக வகுப்புகள் நடந்துகொண்டிருந்தன. ஊரில் டுடோரியலுக்கு நல்ல பெயர். ஒரே வருடத்தில் சிகரத்தை எட்டினார்கள். நால்வரும் பைக் வாங்கினர். ஊரில் இவர்களையும் மரியாதையாக பார்க்க ஆரம்பித்தார்கள்.

சுமுகமாக சென்றுகொண்டிருந்த தொழிலில், சமீப காலமாக சில விஷயங்கள் தினேஷை கவலையில் ஆழ்த்தின.

கவலைக்கு காரணம், ப்ளஸ் டுவிற்கு ட்யூஷன் சேர்ந்த ஜோதி. அபார அழகு. ஊரின் வசதியான வீட்டுப் பெண். கணக்கு ட்யூசன் எடுக்கும்போது அசோக்கிற்கு பழக்கமானாள். அவள் ஆங்கில வகுப்பில் இருந்தாலும், அசோக் சம்பந்தமின்றி, அடிக்கடி அங்கு சென்று அவளிடம் பேசிக்கொண்டிருப்பான். வகுப்பு முடிந்தவுடன், ஜோதியை அழைத்து தனியே பேசுவான். தினேஷிடம் அவ்வப்போது ஜோதியின் அழகைப் புகழ்ந்தான். அவள் வகுப்புக்கு வராத சமயங்களில், அவளிடமிருந்து அசோக்கிற்கு போன் வந்தது. சந்தேகப்பட்டு தினேஷ் அசோக்கிடம் பேசினான்.

''என்ன மச்சி... போற ரூட்டே சரியாப் படலையே...''

''என்னடா?''

''ஜோதி உங்கூட ரொம்ப க்ளோஸா இருக்கா போலருக்கு.''

''அதெல்லாம் ஒண்ணுமில்லடா. சும்மா ஃபோன்ல டவுட் கேப்பா. அவ்வளவுதான்.''

''டவுட் கேக்கறதுக்கு, இப்படி சிரிச்சு, சிரிச்சு பேச வேண்டியதில்ல...''

''நடுவுல ஏதாச்சும் கொஞ்சம் சிரிச்சு பேசிக்குவோம் அவ்வளவுதான் வேறொண்ணும் இல்லடா'' என்றான் அசோக் தினேஷின் கண்களைப் பார்க்காமல்.

''என்னமோப்பா. பாத்து இருந்துக்க. பொண்ணு பெரிய இடம். அவங்கப்பாக்கு இந்த டிஸ்ட்ரிட்ல பதினெட்டு பஸ் ஓடுது. நாலு தியேட்டருங்க இருக்கு. அப்புறம் லாரி... மிளகாய் மண்டின்னு ஏப்பட்ட பிஸினெஸ். தெரிஞ்சுது... நம்ம டுடோரியலையே கூண்டோட தூக்கிடுவாங்க. பாத்துக்க...''

''என்ன தினேஷ்... எனக்கு இதெல்லாம் தெரியாதாடா? நம்ம எங்க? அவ எங்க? அதெல்லாம் ஒண்ணுமில்லடா...'' என்றான் தரையைப் பார்த்தபடி.

அடுத்த பிரச்னை பிரசாத். சில மாதங்கள், வகுப்பு இருக்கும் சமயங்களில் குடிக்காமல் வந்து கொண்டிருந்த பிரசாத், இப்போது அவ்வப்போது வாடையோடு வந்தான். தினேஷ் கூப்பிட்டுக் கேட்டான்.

''பிரசாத்து... நீ செய்றது சரியில்ல. இப்படி வாடையோட வந்து க்ளாஸ் எடுத்தா, பசங்க உன்ன மதிப்பாங்களாடா?''

''டேய்... இது நேத்து ராத்திரி அடிச்ச வாடைடா.''

''சும்மா கத விடாத...'' என்றான் அசோக்.

''நாங்களும் குடிக்கறவங்கதான். எங்களுக்குத் தெரியாதா? இங்க பாரு... இதான் லாஸ்ட் வார்னிங். சொல்லிட்டேன். நாளைலருந்து குடிச்சுட்டு, க்ளாஸ்க்கு வந்த... அவ்வளவுதான்'' என்றான் தினேஷ்.

''என்னடா... கொஞ்சம் காசு கூட போட்டுட்டோம்னு, பெரிய முதலாளி மாதிரி பேசுற... என் ஷேரும் இதுல இருக்கு.''

''யாராரு ஷேரு போட்டிருக்கா? யாரு நிறையா போட்டுருக் கான்ங்குறது இப்ப பிரச்னை இல்ல. க்ளாஸ்கு எப்படி வரணுங்கிறத பத்திதான் நான் பேசிட்டிருக்கேன். சப்போஸ் நீ நிறைய ஷேர் போட்டிருந்தாக்கூட இதையேதான் சொல்வேன்.''

''அதுக்குன்னு சொல்ற மொற இருக்குல்ல... என்னமோ மூணாம் மனுசன்கிட்ட பேசற மாதிரி சொல்ற...''

''தன்மையா சொன்னா நீ எங்க கேக்குற?''

''இப்ப என்னடா பண்ணணுங்கிற?'' என்றான் பிரசாத் கோபமாக.

ஜெய் குறுக்கே புகுந்து, ''டேய்... பிஸினஸ் நல்லா போய்ட்டிருக் கறப்ப நமக்குள்ள தகராறு வேணாம். நாளைலருந்து பிரசாத்து தண்ணி அடிச்சுட்டு வரமாட்டான். அதுக்கு நான் காரண்டி'' பிரசாத்தை அழைத்துக்கொண்டு வெளியே சென்றான். ஆனால் ஜெய் சொன்னது நடக்கவில்லை.

மறுநாள் தினேஷ் சென்டரினுள் நுழைந்தபோது, அக்கௌண்டன்ஸி வகுப்பில் ஒரே சத்தம். இடையிடையே மாணவர்களின் சிரிப்பொலி. தினேஷ் வேகமாகச் சென்று பார்த்தான்.

பிரசாத் முழு போதையில் தள்ளாடியபடி நின்றுகொண்டிருந்தான். சட்டையின் மேலிரண்டு பட்டன்கள் போடப்பட்டிருக்கவில்லை. தள்ளாடியபடி, நாக்கு குழற, ''பிராஃபிட் அன்ட் லாஸ்ல...'' என்ற பிரசாத் வெளியே நின்றுகொண்டிருந்த தினேஷைப் பார்த்தவுடன் குழறலாக, ''குட் மார்னிங் முதலாளி...'' என்றான்.

தினேஷ் வேகமாக உள்ளே நுழைந்து, பிரசாத்திடம் மெதுவாக, ''டேய் என்னடா இது? நீ வா...'' என்று அவன் தோளில் கையை வைத்து நகர்த்த, ''டேய் விடு... க்ளாஸ் எடுக்கறப்ப டிஸ்டர்ப் பண்ணாத. நீங்க நோட் பண்ணிக்குங்க... என்ன சொன்னன்?'' என்றான் மாணவர்களை நோக்கி.

''பிராஃபிட் அன்ட் லாஸ்லன்னு சொன்னீங்க சார்...''

''ம்... பிராஃபிட் அன்ட் லாஸ்ல வரவெல்லாம் க்ரெடிட்ல வைக்கணும். செலவெல்லாம் டெபிட்ல வைக்கணும்'' என்று இழுத்து, இழுத்துச் சொன்ன பிரசாத் நிற்கமுடியாமல் சேரில் பொத்தென்று அமர்ந்தான்.

''டேய் எந்திரிடா...''

''நீ போ முதலாளி. நான் க்ளாஸ் எடுத்துட்டு வரேன்.''

அதற்குள் சத்தம் கேட்டு, பக்கத்து வகுப்புகளில் க்ளாஸ் எடுத்துக்கொண்டிருந்த ஜெய்யும், அசோக்கும் ஓடி வந்தனர்.

''பிரசாத்து... என்னடா இதெல்லாம்?''

''இது... க்ளாஸ். அக்கௌண்டன்ஸி க்ளாஸ்.''

''சரி வா... இன்னக்கி எடுத்தது போதும். நாளைக்கு பாத்துக் கலாம்.''

''இல்ல... நான் இன்னக்கிதான் எடுப்பேன்.''

''இவன...'' என்று கோபமான தினேஷ், பிரசாத்தின் தோளில் வேகமாக கை வைக்க... அவனை அடக்கிய அசோக், ''டேய்... ஸ்டூடன்ட்ஸ்ல்லாம் பாக்குறாங்க'' என்றான்.

''பாக்கட்டும்டா... இவன் மானத்த வாங்கறத விடவா? டேய்.. நீ வெளிய போ...'' என்றான் பிரசாத்திடம்.

''ஏய்... யார வெளியப் போவச் சொல்ற? நீதான் ஓனரா? எல்லாரும் ஈக்குவல் பார்ட்னர்தான்.''

''டேய்... அத யாருடா இல்லன்னு சொன்னா? நீ குடிச்சுட்டு க்ளாஸ்க்கு வராதன்னுதான் சொல்றோம்'' என்றான் அசோக்.

''ஏய்... இங்க பாரு... ஐயம் ஆல்ஸோ ஒன் ஆஃப் தி ஓனர் ஆஃப் திஸ் டுடோரியல். நான் எப்படி வேணும்னாலும் வருவேன். எப்படி வேணும்னாலும் இருப்பேன்.'' என்ற பிரசாத் தரையில் அப்படியே சம்மணம் போட்டு அமர... மாணவர்கள் சிரித்தனர்.

அதற்கு மேல் தினேஷால் கோபத்தை அடக்க முடியவில்லை. ''டேய்... மொதல்ல நீ வெளிய போடா...'' என்று அவன் சட்டைக் காலரைக் பிடித்து தூக்க, ''டேய்... மேல கை வைக்கிறியா?'' என்று அவன் தினேஷின் சட்டையைப் பிடிக்க, தினேஷ் பிரசாத்தை அடித்துவிட்டான்.

''டேய்.. அடிக்கிறியா? உன்ன...'' என்று பிரசாத் பதிலுக்கு அடிக்கப் பாய... ஜெய்யும், அசோக்கும் குறுக்கே புகுந்து தடுத்தனர். ஐந்து நிமிட களேபரத்திற்கு பிறகு, தினேஷ், பிரசாத்தின் கழுத்தில் கையை வைத்து வகுப்பை விட்டு வெளியே தள்ளினான்.

அழுகையுடன் கீழே விழுந்து எழுந்த பிரசாத், ''நீயெல்லாம் ஒரு ஃப்ரண்டாடா... இத்தன வருஷம் பழகினோம்னு கூட பாக்காம, வெளியே தள்றியேடா...'' என்று கத்த, ஜெய், அவனை மடக்கி ஆட்டோவில் ஏற்றி அழைத்துச் சென்றான்.

8

மறுநாள் முதல் பிரசாத் சென்டருக்கு வருவதில்லை. அசோக்தான் அக்கௌன்டன்ஸி க்ளாஸையும் அரை குறையாக எடுத்துக்கொண்டிருந்தான். தினேஷ் கவலையுடன் ஜெய்யிடம் கேட்டான்.

'நீ பிரசாத்த பாத்தியாடா?''

''ம்... நேத்து கூடப் பாத்தேன்.''

''என்ன சொல்றான்? இன்னும் என் மேல கோபமா இருக்கானா?''

''ஆமாம்... உன்னப் பத்தி பேசினாலே பச்ச பச்சயாப் பேசறான். அவன் பேசல. உள்ளுக்குள்ள போயிருக்குற சரக்கு பேசுது.''

''இப்ப ரொம்ப ஓவரா தண்ணி போடுறானா?''

''பின்ன? இப்ப க்ளாஸ் எடுக்கறதும் இல்ல. ரொம்ப வசதியாப் போயிடுச்சு. இப்பல்லாம் குடிச்சுட்டு வந்து வீட்டுலயே தகராறு பண்றானாம். வீட்டுல இருக்கற காசெல்லாம் எடுத்துட்டுப் போயி தண்ணி அடிக்கிறானாம். நேத்து அவங்கம்மா எங்கிட்ட சொல்லி ஒரே அழுகை.''

''ப்ச்... நான் வேணும்னா, அவனப் போயி பாக்கட்டுமா?''

''அய்யோ... இப்ப போனீன்னா பெரிய தகராறாயிடும். அவன் உன் மேல இன்னும் கோபமா இருக்கான். கொஞ்ச நாள் போகட்டும்.''

''டேய்... நான் என்ன உங்ககிட்ட முதலாளி மாதிரியா நடந்துக்கிறன்? டுடோரியல் நல்லா நடக்கணும்னுதான்டா சொல்றன். கூட பணம் போட்ருக்கேங்கற நெனப்புலயா அப்படி பேசறேன். ஜெய்... நீயே சொல்லுடா...''

''சீச்சீ... அப்படில்லாம் இல்லடா. நீ பணமே போடலன்னாலும் இப்படித்தான்டா நடந்திருப்ப. நம்ம நன்மைக்குதானே சொல்ற... விடு. அவன் போதைல பேசறான்.''

அசோக் இவர்களின் பேச்சில் கலந்துகொள்ளாமல் மௌனமாக இருக்க ஜெய், ''நீ என்னடா ஒண்ணும் பேசாம இருக்க?'' என்றான்.

''அது வந்து... ஒரு விஷயம். நீங்க கோச்சுக்கக்கூடாது.''

''சொல்லு...'' என்றான் தினேஷ் யோசனையுடன்.

''இது வரைக்கும் உங்ககிட்டயிருந்து எதையும் மறைச்சதில்ல. இப்பதான் ஒரு விஷயத்த கொஞ்ச நாளா சொல்லாம இருக்கேன்.''

''ஃப்ரண்ட்ஸ்ங்ககிட்ட ரகசியம் வர்றதே, பொம்பளங்க அவங்க வாழ்க்கைல நொழஞ்ச பிறகுதான். சொல்லு... ஜோதி மேட்டரா?''

''ஆமான்டா... நாங்க ரெண்டு பேரும் லவ் பண்றோம்.''

''நினைச்சேன். நீங்க ரெண்டு பேரும் தனியா இளிச்சு, இளிச்சு பேசிட்டிருக்கப்பவே நினைச்சேன்'' என்றான் ஜெய்.

''நீ கூடத்தான் சுகந்தி கூட இளிச்சு, இளிச்சு பேசிட்டிருக்க...''

''சீ... என் வயசு என்ன? அவ வயசு என்ன? என்னை விட அவ நாலு வயசு பெரியவ.''

குறுக்கே புகுந்த தினேஷ், ''சரி... நீ ஜோதி மேட்டரச் சொல்லு. எவ்ளோ நாளா நடக்குது?'' என்றான்.

''ரெண்டு மாசமா...''

''நான் அன்னக்கி கேட்டப்ப ஒண்ணுமில்லன்ன...''

''அப்பவே ஒரு ஐடியா இருந்துச்சு. ஆனா ஒண்ணும் சொல்லிக்காம இருந்தோம்.''

''ஏன்டா... டுடோரியல் நல்லா போயிட்டிருக்கு. இப்பதான் பிரச ாத் கூட பிரச்னையாச்சு. இப்ப உன் லவ்வு. பொண்ணு இன்னும் ப்ளஸ் டு கூட முடிக்கல. பெரிய இடம் வேற. தெரிஞ்சுது... நம்பள மொத்தமா எரிச்சிடுவாங்க. நான் ஆரம்பத்துலயே சொன்னன்ல? தொழில் நடக்குற இடத்துல இதெல்லாம் வச்சுக்காதீங்கன்னு. நான் ஜெய்யாலதான் பொம்பள ப்ராப்ளம் வரும்னு நினைச்சேன். கடைசில நீ இப்படி பண்ணிட்ட...''

''எனக்கே தெரியுதுடா... அதுக்குதான் மூணு மாசம் வரைக்கும் சமாளிச்சுகிட்டு இருந்தேன். அப்புறம்... அவளும் என்னை லவ் பண்றான்னு தெரிஞ்சப்பறம், சும்மா இருக்கமுடியல. நீங்களே செ ால்லுங்க. இந்த மாதிரி ஒரு ஃபிகரு உங்கள லவ் பண்ணுச்சுன்னா, நீங்க வேணாம்னு விடுவீங்களா?'' என்றான் அசோக்.

அவன் கூறியதும் நியாயமாகத்தான் தோன்றியது. ஜோதி போன்றதொரு அழகான பெண், இவர்களை விரும்புவதாக கூறினால், இவர்களால் கூட மறுக்கமுடியாதுதான் என்று தினேஷுக்குத் தோன்றியது.

''நீ சொல்றதும் சரிதான். அவங்க வீட்டுல ஒத்துக்கு வாங்களா?''

''எங்க வீட்டுல ஒண்ணும் பெரிசா பிரச்ன இருக்காது. அவ வீட்டுலதான் ப்ராளமாவும்னு நினைக்கறேன். அவ மாமா பையன் ஒருத்தன் மெட்ராஸ்ல டாக்டரா இருக்கானாம். பெரிய ஹாஸ்பிடல்லாம் வச்சுருக்கானாம். இவ அப்பாதான் வச்சு கொடுத்துருக்காரு. அவனுக்குதான் இவள கல்யாணம் பண்ணி வைக்கிறதா இருக்காங்களாம். காலேஜ் படிப்பெல்லாம் முடியட்டும்னு இருக்காங்க. அவங்கப்பாவுக்கு மட்டும் விஷயம் தெரிஞ்சா, கொன்னே போட்டுடுவாராம். பாக்கலாம்.''

''இப்ப என்னதான்டா ஐடியால இருக்கீங்க?''

''எப்படியும், இவ காலேஜ் சேந்து, ஒரு டிகிரி முடிச்ச பிறகுதான் இவளுக்கு கல்யாணம் பண்றதா இருக்காங்க. ஸோ... அது வரைக்கும் ப்ரச்னையில்ல. அப்புறம் என்ன நடக்கும்னு தெரியல.''

''விடு... நாங்கள்லாம் இருக்கோம்ல. பாத்துக்கலாம்'' என்றான் தினேஷ்

அசோக்கின் தோளில் கையைப் போட்ட ஜெய் தினேஷிடம், ''மச்சான்... கொஞ்ச நாளா இவன் முகத்தப் பாத்தியா? மூஞ்சிக்கு முன்னாடி ஒரு ஹன்ட்ரட் வாட்ஸ் பல்ப எரிய விட்ட மாதிரி ஒரு பிரகாசம். அப்பப்ப தனியா சிரிச்சுகிட்டே ரோட்டுல நடந்து போறான். என்னமோப்பா... எங்கள மறக்காம இருந்தா சரி.''

''டேய்... போங்கடா... '' என்ற அசோக்கின் முகத்தில் வெட்கம்.

''இங்க பார்ரா... வெக்கம்ல்லாம் படறான்'' என்று ஜெய் கூற, அசோக்கின் முகத்தில் மேலும் வெட்கம்.

''ஆனா ஒரு விஷயம் அசோக்கு... அவ டிகிரி முடியற வரைக்கும் அவங்க வீட்டுக்கு விஷயம் தெரியக்கூடாது. அது வரைக்கும் மாட்டிக்காம இருங்க. தெரிஞ்சுது... தொலைச்சேபுடுவாங்க. ஞாபகம் வச்சுக்க.''

''தெரியும்டா... நாங்க கேர்ஃபுல்லாதான் இருக்கோம். அதுக்குதான் வெளில கூட அதிகமா சந்திச்சுக்குறதுல்ல.''

''குட்... அப்படியே கடைசி வரைக்கும் மெயின்டெய்ன் பண்ணு'' என்றான் தினேஷ்.

இரண்டு மாதங்களுக்குப் பிறகு... ஒரு நாள் ராத்திரி 12 மணிக்கு மேல், தினேஷின் அம்மாவுக்கு பயங்கர இருமல். வீட்டிலிருந்த இருமல் டானிக்கை கொடுத்தும், அம்மாவுக்கு இருமல் குறையவில்லை. நால்ரோடுக்கு சென்றால், மருந்துக் கடை திறந்திருக்கும். போய், ஏதாவது மாத்திரை வாங்கி வரலாம் என்று தினேஷ் பைக்கில் புறப்பட்டான். இவர்களுடைய டுடோரியலைக் கடந்துதான், நால்ரோட்டுக்கு செல்ல வேண்டும்.

டுடோரியலைக் கடக்கும்போதுதான் கவனித்தான். வாசலில், ஜெய்யின் பைக் நிறுத்தப்பட்டிருந்தது. இந்நேரத்துல இங்க என்ன பண்றான்? என்று லேசான சந்தேகத்துடன் பைக்கை நிறுத்தினான் தினேஷ். சத்தமின்றி படியேறி மாடிக்குச் சென்றான். கதவு உள்ளே தாழ்ப்பாள் போடப்பட்டிருந்தது. ஏதோ மெலிதான சத்தம் கேட்டது. உற்று கேட்க... அது கொலுசு சத்தம். தினேஷ்க்கு பகீரென்றது.

ஆத்திரத்துடன், ''ஜெய்... ஜெய்....'' என்று குரல் கொடுத்தான். உள்ளே சத்தம் நின்று அமைதி. இப்போது கொலுசு சத்தம் நகர்ந்தது. பிறகு நின்றது.

''டேய் ஜெய்... கதவைத் திறடா... '' என்றபடி கதவைத் தட்டினான்.

கதவு திறக்கப்படவில்லை. உள்ளே கனத்த அமைதி. தினேஷ் மீண்டும் சத்தமாக, ''ஜெய்... இப்ப கதவைத் திறக்கறியா? இல்லையா?'' என்றான்.

சில வினாடிகள் கழித்து மெதுவாகக் கதவைத் திறந்தான் ஜெய். முகத்தில் பதட்டம்.

''என்னடா இந்நேரத்துல...'' என்றான் ஜெய் மெதுவாக.

''அத நான் கேட்கணும். உள்ள யாருடா?''

ஜி.ஆர். சுரேந்தர்நாத்

"யாருமில்லையே..." என்று ஜெய் கூறி முடிப்பதற்குள், ஜெய்யின் கன்னத்தில் பொளேரென்று அறைந்தான் தினேஷ்.

"எதா இருந்தாலும், கை நீட்டாம கேளுடா..." என்ற ஜெய்யின் சட்டையை கொத்தாகப் பிடித்தான்.

"உண்மையைச் சொல்லுடா... உள்ள யாரு? ஏதாச்சும் ஐட்டத்தை இழுத்துகிட்டு வந்துட்டியா?" என்று தினேஷ் கேட்க, "இல்லடா... சுகந்தி..." என்றான் ஜெய்.

தினேஷ் வேகமாக உள்ளே சென்று, லைட்டைப் போட்டான். கதவுக்கு பின்னால், வியர்த்துப்போய் நின்றுகொண்டிருந்த சுகந்தி, இவனைப் பார்த்தவுடன் தலையைக் குனிந்துகொண்டாள். சுடிதாரை அணிந்துகொள்ளாமல் வெறுமனே மார்புக்கு மேல் போட்டு இறுக பிடித்துக்கொண்டிருந்தாள். "தூ..." என்று காறித்துப்பிய தினேஷ், "நீ மொதல்ல ட்ரெஸ்ஸப் போட்டுட்டு வா..." என்று வெளியே வந்து மொபைலில் அசோக்கை கூப்பிட்டான்.

"அசோக்கு... இப்ப உடனே புறப்பட்டு நீ டுடோரியலுக்கு வா..."

"என்னா மாப்ள... இந்நேரத்துல..." என்றான் அசோக் தூக்க கலக்கத்துடன்.

"நீ நேர்ல வா சொல்றன்..." என்று போனை வைத்தான் தினேஷ்.

ட்ரெஸ்ஸைப் போட்டுக்கொண்டு வெளியே வந்த சுகந்தியிடம், "பொம்பளையாடி நீ? இந்நேரத்துல இங்க வந்துருக்க... உங்க வீட்டுல யாரும் தேடமாட்டாங்க?" என்றான்.

"எங்க வீட்டுல எல்லாரும் மெட்ராஸ்க்கு ஒரு கல்யாணத்துக்கு போயிருக்காங்க."

"என் கண்ணு முன்னால நிக்காத. ஓடிப்போயிடு. நாளைல ருந்து, உன்ன இந்தப் பக்கம் பாத்தேன். அடிச்சு கொன்னே போட்டுடுவேன்."

"இல்லண்ணன்..."

"பேசாத நாயே... ஓடிப்போயிடு..." என்று தினேஷ் கத்த, சுகந்தி வேக, வேகமாக படிக்கட்டுகளில் இறங்கினாள். அவள் படிக்கட்டில் இறங்கும்போதே, எதிரே வந்த அசோக் சுகந்தியைப் பார்த்த வினாடியில் விஷயத்தை புரிந்துகொண்டான்.

வராண்டாவில் வேகமாக நுழைந்த அசோக், நுழைந்த வேகத்திலேயே ஜெய் மீது பாய்ந்து, கன்னாபின்னாவென்று அடிக்க ஆரம்பித்துவிட்டான்.

''ஏன்டா... இத்தனை வருஷம் கழிச்சு, இப்பதான் கொஞ்சம் கௌரவமா பொழக்க ஆரம்பிச்சிருக்கோம். இங்கயே உன் வேலையை ஆரம்பிச்சிருக்கியே... இதென்ன லாட்ஜாடா? நாலு புள்ளங்க வந்து படிச்சுட்டு போற இடம். நாளைக்கு ஊருக்கு தெரிஞ்சா, எவனாச்சும் புள்ளங்கள இங்க படிக்க அனுப்புவானாடா?'' என்றான் அசோக் கோபமாக.

''யாருக்கும் தெரியாம இருக்கும்னு நினைச்சேன்.''

''இப்ப எங்களுக்கு தெரிஞ்சிடுச்சேடா... நாளைக்கு ஊருக்குத் தெரிய, எவ்வளவு நாளாகும்?'' என்று அசோக் கேட்க, ஜெய் தலையைக் குனிந்துகொண்டான்.

''என்னடா நீயும் லவ்ஸா?'' என்றான் தினேஷ்.

''சேச்சே... இந்த மூஞ்ச லவ் பண்ணி, கல்யாணம் வேற பண்ணுவாங்களா? சும்மா... ஒரு இது... அவ்வளவுதான்.'' என்றான் ஜெய்.

''நீ அவள கல்யாணம் பண்ணிக்கிற ஐடியா இல்லன்னு அவளுக்குத் தெரியுமா?''

''தெரியும். நான் ஆரம்பத்துலயே கரெக்டா சொல்லிட்டன்.''

''அப்புறம் எப்படிடா?'' என்ற அசோக்கின் பேச்சில் குறுக்கிட்ட தினேஷ், ''அசோக்கு... நம்மல்லாம் இன்னும் அந்த காலத்துலயே இருக்கோம்டா. இப்பல்லாம், காதல்ங்கிற விஷயமே இல்லாம, வெறும் செக்ஸ்க்காக மட்டும் பழக ஆரம்பிச்சிட்டாங்க. மேட்டர முடிச்சுகிட்டு, அவங்கவங்க வேலைய பாத்துட்டுப் போயிகிட்டே இருப்பாங்க. கண்றாவி...'' என்றான்.

''தூ... பெரிய ஃபாரின்ல இருக்கீங்க... வெறும் செக்ஸ் மட்டும்.'' என்றான் அசோக்.

''அதுவும் தொழில் நடத்தற இடத்துலயே... நீ சரிப்பட்டு வரமாட்ட. நீ விலகிக்க... இனிமே டுடோரியல நாங்க பாத்துகிறோம்'' என்றான் தினேஷ்.

''டேய் என்னடா... இதுக்குப் போயி... இனிமே நான் ஒழுங்கா இருக்கன்டா... நீ சொல்லுடா...'' என்றான் ஜெய் அசோக்கைப் பார்த்து.

''கொஞ்சம் யோசிச்சு செய்யலாமே மச்சான்'' என்றான் அசோக்.

''இவன நம்பி இங்க வைக்ககூடாதுடா... இன்னைக்கு டீச்சர் மேல கைவச்சான். நாளைக்கு... ஸ்டூடன்ட் மேல கை வைப்பான். முதல்ல நீ கிளம்புடா... '' என்றான் தினேஷ் ஜெய்யிடம்.

''டேய் ப்ளீஸ்ரா... இந்த ஒரே தடவ விட்டுடு. இனிமே ஒழுங்கா இருக்கேன்.''

''இங்க பாரு உன்னப் பத்தி தெரிஞ்சும், இந்த மாதிரி இடத்துல உன்ன சேத்துகிட்டதே தப்பு. ஒழுங்கா இருப்பன்னு ஒரு சான்ஸ் கொடுத்துப் பாத்தோம். ஆனா நீ திருந்துற மாதிரி தெரியல. இனிமே உன்ன விட்டு வச்சா, டுடோரியலுக்கே ஆபத்து. தயவுசெஞ்சு விலகிக்க ஜெய்.'' என்றான் தினேஷ்.

கோபமான ஜெய், ''நான் ஒண்ணும் சும்மா இந்த டுடோரியல்ல இல்ல... நானும் 5000 ரூபாய் போட்டிருக்கேன். நினைச்ச நேரத்துல வெளிய தள்ளிடுவீங்களா?'' என்றான்.

''யாருக்கு வேணும் உன் காசு? நாளைக்கு காலைல வந்து வாங்கிட்டு போடா...''

''இந்த டுடோரியல வளத்ததுல எனக்கும் பங்கிருக்கு. வெறும் 5000 ரூபாயை கொடுத்தா, வாங்கிட்டு போயிடுவனா?''

''சரி... நாளைக்கு காலைல வா. எவ்ளோன்னு பேசித் தீத்துக்கலாம்.''

மறுநாள் பேச்சு வார்த்தையில், ஜெய்க்கு 20000 ரூபாய் தருவது என்று முடிவானது. அப்போதே பிரசாத்துக்கும் இருபதாயிரம் ரூபாய் கொடுப்பது என்று முடிவெடுத்து கொடுத்தனுப்பப்பட்டது.

பணமெல்லாம் கொடுத்தனுப்பிய பிறகு, தினேஷ் கண்கள் கலங்க அசோக்கிடம், ''என்னடா... ஒவ்வொருத்தனா போயிகிட்டே இருக்காங்க. நம்ப நல்லா இருக்கறதுக்குதான்டா சொல்றன்.''

''புரியுது... விடு... கொஞ்ச நாள்ல எல்லாம் சரியாயிடும்.''

''நீயும் என்ன விட்டுப் போயிடாதடா...''

''சேச்சே...'' என்று தினேஷின் தோளை ஆதரவாகப் பிடித்துக்கொண்டான் அசோக்.

ஜெய் சென்றவுடன் பாடம் நடத்த மேலும் சிரமமானது. ஏற்கனவே அக்கௌன்டன்ஸி பாடத்தை அசோக் சரியாக நடத்தாததால், நிறைய மாணவர்கள் வருவதை நிறுத்திக்கொண்டிருந்தனர். இப்போது இங்க்லீஷ்க்கு வேறு ஆள் தேடவேண்டும். யாராவது ரிட்டயர்ட் வாத்தியார்கள் கிடைப்பார்களா என்று தேடினர். தற்போதைக்கு தினேஷும், அசோக்குமே சேர்ந்து ப்ரிப்பேர் செய்து ஏதோ ஒப்பேற்றிக்கொண்டிருந்தனர். ஆங்கிலத்துக்கும் சரியான ட்யூட்டர் இல்லாததால் சிறிது, சிறிதாக மாணவர்கள் எண்ணிக்கை குறைந்துகொண்டே வந்தது.

9

இரவு தூக்கம் வராமல், தினேஷ் வீட்டு மொட்டைமாடியில் சிகரெட் பிடித்தபடி கவலையுடன் நின்றுகொண்டிருந்தான். மணி பனிரெண்டு இருக்கும். மூன்று மாத காலமாகவே நிலைமை

சரியில்லை. மாணவர்களின் எண்ணிக்கை குறைந்துகொண்டே வந்து, இப்போது நூறுக்கு இறங்கிவிட்டது.

தினேஷின் மொபைல் போன் அடிக்க, எடுத்துப் பார்த்தான் அசோக். பச்சையை அழுத்தி, ''என்ன மாப்ள... இந்நேரத்துல போனு?'' என்றான்.

''கொஞ்சம் கீழ வரியா?'' என்றான் அசோக்.

''எங்கடா?'' என்று கீழே அசோக்கைத் தேடினான். சாலையில் யாரும் இல்லை. தெரு முனையில் எம்ஜிஆர் சிலையருகில் ஒரு ஆட்டோ மட்டும் நின்றுகொண்டிருந்தது.

''எங்க மாப்ள இருக்க?''

''உங்க தெருவுலதான்டா இருக்கேன்.''

''ஏன் வீட்டுக்கு வரவேண்டியதுதானே?''

''வர முடியாது மச்சான். உங்க தெரு கார்னர்ல ஒரு ஆட்டோ நிக்குதுல்ல. அங்க வா.'' என்று போனை வைத்தான் அசோக்.

என்ன விஷயம்? ஜோதி விஷயத்தில் ஏதேனும் ப்ரச்னையோ? என்று சட்டையை மாட்டிக்கொண்டு கிளம்பினான்.

இவன் ஆட்டோவை நெருங்க, ஆட்டோவிலிருந்து இறங்கி இவனை நோக்கி வந்தான் அசோக்.

''என்னடா... பைக்ல வராம ஆட்டோல வந்துருக்க? என்றான் தினேஷ் சந்தேகத்துடன் ஆட்டோவைப் பார்த்தபடி.

''சொல்றன். நீ திட்டக்கூடாது.''

''என்னாச்சுடா?''

''நேத்து சன்டேல்ல... நானும், ஜோதியும் திருச்சி போய் சினிமா பாத்துட்டு வந்தோம்.''

''டேய்... நான்தான் தேவையில்லாம வெளிய சுத்தி மாட்டிக்காதீங்கன்னு சொல்லியிருக்கன்ல்ல? டெய்லி டுடோரியல்ல பாத்துக்கிறீங்கள்ல... அப்புறம் என்ன திருச்சில போய் சினிமா?''

''அதான் மச்சான் இப்ப பிரச்னையாயிடுச்சு.''

''என்னாச்சு?''

''அவங்க வீட்டுக்கு தெரிஞ்சவங்க யாரோ திருச்சில எங்கள பாத்துருக்காங்க போல. இன்னக்கி சாயங்காலம்தான் இவங்க வீட்டுல சொல்லியிருக்காங்க. இவகிட்ட விசாரிச்சிருக்காங்க. இவ உண்மைய சொல்லியிருக்கா. வீட்டுல அடி பின்னி எடுத்திருக்காங்க. இனிமே புடிக்க வேண்டாம்னு சொல்லிட்டாங்களாம். அவ மாமா பையனோட அடுத்த மாசமே கல்யாணத்த வச்சுக்கலாம்னு பேச ஆரம்பிச்சாட்டாங்களாம். அதனால...'' என்று இழுத்தான் அசோக்.

''அதனால?''

''ஜோதி கிளம்பி வந்துட்டா மச்சான். ஆட்டோல உக்காந்துருக்கா.''

''என்னடா சொல்ற?'' என்று பதட்டத்துடன் நகர்ந்து ஆட்டோவினுள் பார்த்தான் தினேஷ். உள்ளே இருட்டில், துப்பட்டாவால் தலையைப் போர்த்திக்கொண்டு ஜோதி அமர்ந்திருந்தாள். தினேஷைப் பார்த்தவுடன், ''அண்ணன்...'' என்று கண் கலங்கினாள்.

தினேஷ் வேகமாக ஒரு சிகரெட்டை எடுத்து பற்றவைத்துக்கொண்டு, ''என்னடா இப்படி பண்ணிட்ட? எங்கிட்ட முன்னாடி ஒரு வார்த்த சொல்லவேண்டாம்?'' என்றான் புகையை விட்டபடி.

''பொம்பளப் புள்ள... தைரியமா கிளம்பி வந்து கூப்பிடுறா. அதுக்கு பிறகு என்ன பண்ணமுடியும்? எப்படியும் அவங்க வீட்டுல ஒத்துக்கமாட்டானுங்க. அதான் என்ன ஆனாலும் சரின்னு கிளம்பிட்டோம்.''

''ரைட்டுரா... இப்ப என்னடா பண்றது? முன்னாடியே தெரிஞ்சா எதாச்சும் ஏற்பாடு பண்ணலாம். இப்படி திடீர்னு வந்தா... உனக்கு ஏதாச்சும் ஐடியா இருக்கா?''

''ஒண்ணும் இல்லடா...''

''போட்டன்னா நாய... ஒரு ஐடியாவும் கிடையாது. ஒரு பொம்பள கிடைச்சான்னா போதும். பொசுக்குன்னு ஓடி வந்துடறது... ஏங்கடா இப்படி ஒருத்தன் மாத்தி ஒருத்தன் என் உயிர எடுக்குறீங்க...''

''சாரிடா மாப்ள... என்ன பண்றது? லவ்வுன்னு ஆயிப்போச்சு.''

''என்ன லவ்வு? இவளுக்கு இன்னும் பதினெட்டு வயசு கூட ஆவல. அவங்கப்பனுக்கு இருக்குற செல்வாக்குக்கு, கடத்தல் கேஸ்ல தூக்கி உன்னை உள்ள உக்கார வச்சிடுவான். முதல்ல அவள வீட்டுக்கு திரும்பிப் போகச் சொல்லு. எப்ப அவளுக்கு பதினெட்டு வயசாவுது?''

''வர்ற மார்ச் மாசம்.''

''அது வரைக்கும் அவங்க வீட்டுல எப்படியாச்சும் இழுவை போடச் சொல்லு. அப்புறம் பாத்துக்கலாம்.''

''அது வரைக்கும் அவங்க வீட்டுல விடமாட்டாங்க மாப்ள... கிளம்பி வந்துட்டா. போய் ஒரு கல்யாணத்தப் பண்ணிட்டு, எங்கயாச்சும், ஊட்டி, கொடைக்கானலுக்கு போய் மேட்டர முடிச்சுட்டு வந்துட்டோம்னா, வேற வழியில்லாம் சேத்து வச்சிடுவாங்கடா.''

''டேய்... எந்த காலத்துலடா இருக்க? இவங்களுக்கெல்லாம் அவங்க போலி கௌரவம்தான் முக்கியம். பொண்ணு எவன்

கூடயாச்சும் படுத்துக் கிடக்கறதையே பாத்தாலும், அவன் தங்களோட ஜாதி, அந்தஸ்துக்கு கம்மின்னா, பொண்ணு கெட்டுப்போனதப் பத்தில்லாம் யோசிக்கவேமாட்டாங்க. ரெண்டு மிதி மிதிச்சுட்டு, கொஞ்சம் கூட மனசாட்சியே இல்லாம எவன் தலையிலாச்சும் கட்டி வச்சிடுவாங்க.''

''இப்ப என்னதான்டா பண்ணலாம்ங்குற?''

''அதான் சொன்னன்ல. இப்ப அவள வீட்டுக்கு போகச் சொல்லு.''

''அது முடியாதுண்ணன்...'' என்று குரல் கேட்க திரும்பினான் தினேஷ். ஆட்டோவிலிருந்து இறங்கியிருந்த ஜோதியின் முகத்தில் தெரிந்த உறுதி தினேஷை ஆச்சர்யத்தில் ஆழ்த்தியது.

''என்ன ஜோதி... விபரம் புரியாம பேசற...''

''எனக்கு எங்க வீட்டப் பத்தி நல்லா தெரியும்ண்ணன். நான் செத்தாலும், அசோக்குக்கு கட்டி வைக்க மாட்டாங்க. அவங்களுக்கு ஜாதி, காசு பணம்தான் முக்கியம். எப்படியும் ஒரு மாசத்துல, மாமா பையன் கூட கல்யாணத்த முடிச்சிடுவாங்க. அதான் யாருக்கும் தெரியாம கிளம்பி வந்துட்டேன். விடிஞ்சுதான் தெரியும். அதுக்குள்ள இந்த ஊர விட்டு போயிடணும்ண்ணன்.''

ஜோதியின் பேச்சில் குறுக்கிட்ட அசோக், ''எப்படியும் அவங்க வீட்டுல ஒத்துக்கமாட்டாங்க. நாங்க போய் ஒரு கோயில்ல கல்யாணத்த முடிக்கிறோம். சேத்துகிட்டா வர்றோம். இல்லன்னா எங்கயாச்சும் கண் காணாத இடத்துல இருக்கோம். உன்ன நம்பி வந்துட்டோம் மாப்ள.... நீதான எதாச்சும் பண்ணணும்.'' என்றபடி தினேஷின் கையைப் பிடித்துக்கொள்ள... அவனை உற்றுப் பார்த்தான் தினேஷ்.

ஒன்றாம் வகுப்பு முதல் பழக்கம். இருக்கும் நால்வரில் இவன்தான் தினேஷ்க்கு மிகவும் நெருக்கம். அவனாக ஒரு முடிவெடுத்து, எங்கு வேண்டுமென்றாலும் சென்றிருக்கலாம். இவனை நம்பி வந்து கையைப் பிடித்துக்கொண்டு கேட்கிறான். எக்கேடோ கெட்டுப் போ... என்று விட மனசு கேட்கவில்லை.

''சரி... நீங்க போய் ஆட்டோல உக்காருங்க. என்ன பண்றதுன்னு யோசிக்கிறேன்.'' என்று அவர்களை அனுப்பிவிட்டு, மீண்டும் ஒரு சிகரெட்டை எடுத்து பற்ற வைத்துக்கொண்டு யோசித்தான்.

எப்படியும் விடிந்தவுடன் தெரிந்துவிடும். எனவே அதற்குள் வேகமாக செயல்படவேண்டும். முதலில் இந்த ஊரை விட்டு புறப்படவேண்டும். போகும் ஊரில் உதவுவதற்கு ஆட்கள் இருக்கவேண்டும். எங்கு செல்லலாம் என்று யோசித்தான். கல்லூரியில் இவனுடன் படித்த அருணின் ஞாபகம் வந்தது. தஞ்சாவூரில் இருக்கிறான். அவன் மூலமாக ஏதாவது கோயிலில் திருமணத்தை முடித்துக்கொண்டு, அதற்கு பிறகு

என்ன செய்வது என்று யோசிக்கலாம். சிகரெட்டை கீழே போட்டுவிட்டு, ''அசோக்கு...'' என்று கூப்பிட்டான்.

ஆட்டோவிலிருந்து இறங்கி வந்த அசோக்கிடம், ''ஆட்டோ டிரைவர் யாரு?'' என்றான்.

''நம்ம சுகுமாரு.''

''நம்பிக்கையான ஆள்தானா?''

''ரொம்ப சொல்ல முடியாது. இந்நேரத்துல ஜோதி கூடப் போய் கூப்டப்ப ரொம்ப யோசிச்சான். ஹெல்ப் பண்றேன். ஆனா வெளியூர்ல்லாம் வர முடியாதுன்னுட்டான்.''

''அதெல்லாம் வேண்டாம். பஸ் ஸ்டாண்ட் வரைக்கும் வந்தாப் போதும். இப்ப நாம தஞ்சாவூர் போவோம்.''

''நீயுமா?''

''ஆமாம். சும்மா போன்ல எல்லாம் சொன்னா சரிப்பட்டு வராது. நான் வந்து சொல்லி, உங்க கல்யாணத்த முடிச்சுட்டு வந்துடுறேன்.''''

''டேய்... அவளக் காணோம்ன்னவுடனே, எங்களத் தேடிட்டு, அடுத்து உன்னப் பாக்கதான் வருவாங்க. உனக்கு தெரியாத மாதிரியே இருக்கறதுதான் நல்லது.''

''தெரியும்டா... எப்படியும், காலைல ஆறு மணி வரைக்கும் அவ வீட்டுல இல்லாதது தெரியாதுல்ல?''

''தெரியாது...''

''நம்ம கண்ணன் பைல்ஸ் ஆபரேஷன் பண்ணிட்டு ஹாஸ்பிடல்ல இருக்கான்ல? நைட்டு அவனுக்கு யாரும் துணைக்கு ஆள் இல்ல. நான் அவனப் பாத்துக்க போறன்னு வீட்டுல சொல்லிட்டு கிளம்பிடுறேன். தஞ்சாவூர்ல அருண் இருக்கான். அவன் மூலமாக எதாச்சும் கோயில்ல கல்யாணத்த முடிக்கிறோம். முடிச்சுட்டு நீங்க அங்கருந்து கிளம்புங்க...''

''எங்க? ஊட்டி... கொடைக்கானல்... அந்த மாதிரி ஏதாச்சும்...''

''நாயே... ஒரு பையனும், பொண்ணும் ஓடிப் போயிட்டாங்கன்னா முதல்ல மெட்ராஸ், ஊட்டி, கொடைக்கானல்ன்னுதான் தேடுவாங்க. பேசாம பட்டுக்கோட்டை, நாகப்பட்டினம்னு எதாச்சும் சம்பந்தமில்லாத ஊர்லப் போய் இருங்க. இங்க என்னாவுதுன்னு பாக்கலாம்.''

''சரிடா... டுடோரியல் நல்லபடியா ஓடிட்டிருக்கு. நீ இதுல இன்வால்வ் ஆயி எதாச்சும் பிரச்னையாயிடுச்சுன்னா?''

''டேய் மணி பன்னென்ட்ரதான் ஆவுது. போய் கல்யாணத்த முடிச்சுட்டு, நான் ஆறு மணிக்குள்ள வந்துடுவன்ல? எங்கிட்ட வந்து

கேட்டா லவ் பண்ணது தெரியும். ஆனா இப்ப எங்க இருக்காங்கன்னு தெரியாதுன்னு சொல்லிடுறேன். சரி... நீங்க இங்கயே இருங்க. நான் பேண்ட் போட்டுகிட்டு, பணம் எடுத்துட்டு வந்துடுறேன்.'' என்ற தினேஷ் வேகமாக வீட்டை நோக்கி நடந்தான்.

10

அந்நேரத்தில் தஞ்சாவூர் செல்லும் பஸ்ஸில் பத்து பேர் கூட இல்லை. ஜோதி ஒரு சீட்டில் படுத்து தலையோடு துப்பட்டாவால் போர்த்திக்கொண்டாள். பஸ் கிளம்பி ஊருக்கு வெளியே வரும்வரை அனைவரும் டென்ஷனுடனே இருந்தனர். இப்போது சற்று பதட்டம் தணிந்தவுடன் அசோக், ''எத்தனை மணிக்குடா தஞ்சாவூர் போய் சேரும்?'' என்றான்.

''நைட்டுதானே... அடிச்சு, நவுத்திட்டுப் போயிடுவான். எப்படியும் ரெண்டு மணிக்குள்ள போயிடலாம்.'' என்ற தினேஷிடம் அசோக் வழியெங்கும் புலம்பிக்கொண்டே வந்தான். தினேஷ் ஆறுதல் கூறினான்.

''ஒண்ணும் கவலப்படாத. எல்லாம் ஒரு பிள்ளை பொறக்கற வரைக்கும் முறைச்சிட்டிருப்பானுங்க. அப்புறம் நீங்கள்லாம் ஒண்ணு சேந்துப்பீங்க. கூட வந்து கல்யாணம் பண்ணி வச்சவன்தான் கடைசி வரைக்கும் விரோதியா இருப்பான்.''

''ரொம்ப தேங்க்ஸ்டா...''

''என்னடா... புதுசா தேங்க்ஸெல்லாம்...'' என்றவன் பஸ் வேகம் குறைவதைப் பார்த்து பேச்சை நிறுத்தினான்.

''என்னா ஊருடா இது?'' என்றான் அசோக்.

''ஒரு ஊருமில்லையே... இப்பதான திருவெறும்பூரத் தாண்டினோம்'' என்று வெளியே பார்த்த தினேஷ் அதிர்ந்தான். வரிசையாக ஏராளமான லாரிகளும், பஸ்களும், கார்களும் நின்றுகொண்டிருந்தன. ஏறத்தாழ அரை கிலோ மீட்டருக்கு முன்பாக ஒரு போலீஸ் ஜீப் தெரிந்தது.

''மச்சான்.. ஏதோ ப்ரச்னைன்னு நினைக்கிறேன். போலீஸ் ஜீப் தெரியுது. நம்பள தேடுறாங்களா? இல்ல வேற எதாச்சம் பிரச்னையான்னு தெரியல. நான் பாத்துட்டு வரேன். நீங்க நான் செ ால்ற வரைக்கும் வண்டிய விடடு இறங்காதீங்க'' என்று தினேஷ் பஸ்ஸிலிருந்து இறங்கினான்.

அனைத்து வாகனங்களிலும் எஞ்சின் ஆஃப் செய்யப்பட்டிருந்தது. சற்று தூரம் சென்று ஒரு லாரிக்குப் பின்னால் மறைந்தபடி எட்டிப் பார்த்தான். முன்னால் நின்றுகொண்டிருந்த பஸ்ஸில் போலீஸ் ஏறி இறங்குவது தெரிந்தது. போலீஸ்காரர்களுடன் ஜோதியின் அண்ணனும் ஏறி, இறங்குவது தெரிய பகீரென்றது. அதற்குள் தெரிந்துவிட்டதா?

என்று மணியைப் பார்த்தான். மணி ஒண்ணேகால்தான் ஆகிறது. அதற்குள் எப்படித் தெரிந்தது? பதட்டத்துடன் வேகமாக பஸ்சை நோக்கித் திரும்பினான்.

இவர்களுடைய பஸ்ஸிற்கு முன்னால், முப்பதுக்கும் மேற்பட்ட வாகனங்கள் நின்றுகொண்டிருந்தன. எப்படியும் இங்கு வர பத்து நிமிஷம் ஆகும். வேகமாக பஸ்ஸில் ஏறினான்.

''என்னாச்சு தினேஷ்?'' என்ற அசோக்கிடம் பதில் சொல்லாமல், ''ஜோதிய எழுப்பு.'' என்றான்.

''என்னாச்சுடா?'' என்றபடி அசோக் ஜோதியை தட்ட... அவள் சட்டென்று விழித்துக்கொண்டாள்.

''அவங்களுக்கு தெரிஞ்சிடுச்சு. அவங்கண்ணன் போலீசோட வந்து எல்லா வெஹிக்கிளையும் செக் பண்ணிட்டிருக் காங்க'' என்றவுடன் அசோக் மற்றும் ஜோதியின் முகம் வெளிறியது.

''இப்ப என்னடா பண்றது?''

''ஒண்ணும் பயப்படவேண்டாம். அவங்க இங்க வர எப்படியும் பத்து நிமிஷமாவும். நைஸா பஸ்ச விட்டு இறங்குவோம். அங்க பாரு... சைடுல ஒரே கருவக்காடா இருக்கு. அப்படியே அதுக்குள்ள பூந்து ஓடிடுவோம். ஒரு ரெண்டு, மூணு கிலோமீட்டர் முன்னாடி நடந்து போய், ஏதாச்சும் ஊருல வேற வண்டிய புடிச்சு ஏறிடுவோம்.'' என்ற தினேஷ் கண்டக்டரைப் பார்த்தான். அவர் தூங்கிக்கொண்டிருந்தார். டிரைவர், அந்தப் பக்கம் இறங்கி பீடி குடித்துக்கொண்டிருந்தார்.

தினேஷ் அசோக்கிடம், ''முதல்ல நீங்க ஒவ்வொருத்தரா இறங்கி, யாரு கண்ணுலயும் படாம அந்த புளிய மரத்துக்கு பின்னாடி ஒளிஞ்சுக்குங்க. நான் பின்னாடியே வர்றேன். இன்னக்கி அமாவாசை. இருட்டாதான் இருக்கு. அப்படியே அந்த பள்ளத்துல இறங்கிப் போயிடலாம். ஜோதி... நீ மொதல்ல போ...'' என்று கூற ஜோதி மெதுவாக இறங்கினாள். அடுத்து அசோக் இறங்கிச் சென்றான். பிறகு தினேஷ் இறங்கினான்.

முன்னால் பத்து வாகனங்களுக்கு முன்னால், அவர்கள் ஒரு பஸ்ஸில் ஏறிப் பார்த்துக்கொண்டிருந்தனர். தினேஷ் சந்தேகம் வராமல் மெதுவாக நடந்து சென்று, சட்டென்று புளிய மரத்திற்குப் பின்னால் மறைந்துகொண்டான். அங்கு அசோக்கும், ஜோதியும் நின்றுகொண்டிருந்தார்கள்.

அவர்கள் அடுத்து ஒரு வேனினுள் ஏற... இவர்கள் சட்டென்று மரத்துக்கருகில் சரிந்த பள்ளத்தில் இறங்கி, மேலே ஏறினர். திடீரென்று பின்னால் வந்த ஒரு லாரி வெளிச்சம் இவர்கள் மீது பட... தினேஷ், ''ஏய்... கீழ படுத்துக்குங்க.... சீக்கிரம்...'' என்று ரகசியமாக கத்த, சட்டென்று அனைவரும் கீழே படுத்துக்கொண்டனர். லாரி நின்று, வெளிச்சம் அணைந்தவுடன் எழுந்தனர். இரண்டடி நடந்து செல்வதற்குள், ஒரு கார் வெளிச்சம் இவர்கள் மேல் பட... மீண்டும் கீழே படுத்துக்கொண்டனர்.

''அசோக்கு... வரிசையா வண்டிங்க வரும். நடந்து போறது ரிஸ்க்கு. அங்க ஒரு கருவக்காடு தெரியுது பாரு... அங்க போற வரைக்கும் அப்படியே ஊர்ந்து, ஊர்ந்தே வாங்க...'' என்ற தினேஷ் குப்புறப் படுத்தபடியே நகர ஆரம்பித்தான். அசோக்கும், ஜோதியும் அவன் பின்னாலேயே வந்தனர்.

வழியெங்கும் கல்லும், முட்களும் உடம்பில் குத்தியது. கருவக்காட்டை முதலில் நெருங்கிய தினேஷ், அடர்த்தியாக வளர்ந்திருந்த கருவ மரங்களுக்கிடையே நுழைந்து அப்பாடா என்று அமர்ந்தான். சிறிது நேரத்திலேயே அசோக்கும், ஜோதியும் வந்து சேர.... நிம்மதி பெருமூச்சு விட்டான் தினேஷ். ஜோதிக்கு பயங்கரமாக மூச்சிறைத்தது.

இருட்டில் ஜோதியின் குரல் கேட்டது. ''அசோக்கு... முகத்துல முள்ளு குத்திடுச்சு. ரத்தம் வருதுன்னு நினைக்கிறேன்.'' என்று அழுகையுடன் கூற, தினேஷ் வேகமாக நெருப்புக் குச்சியை கிழித்துப் பார்த்தான். அவளது முகத்தில் ரத்தம் வழிந்துகொண்டிருந்தது. கண்களில் பீதி. அசோக் வேகமாக கர்ச்சீப்பால் ஜோதியின் முகத்தை துடைத்துவிட்டான்.

''ஒண்ணுமாவாது விடுங்க... ஒரு அஞ்சு நிமிஷம் உக்காந்துருந்துட்டு, இப்படியே நடந்து போலாம். இவங்க எப்படியும், இந்த இடத்துல மட்டும்தான் வண்டிய செக் பண்ணுவாங்க. நம்ம இவங்கள தாண்டிப் போய்ட்டோம்னா பயமில்ல. அதனால ஒரு ரெண்டு கிலோமீட்டர் தள்ளிப் போயி, மெயின் ரோட்டுக்கு போயி எதாச்சும் வண்டில ஏறிடலாம். என்ன ஜோதி... அப்படியே பண்ணிடலாமா?'' என்றான்.

''சரிண்ணன்...'' என்ற ஜோதியின் குரலில் அச்சம் தெரிந்தது.

அப்போது திடீரென்று அசோக்கின் மொபைல் ஃபோன் அடிக்க, அசோக் வேகமாக எடுத்துப் பார்த்தான். வீட்டிலிருந்து போன்.

''ஜோதி வீட்டுல விஷயம் தெரிஞ்சிரிச்சுல்ல... விசாரிச்சு உங்க வீட்டுக்கு வந்திருப்பாங்க. ஃபோன அட்டென்ட் பண்ணாத. ஸ்விட்ச் ஆஃப் பண்ணிடு.'' என்று தினேஷ் கூற, அசோக் லைனை கட் செய்து, ஸ்விட்ச் ஆஃப் செய்தான்.

''சரி... நடக்க ஆரம்பிக்கலாம்'' என்று தினேஷ் எழுந்து நடக்க, அசோக்கும், ஜோதியும் அவனைப் பின்தொடர்ந்தனர். சிறிது தூரம் சென்றவுடன், தினேஷின் ஃபோனும் அடிக்க, தினேஷ் ஆச்சர்யத்துடன் போனை எடுத்து பார்த்தான். அவனுடைய வீட்டிலிருந்துதான் செய்கிறார்கள்.

''மாப்ள... எங்க வீடு வரைக்கும் வந்துட்டானுங்கடா...'' என்ற தினேஷ், போனை கட் செய்துவிட்டு, ஸ்விட்ச் ஆஃப் செய்தான்.

''ஜோதி... நீ மொபைல எடுத்துட்டு வந்தியா?''

''இல்லண்ணன். வீட்டுலயே வச்சுட்டு வந்துட்டேன்.''

''நல்ல காரியம் பண்ணின...'' என்ற தினேஷின் பேச்சில் குறுக்கிட்ட அசோக், ''என்னடா... இப்படி ஆயிடுச்சு?'' என்றான்.

''என்னாச்சு?''

''நீ எங்கள அனுப்பி வச்சுட்டு, விடியறதுக்குள்ள ஊருக்குப் போயி, ஒண்ணும் தெரியாத மாதிரி இருந்துக்கலாம்னு பாத்த...''

''ஆமாம்... இப்ப எங்க வீட்டுல ஆஸ்பத்திரிக்கு போயிருப்பன்னு சொல்லியிருப்பாங்க. அங்க போனா நான் இருக்கமாட்டேன். அதுலயே தெரிஞ்சிடும், நானும் உங்கூடப் போயிருப்பேன்னு...''

''அதான்டா... தெரிஞ்சு போச்சுன்னா, அதுக்கு பிறகு அந்த ஊர்ல டுடோரியல்லாம் நடத்தமுடியுமா?''

''அதான் நானும் யோசிச்சுகிட்டிருக்கேன். சரி விடு... ஏற்கனவே டுடோரியல் கொஞ்சம், கொஞ்சமா டவுனாதான் போயிட்டிருக்கு. முதல்ல பிரசாத் போனான். அப்புறம் ஜெய் போனான். இதுக்கே சரியான மாத்தாளு கிடைக்காம தள்ளாடிட்டிருக்கு. இப்ப நீயும் போற... அப்புறம் என்ன? நான் மட்டும் தனியா பெருசா ஒண்ணும் நடத்திடமுடியாது. சரியான ட்யூட்டர் கிடைக்காம என்ன பண்ண முடியும்? ஏதோ நொண்டியடிச்சு ஒரு ஆறு மாசம் ஓட்டுவேன். இப்ப கொஞ்சம் முன்னாடியே முடியப் போவுது. அவ்வளவுதானே... விடு...''

''ஸாரிடா... என்னாலதான்.''

''முழுசா உன்னாலதான்னு சொல்லமுடியாது. ஏற்கனவே ரெண்டு பேரு போனதுலருந்தே நிலைமை சரியில்லதானே?''

''இருந்தாலும் கடைசியா என்னாலதான்னு நினைக்கறப்ப...''

''இங்க பாரு அசோக்கு. லவ் பண்ணியாச்சு. அவ்வளவு பெரிய இடத்துப் பொண்ணு உன் கூட வாழணும்னு தில்லா கிளம்பி வந்திருக்கு. நம்ம பிரசாத் மேட்டர்ல எல்லாம் பாத்தோம்ல? அவன் ஆளு வீட்டுல மாட்டினவுடனே, அம்மா அழுதுச்சு... ஆட்டுக்குட்டி அழுதுச்சுன்னு டாட்டா காட்டிட்டு போயிடுச்சு. இது ஏதோ இந்த மட்டும் வந்துருக்கேன்னு சந்தோஷப்படு. டுடோரியல விடு... பாத்துக்கலாம். பொழைக்க வேற வழியா இல்ல...''

பேசிக்கொண்டே வந்ததில் நடந்த களைப்புத் தெரியவில்லை. போலீஸ் ஜீப் வண்டிகளை நிறுத்தியிருந்த இடத்தையெல்லாம் தாண்டி நெடுந்தூரம் வந்தபிறகு, மெயின் ரோட்டிற்கு வந்தனர். சிறிது நேரத்திலேயே தஞ்சாவூர் செல்லும் பஸ் வர, வண்டியை நிறுத்தி ஏறிக்கொண்டனர்.

11

தஞ்சாவூர், பழைய பஸ்ஸ்டாண்ட் சென்று இறங்கியபோது, மணி நான்கரை. லேசாக விடிய ஆரம்பித்திருந்தது. முதல் பஸ்களில் ஊதுபத்தியை கொளுத்தி வைத்து, பக்திப் பாடலை ஒலிக்கவிட்டனர். பிளாட்பார்ம்களில் செய்தித்தாள்களை பிரித்து அடுக்கிக்கொண்டிருந்தனர். மூன்று டீக்கு சொல்லிவிட்டு தினேஷ் தனது நண்பன், அருணுக்கு போன் செய்தான். விஷயத்தைக் கூறினான். அடுத்த பதினைந்தாவது நிமிடத்தில் பைக்கில் வந்து இறங்கினான் அருண்.

பைக்கிலிருந்து இறங்கியவுடனேயே அருண், ''இங்க பாரு... விடிஞ்சிட்டிருக்கு. அவ்ளோ தூரம் வந்தவனுங்க, இங்க ஆளனுப்ப ரொம்ப நேரம் ஆவாது. எதா இருந்தாலும் சீக்கிரம் முடிக்கணும்'' என்றான்.

''முதல்ல இவங்க கல்யாணத்த முடிக்கணும். பொண்ணுக்கு இன்னும் பதினெட்டு வயசாவல. சும்மா ஒரு கோயில்ல தாலி கட்டினா கூட சரி... முடிச்சுட்டு, இவங்க நாகப்பட்டினம் இல்ல... காரைக்கால் அந்த மாதிரி போயிடட்டும். அங்கல்லாம் போய் தேடறதுக்கு சான்ஸ் கம்மி. போய் ஒரு வாரம் குடும்பம் நடத்திட்டு வரட்டும். அப்புறம் என்ன பண்றதுன்னு பாக்கலாம்.''

''சரி... எனக்கு அம்மன் கோயில் பூசாரி ஒருத்தரத் தெரியும். அவரு கோயில்ல கல்யாணத்த முடிச்சுக்கலாமா?

''ஏதோ ஒரு கோயில். முதல்ல சீக்கிரம் கல்யாணத்த முடிச்சுட்டு, இவங்கள வெளியூர் அனுப்பி வைக்கணும்.''

''சரி... வாங்க. ரயிலடிகிட்ட ஒரு லாட்ஜ்ல ரூம் சொல்லிட்டு வந்துருக்கேன். அங்கருந்து அந்த கோயில் பக்கம்தான். போய் குளிச்சு, முடிச்சுட்டு கல்யாணத்த முடிச்சுடலாம்'' என்றவன், ''ஆட்டோ...'' என்று கைத் தட்டினான்.

அந்த சிறிய அம்மன் கோயிலில், கெட்டிமேளச் சத்தம் கேட்காமல், பெற்றோர் கண்கலங்காமல், யாரும் அட்சதை தூவாமல் மௌனமாக அசோக், ஜோதியின் கழுத்தில் தாலி கட்டியபோது தினேஷ் பதட்டத்துடன் சாலையைப் பார்த்துக்கொண்டிருந்தான். தாலி கட்டியவுடன் அசோக்கும், ஜோதியும் தினேஷின் காலில் விழ... தினேஷ், ''டேய்... என் கால்ல போய் விழுந்துகிட்டு... எழுந்திருடா... நல்லா இருங்க'' என்று அவர்களை எழுப்பி விட்டான்.

மீண்டும் பஸ் ஸ்டாண்டை அடைந்து, நாகப்பட்டினம் பஸ்ஸில் அவர்களை ஏற்றி அமர வைத்தவுடன்தான், தினேஷ் மூச்சு விட்டான். மொபைலை எடுத்து ஆன் செய்தான். ஆன் செய்தவுடனேயே ஃபோன்

அடித்தது. டுடோரியலுக்கு கீழ் டீக்கடை வைத்திருக்கும் பையன். பச்சையை அழுத்தி, ''என்ன நடராஜு?'' என்றான்.

''அண்ணன்... என்ன பிரச்னண்ணன்? நாலஞ்சு தடியனுங்க வந்து நீங்க எங்கன்னு கேட்டாங்க. தெரியாதுன்னேன். டுடோரியல் கதவ உடைச்சு, உள்ள பூந்து, டேபிள், சேர எல்லாம் அடிச்சு துவம்சம் பண்ணிட்டு போயிட்டாங்கண்ணன். என்ன பிரச்னண்ணன்? ஏதோ ஜோதின்னாங்க.''

''அதெல்லாம் நான் வந்து சொல்றன். உனக்கு ஒண்ணுமில்லயே?''

''என்ன ஒண்ணும் பண்ணலண்ணன்.''

''சரி... நீ முடிஞ்சா கதவ ரிப்பேர் பண்ணி, ஒரு பூட்டு வாங்கிப் போடு. வந்து பேசிக்கலாம்'' என்று ஃபோனை வைத்தான்.

''என்னாச்சுடா?'' என்ற அசோக்கிடம், ''அதெல்லாம் அப்புறம் சொல்றேன். இப்ப நீங்க நல்லபடியா போய் சேரவேண்டியதுதான் முக்கியம்'' என்றான் தினேஷ்.

''என்னால உனக்கு ரொம்ப கஷ்டம் மாப்ள... தேங்க்ஸ்டா...'' என்றான் அசோக்.

''தேங்ஸெல்லாம் விடு. இங்க பாரு... நாகப்பட்டினம் கூட வேண்டாம். பக்கத்துல வேளாங்கண்ணி, நாகூரு, காரைக்கால் அந்த மாதிரி எதாச்சும் ஊர்ல வேணும்னாலும் போய் இருந்துக்க. என்ன புரியுதா?'' என்றவன் ஜோதியின் கலங்கிய கண்களைப் பார்த்துவிட்டு, ''பயப்படாதம்மா... எல்லாம் சரியாயிடும். திருட்டு கல்யாணம் பண்ணிகிட்டாங்கன்னு, மாப்ளய ரோட்டுல விட்டு அடிச்சவன்ங்க எல்லாம், இன்னக்கி மாமன், மச்சான்னு தோள்ல கைய போட்டுட்டு திரியறானுங்க. இந்த மாதிரி எத்தனைப் பேரப் பாத்திருக்கோம். எல்லாம் சரியாப் போயிடும். கவலப்படாத'' என்று ஆறுதல் கூறினான். ஊருக்கு செல்வதற்கு மட்டும் பணத்தை வைத்துக்கொண்டு, மீதிப் பணத்தையெல்லாம் எடுத்து அசோக்கிடம் கொடுத்தான்.

''டேய்... எங்கிட்ட இருக்குடா...''

''பரவால்ல வச்சுக்க. அப்புறம் இந்தா... இது என் ஏடிஎம் கார்டு. வச்சுக்க. அதுல ஒரு ஐயாயிரம் ரூபாய் இருக்கு. அப்புறம் பணம் ஏதும் தேவைப்பட்டாலும் போன் பண்ணு, நான் அக்கௌன்ட்ல பணம் போடுறேன். இது என் பின் நம்பர்...'' என்று பின் நம்பரை ஒரு காகிதத்தில் எழுதி நீட்டினான்.

''இப்ப நீ என்னடா பண்ணப் போற?'' என்றான் அசோக்.

''நான் ஊருக்குப் போனாலும், என்னைய பிடிச்சு விசாரிப்பாங்க. என்ன பண்றதுன்னு தெரியல. நானும், அருணும் பேசி எதாச்சும்

ஒரு முடிவெடுக்கணும். பேசிட்டு, அப்புறம் நான் உனக்கு ஃபோன் பண்றேன். பெரும்பாலும் நான் மாட்டிக்கமாட்டேன். அப்படியே மாட்டினாலும், என் உயிரேப் போனாலும் நீங்க எங்க இருக்கீங்கன்னு சொல்லமாட்டேன்.''

''பாத்து பத்திரமா இருடா...''

''என்னப் பத்தி கவலப்படாத. நீ ஜோதிய நல்லா பாத்துக்க'' என்று தினேஷ் கூறிக்கொண்டிருக்கும்போதே டிரைவர் ஏறி அமர்ந்து ஹாரன் அடிக்க, தினேஷின் முகம் மலாந்தது. ''இனிமே ஒண்ணும் பிரச்னையில்ல மச்சான். பாத்து கேர்ஃபுல்லா இருந்துக்குங்க'' என்று பஸ்ஸிலிருந்து இறங்குவதற்காக நகர்ந்த தினேஷ் அதிர்ந்தான். ''நிறுத்துடா வண்டிய...'' என்று கத்தியபடி, ஒரு கோஷ்டி பஸ்ஸில் ஏறியது. நடுவே இவர்களை முறைத்தபடி நின்றுகொண்டிருந்தான் ஜோதியின் அண்ணன்.

ஒரு வினாடி அதிர்ந்த தினேஷ் உடனே சுதாரித்துக்கொண்டு, ''டேய் இறங்குடா... ஜோதி அண்ணன்...'' என்று கத்தினான். சட்டென்று, ஜோதியின் கையைப் பிடித்து இழுத்துக்கொண்டு பின் வாசல் வழியாக இறங்கினான். பின்னாலேயே அசோக்கும் இறங்க... மூவரும் திடுதிடுவென்று ஓடினர். திருச்சி செல்லும் பஸ்ஸில் சிக்கப் பார்த்து மயிரிழையில் தப்பித்தார்கள். கிரிச்சென்று பிரேக் போட்டு டிரைவர் கத்தினான். தினேஷ் ஒரு பெரியவர் மேல் மோதிய மோதலில், அவர் இரண்டடி தள்ளி கீழே விழுந்தார். ஒருவன் சந்தர்ப்பம் தெரியாமல், ''என்ன சார்... எதாச்சும் ஷூட்டிங்கா?'' என்று கேட்க, அவனைத் தள்ளிவிட்டுவிட்டு ஓடினான் அசோக்.

இவர்கள் வேகத்திற்கு ஓட முடியாமல் ஜோதி தடுமாறினாள். பின்னாலேயே ஓடிவந்தவர்கள் எழுப்பிய சத்தத்தில் இவர்களுக்கு குலை நடுங்கியது. ஜோதியின் அண்ணன், ''ஓடுகாலி நாயே...'' என்று கத்தியபடி செருப்பை வீசி எறிந்தான். செருப்பு சரியாக ஜோதியின் காலில் சிக்கி அவள் கீழே விழுந்தாள். தினேஷும், அசோக்கும் அவளை எழுப்புவதற்குள் வேகமாக சுற்றி வளைத்தனர். நிமிரக்கூட அவகாசம் தராமல் மாற்றி, மாற்றி உதைத்தனர். எல்லாம் முடிந்துபோனதை உணர்ந்துகொண்டு, மேற்கொண்டு எந்த முயற்சியும் செய்யாமல் மௌனமாக அடியை வாங்கிக்கொண்டார்கள். பஸ்ஸ்டாண்ட் கூட்டம் திகைத்துப் போய் வேடிக்கைப் பார்த்தது.

12

பிறகு சம்பவங்கள் வேகமாக நடந்தன. அருணை நான்கு அடி போட்டு தஞ்சாவூரோடு விட்டுவிட்டார்கள். இவர்களை ஊருக்கு அழைத்து வந்தனர். போலீஸ் ஸ்டேசனில், ஜோதி குடும்பம், அசோக் குடும்பம், தினேஷ் குடும்பம்... என்று எல்லோரும்

ஆஜராகியிருந்தார்கள்.

இவர்கள் காவல் நிலையத்தில் நுழைந்தபோது, இழவு வீட்டில் புதிதாக நுழைபவரைப் பார்த்து சகலரும் திடீரென்று உரத்த சத்தமெழுப்பி அழுவது போல், அனைவரும் அழுது தீர்த்தனர். மூவரையும், மூன்று குடும்பத்தினரும் ஆளாளுக்கு அடித்தார்கள். அசோக்கையும், தினேஷையும் போலீசார் பிரித்தெடுத்து லாக்கப்பில் போட்டு சிறப்பாக கவனித்தனர்.

''ஏங்கடா... ட்யூஷன் நடத்துறன்னு சொல்லிகிட்டு, பொம்பள புள்ளைங்கள கரெக்ட் பண்றீங்களா?'' என்று சப் இன்ஸ்பெக்டர் அசோக்கின் கன்னத்தில் ஓங்கி அறைய.... அவன் வாயிலிருந்து ரத்தம் வழிந்தது.

''ஏன்டா... நாங்க இத்தனை வருஷம் உயிரக் கொடுத்து வளப்போம். நாலு எழுத்து படிக்கட்டும்னு, பொம்பள புள்ளங்கள படிக்க அனுப்புனா... நீங்க ஆறு மாசத்துல நோவாம லவட்டிட்டு போயிடுவீங்க. பரதேசி நாய்ங்களா?'' என்று மாற்றி, மாற்றி அடி பின்னி எடுத்தனர்.

தினேஷின் அப்பாவுக்கும் ஊரில் ஓரளவு செல்வாக்கு இருந்ததால், அவர் ஆளும்கட்சி முன்னால் எம்எல்ஏவை அழைத்துக்கொண்டு காவல் நிலையத்திற்கு வந்தார். இரண்டு மணி நேரம் தீவிரமான விவாதங்கள் நடந்தது.

அசோக்கின் அப்பா தாலுகா அலுவலகத்தில் வேலை பார்ப்பதால், அவர் யாரையோ பிடித்து பேசினார். அரை மணி நேரத்தில் கலெக்டரின் பிஏவும், டிஆர்ஓவும் அங்கு வந்து சேர்ந்தனர். அனைவரும் கலந்து பேசினர். அசோக், ''எங்களை நீதிமன்றத்தில் ஆஜர்படுத்துங்கள். நாங்கள் நீதிபதியிடம் பேசிக்கொள்கிறோம்'' என்று கூறியதற்கு அசோக்கின் அப்பாவே அவனை அடித்துவிட்டார்.

மீண்டும் பேச்சுவார்த்தைகள். அசோக்கும், ஜோதியும் நாங்கள் பிரியமாட்டோம் என்று உறுதியாக நின்றனர். பிறகு ஜோதியின் அம்மாப்பா, அவளை இன்னொரு அறைக்கு அழைத்துச் சென்று ஏறத்தாழ ஒரு மணி நேரம் பேசிக்கொண்டிருந்தார்கள். தினேஷும், அசோக்கும் அவள் வந்து என்ன சொல்வாளோ என்று பயத்துடன் பார்த்துக்கொண்டிருந்தனர்.

என்ன சொன்னார்களோ? ஒரு மணி நேரம் கழித்து வந்த ஜோதி ஒரு வார்த்தைக் கூட பேசாமல் குமுறி, குமுறி அழுதபடி அவளது தாலியைக் கழற்ற முயற்சித்தாள்.

அசோக், ''அய்யோ ஜோதி... அவங்க சொல்றதுக்கெல்லாம் நீ பயப்படாத. நீ கழட்டாத...'' என்று கத்த கத்த தாலியை கழட்டி அசோக்கிடம் நீட்டினாள்.

அசோக் அழுதபடி தாலியை வாங்கிக்கொள்ளாமல் இருக்க, இன்ஸ்பெக்டர் அவன் முதுகில் எட்டி உதைத்து, ''வாங்குடா... அதது நாளு நட்சத்திரம் பாத்து, பெரியவங்க பண்ணி வச்சதுங்களே அத்துகிட்டு போயிடுதுங்க. வாங்குடா...'' என்று கூற அப்போதும் அசோக் தாலியை வாங்கிக் கொள்ளவில்லை.

ஜோதியின் அப்பா அவளிடமிருந்து தாலியை பிடுங்கி அசோக்கை நோக்கி விட்டெறிந்தார். பிறகு இன்ஸ்பெக்டரை நோக்கி, ''மைனர் பொண்ண கடத்தினான்னு ஈஸியா இவனுங்கள உள்ளயே வைக்கமுடியும். கோர்ட்டு, கேசுன்னு போயிட்டா என் பொண்ணு மானமும் போகுமேன்னுதான் கேச வாபஸ் வாங்குறேன். திருப்பி என் பொண்ணுகிட்ட ஏதும் வச்சுகிட்டான்... அப்புறம் அவன் உசுருக்கு நான் பொறுப்புல்ல...'' என்று கூறிவிட்டு வேகமாக திரும்பி நடந்தார்.

அசோக், ''ஜோதி... ஜோதி... போவாத... போவாத...'' என்று கத்த, கத்த அழுதபடி வெளியேறினாள் ஜோதி.

''டேய்... போறாடா... போறாடா... போகவேணாம்னு சொல்லுடா... இவ்ளோ கஷ்டப்பட்டு கல்யாணம் பண்ணி வச்சியே... சொல்லுடா...'' என்று தாலியை கையில் வைத்துக்கொண்டு அழுத அசோக்கை, தினேஷ் கட்டிப்பிடித்துக்கொண்டான்.

நிறைய பேப்பர்களில் கையெழுத்து வாங்கிக்கொண்டு போலீஸ் இவர்களை அனுப்பி வைத்தனர். அசோக் அழுதழுது ஓய்ந்து மௌனமாக இருந்தான். அசோக்கின் பெற்றோர், அவனை ஆட்டோவில் ஏற்றி அழைத்துச் சென்றனர்.

தினேஷ் வீட்டுக்கு வரும் வழியில் தனது டுடோரியலைப் பார்த்தான். வாசல் போர்டு அடித்து உடைக்கப்பட்டிருந்தது. டுடோரியலைச் சென்று பார்க்க மனது வராமல் நேராக வீட்டிற்கு சென்றான். வீட்டில் இனிமேல் அசோக்கை பார்க்கக்கூடாது என்று சொல்லிவிட்டார்கள்.

ஒரே வாரத்தில், ஜோதிக்கும், அவள் மாமா பையனுக்கும் திருமணம் செய்து வைத்தார்கள். விஷயம் கேள்விப்பட்டு, அசோக் ஆசிட் குடித்து, தற்கொலைக்கு முயற்சித்தான். சரியான நேரத்தில் மருத்துவமனையில் சேர்த்து உயிரைக் காப்பாற்றிவிட்டார்கள். இருப்பினும் ஆசிடை குடித்துவிட்டதால், உள்ளுறுப்புகள் எல்லாம் வெந்து போய், ஏராளமான வலியும், அவதியுமாக தொடர் சிகிச்சையில் இருந்தான்.

அசோக்கை மருத்துவமனையில் பார்த்துவிட்டு வரும் வழியில், டுடோரியலைப் பார்த்தவுடன் பைக்கை நிறுத்தினான் தினேஷ். போர்டிலிருந்த கண்ணாடியை, அவர்கள் அடித்து

நொறுக்கியிருந்தார்கள். டுடோரியலின் முன்புறம் பெருக்கப்படாமல், பக்கத்து டீக்கடை இலைகள் எல்லாம் அங்கு கிடந்தன. நான்கைந்து நாய்கள் படுத்துக்கொண்டு, இலைகளை நக்கிக்கொண்டிருந்தன. அவ்வளவுதான். இனி இது மீண்டும் திறக்கப்படுவதற்கான வாய்ப்பே இல்லை. அப்படியே திறந்தாலும், ஊரில் இவர்கள் பெயர் நாறியிருந்ததால், யாரும் பிள்ளைகளை அனுப்பமாட்டார்கள்.

அந்த டுடோரியல் வராண்டாவில் நான்கு பேரும் உற்சாகமாக பேசிக்கொண்டிருந்ததும், இவர்கள் ஆர்வத்துடன் வகுப்பெடுத்த காட்சிகளும், எதற்கோ தினேஷ் விழுந்து, விழுந்து சிரித்தபடி அசோக்கின் மேல் விழுந்ததும், பிரசாத், ஜெய்யை விளையாட்டாக துரத்தி அடித்த காட்சிகளும் மனத்திரையில் ஓட... அவன் அறியாமலேயே தினேஷின் கண்களிலிருந்து நீர் வழிந்தது. கண்களைத் துடைத்துக்கொண்டு பைக்கை ஸ்டார்ட் செய்தான்.

சற்று தூரம் வந்தபிறகு, திரும்பி பார்த்தான். டுடோரியல் காலேஜ் போர்டு, இவர்களுடைய வீழ்ந்து போன வாழ்க்கைக்கு அடையாளம் போல், சரிந்து, தொங்கிக்கொண்டிருந்தது..

ஆதலினால்...

– குங்குமச் சிமிழ்–2011

•••

ஒரு தற்கொலை: சில குறிப்புகள்

1

ஒரு கதையை, அடுத்த பத்தியிலேயே ஒரு தற்கொலையுடன் அபசகுனமாக ஆரம்பிக்கப்போவதை நினைக்கும்போது வருத்தமாகத்தான் உள்ளது. ஆனாலும் வேறு வழியில்லை. நவீன காலத்தின் அதி அவசர வாசகர்களின் மாறிவிட்ட ரசனைகளை கருத்தில் கொண்டு, எடுத்தவுடனேயே இந்த மரணத் தகவலைச் சொல்லவேண்டியிருக்கிறது.

ஸ்வேதா அந்த ஜன்னல் கண்ணாடியை உடைத்துப் பார்த்தபோது, அருண் ஃபேனுக்கு கீழ், தூக்கில் பிணமாகத் தொங்கிக்கொண்டிருந்தான்.

பத்து நாட்களுக்குப் பிறகு, ஒரு அதிகாலை நேரம். சென்னை. ஆழ்ந்த உறக்கத்திலிருந்த நந்தா முகத்தில் புன்னகையுடன் கனவு கண்டுகொண்டிருந்தான்.

பாவாடை, தாவணி அணிந்திருந்த நயன்தாரா, "எனக்கு மருதாணி வச்சுவிடு மாமா..." என்று நந்தாவின் கையைப் பிடித்து இழுத்துக்கொண்டிருக்க, அருகில் நீச்சல் உடையில் இருந்த த்ரிஷா, "எனக்கு நீச்சலடிக்க கத்து தா மாமா..." என்று மற்றொரு கையைப் பிடித்து இழுக்க... தப்பித்து ஓடிய நந்தா வேகமாக சுவரேறி குதித்து, பொத்தென்று சுகமாக விழுந்தது சினேகாவின் மடியில். சட்டென்று

அங்கு தோன்றிய நமீதா, ''அவன் விழற இடத்துல நீ ஏன்டி உக்காந்திருக்க... தள்ளுடி...'' என்று சினேகாவைத் தள்ளிவிட்டு, ''நீ மறுபடியும் சுவரேறி குதி...'' என்று கூற, நந்தா மீண்டும் சுவரேறி நமீதாவின் மீது மெத்தென்று விழுந்தபோது.... கட்டிலில் இருந்து பொத்தென்று கீழே விழுந்த நந்தாவை, தமிழ் கூறும் நல்லுலகம் நன்கறியும்.

தமிழ்நாட்டில் பிரபலமான க்யூ டி.வி.யில் நீங்கள் நந்தாவைப் பார்த்திருப்பீர்கள். மாநிறம்தான் என்றாலும் நல்ல களையான முகம். சிகரெட் பிடித்தும் கறுக்காத உதடுகள். அவனுடைய அழகான சிரிப்பை வர்ணித்து, ஒரு நாளைக்கு சராசரியாக பத்து கடிதங்கள் வரும்.

''சந்தித்தோம்'' என்ற நிகழ்ச்சியில், மிகவும் கஷ்டப்பட்டு கழுத்துக்கு கீழ் பார்க்காமல் நடிகைகளை பேட்டி எடுப்பான். ஞாயிற்றுக்கிழமை இரவுகளில், ''கேள்விக்கென்ன பதில்'' நிகழ்ச்சியில், செக்யூலரிசம்... மாற்று கருத்து... போன்ற வார்த்தைகளை அடிக்கடி உபயோகித்து, அரசியல் தலைவர்களை கேள்விகளால் திணறடிப்பான். ஆனாலும் நந்தா மிகவும் பிரபலமானது, ஆறு மாதங்களுக்கு முன் ஆரம்பித்த ''உளவுத்துறை'' நிகழ்ச்சி மூலம்தான்.

''உளவுத்துறை'' என்பது, மாநிலத்தில் மிகவும் பரபரப்பாக பேசப்படும் குற்ற வழக்குகளை ஆராயும் நிகழ்ச்சி. ஒரு கொலைவழக்கை ஆராய்ந்தபோது கிடைத்த தடயங்களைக் கொண்டு, உண்மையான குற்றவாளியை நந்தாவே கண்டுபிடித்து டிவியில் ஒளிபரப்ப... சட்டென்று தமிழ்நாட்டில் எல்லோருக்கும் நந்தாவைத் தெரிந்துவிட்டது. அனைத்து பத்திரிகைகளும் நந்தாவைப் பற்றி என்று எழுதித் தீர்த்தன. போலீஸ் கமிஷனர் நேரில் அழைத்துப் பாராட்டினார். இரண்டே வாரத்தில் 'உளவுத்துறை'' டி.ஆர்.பி. ரேட்டிங்கில், கன்னாபின்னாவென்று எகிறி முதலிடத்திற்கு வந்தது.

இப்படியாக தமிழகமெங்கும் பிரபலமான நந்தாவிற்கு வயது 28. பிரம்மச்சாரி. பெற்றோர் தஞ்சாவூரில். இவன் சென்னையில், மயிலாப்பூரில், ஒரு வீட்டின் மொட்டைமாடியில் அறை எடுத்து தங்கியுள்ளான்.

கீழே விழுந்து அடிபட்டத் தலையைத் தடவியபடியே நந்தா எழுந்தபோது, காலிங் பெல் அடித்தது. அவிழ்ந்திருந்த கைலியைக் கட்டியபடி கதவைத் திறந்த நந்தா, உடனே தலையில் கை வைத்து, ''மைகாட்'' என்றான். வெளியே அவன் காதலி யாத்ரா, இடுப்பில் கைவைத்துக்கொண்டு, அவனை ஆவேசத்துடன் முறைத்துக்கொண்டிருந்தாள்.

''ஸாரி யாத்ரா... சுத்தமா மறந்தே போய்ட்டேன்.''

''நேத்து ஈவ்னிங் என்ன சொன்ன?'' என்ற ஆத்திரத்துடன் கேட்ட யாத்ரா மெரூன் நிறத்தில் சுடிதார் அணிந்திருந்தாள். துப்பட்டா எந்த

காரியத்துக்காக அறிமுகப்படுத்தப்பட்டதோ, அது அந்த காரியத்தை கச்சிதமாக செய்துகொண்டிருந்தது. இருந்தாலும் அவளது வாளிப்புக்கு அந்த துப்பட்டா போதவில்லை. சிவப்பான அவளது முகம், செம்மண் தரையில் ஆரத்தியை கொட்டினாற் போல், கோபத்தில் மேலும் சிவந்திருந்தது. அகன்ற கண்கள். அளவான உதடுகள். நந்தா பணிபுரியும் சேனலிலேயே, டெலிஃபோனில் ஜொள்ளு விடும் பையன்களுடன் உரையாடி, பாடல்களை ஒளிபரப்பும் காம்ப்பியர்.

''யாத்ரா... ஒரு கதையோட ஹீரோயின்... இப்படித்தான் முத சீன்லயே, கவர்மென்ட் ஆஸ்பத்திரி நர்ஸ் மாதிரி சிடுசிடுன்னு அறிமுகமாகணுமா? மார்லருந்து துப்பட்டா விலகியிருக்க, குப்புறப் படுத்து புக்கு படிச்சுகிட்டே நீ அறிமுகமானா எவ்வளவு க்ளாமரா இருந்துருக்கும்?''

''நீ பேச்ச மாத்தாத. நேத்து என்ன சொன்ன?''

''காலைல ஆறு மணிக்கு, உன்னை அழைச்சுட்டுப் போய் ஸ்கூட்டி ஓட்ட கத்துத் தர்றன்னு சொன்னன். ஆனா எடிட்டிங் முடிச்சுட்டு, நான் வீட்டுக்கு வந்தப்ப மணி என்னத் தெரியுமா? ரெண்டு. அதான் கொஞ்சம் அசந்து தூங்கிட்டேன். ஸாரி... ஸாரி;... இப்ப கிளம்பிடலாம்.''

''ஒண்ணும் வேணாம்... நான் மட்டும் ஒரு வார்த்த சொன்னன்னா, என் தெருவுல நான் முந்தி, நீ முந்தின்னு எத்தனைப் பேரு வருவானுங்க தெரியுமா?''

''இப்படி அழகா, கொஞ்சம் தளதளன்னு இருந்தா ஏன் வரமாட்டானுங்க... பொறுக்கிப் பசங்க...''

''எல்லாரையும் உன்ன மாதிரி நினைச்சுக்காத நந்தா. எங்க ஹாஸ்டலுக்கு பக்கத்து வீட்டுல ஒரு பையன் இருக்கான். அவனதான் அழைச்சுட்டு போலாம்னு நினைச்சேன். அவன் என்னை அக்கா, அக்கான்னுதான் கூப்பிடுவான்.''

''அய்யோ... அவனல்லாம் நம்பாத யாத்ரா. இந்த காலத்து பக்கத்து வீட்டு பசங்கள்லாம் அக்கா, அக்கான்னு கூப்டுகிட்டே சொக்காய கழட்டிடுவானுங்க...''

''அசிங்கமா பேசாத நந்தா. இப்ப என்ன... நீ வர்றியா? இல்லையா? இப்பவே மணி ஆறேகாலாயிடுச்சு.''

''வராம... உனக்கு ஸ்கூட்டி ஓட்ட கத்து தர்றப்ப, என்னல்லாம் நடக்குற மாதிரி கனவு கண்டுருக்கேன். வராம இருப்பனா?''

''உன் கனவுல நடிகைங்கதானே வருவாங்க...''

''அது விடிகாலைல. இது ராத்திரி படுத்தவுடனேயே கண்டேன். உனக்கு நான் ஸ்கூட்டி ஓட்ட கத்து தர்றப்ப, வண்டியோட கீழ விழுந்துடுற. நான் அப்படியே உன் இடுப்ப இறுக்க புடிச்சுகிட்டே

கீழே விழறோம். நீ அப்படியே க்ளோஸப்ல என்னைப் பாத்து ஒரு ஃபீலிங்ல தவிக்கிற.... உன் கண்ணெல்லாம் ஒரு மாதிரி, ராவா ரம் அடிச்ச மாதிரி ஆயிடுது. ரொம்ப வலிக்குதான்னு கேக்குறன். நீ ஆமாங்குற. நான் எங்கங்கறேன். நீ இங்கன்னு என் கையை எடுத்து உன்.........'' என்ற நந்தாவின் வாயைப் பொத்திய யாத்ரா, ''இனிமே ஒரு வார்த்த சொன்ன... பேசறதுக்கு நாக்கு இருக்காது'' என்று எச்சரித்தாள்.

''அட முழுசாக் கேளு யாத்ரா. நீ இங்கன்னு சொல்லி, உன் காலு சுண்டு விரல காமிக்கிற... கனவுல கூட நீ எவ்ளோ கற்போட இருக்கத் தெரியுமா? மேற்கொண்டு எதுவும் நடக்குறதுக்குள்ள கனவு கலைஞ்சிடுச்சு.''

''ஆனா அந்த கனவோட தொடர்ச்சி என் கனவுல வந்துச்சு.''

''இங்க பாருடா... நமக்குள்ள என்னா ஒரு லவ்வு பாத்தியா? அப்புறம் என்னாச்சு கனவு?''

''அப்புறம் வண்டிய நிமித்திட்டு எழுந்திரிக்கிறோம். பக்கத்துல இருக்குற புதர்ச் செடிக்குப் பின்னால நான் உன்ன அழைச்சுட்டுப் போறேன்...''

''ஓபன் ஏர்லயேவா? ஆனாலும் நீ ரொம்ப மோசம் யாத்ரா. முத தடவையே செடிக்கு பின்னால போய் மறைஞ்சுகிட்டு... வேண்டாம் யாத்ரா. எனக்கு வெக்கமா இருக்கு.''

''மிச்சத்தையும் கேளேன். உனக்கு இதைவிட பயங்கர வெட்கமா இருக்கும். செடிக்கு பின்னால போனவுடனே, உன்ன முள்ளு செடில தள்ளிவிட்டு, செருப்பை எடுத்து அடி பின்னி எடுக்கறேன் பாரு... என்னா ஒரு அடிங்கற... யப்பா.... கனவுல அடிச்சதுக்கே எனக்கு இன்னும் கை வலிக்குது...''

''எந்தக் கை?''

''இந்தக் கை...'' என்று யாத்ரா தனது வலது கையை நீட்ட அதை மெதுவாக தடவிவிட்டபடி நந்தா, அவளை சுவரில் சாய்க்க, ''ஏய்... விடுரா...'' என்றாள் யாத்ரா பலவீனமாக.

அப்படியே அவள் மீது சாய்ந்த நந்தா, ''அடிக்கடி அணைச்சுகிட்டா, அன்பு அதிகரிக்கும்னு சொல்வாங்க.'' என்றான்.

''அதுக்கு...''

''நம்மளும் அணைச்சி, அன்ப வளர்க்கலாம்...'' என்ற நந்தா யாத்ராவை இறுக்கமாக அணைக்க, ''பயங்கர கேடிடா நீ...'' என்றாள் யாத்ரா கிறக்கமாக.

''இப்படி மெதுவாக கட்டிப்புடிச்சா, அன்பு வீக்காதான் இருக்கும். நல்லா இறுக்கமா கட்டிப்புடி. அப்பதான் ஏகப்பட்ட அன்பு வரும்...''

என்று மேலும் நந்தா அவளை இறுக்கமாக அணைக்க, ''இன்னக்கி இவ்வளவு அன்பு போதும்... போய் கிளம்பு...'' என்று அவனைத் தள்ளிவிட்டு சிரித்தாள் யாத்ரா.

2

க்யூ டிவி அலுவலகம். 'ப்ரோக்ராம்ஸ்-ஹெட்'' என்று எழுதப்பட்டிருந்த அறைக்கதவை தட்டாமல் உள்ளே நுழைந்தான் நந்தா.

''வாடா...'' என்று வரவேற்ற மோகனுக்கு நாற்பது வயதிருக்கும். சேட்டிலைட் சேனல் உலகில் பத்து வருட அனுபவம். வயது வித்தியாசம் பாராமல் நந்தாவிடம் ஒரு நண்பன் போலத்தான் பழகுவான்.

''முதல்ல இந்த டிவிடிய வாங்கிக்க சாமி... எங்கருந்துடா இதெல்லாம் புடிக்குற?'' என்றபடி ஒரு டிவிடியை நீட்டினான் மோகன்.

''எப்படி இருந்துச்சு பாஸ்? இன்னக்கி ஒண்ணு தரட்டுமா? டபுள் எக்ஸ்... மேல மட்டும். என்னமா இருக்கு தெரியுமா?இந்த காலத்துப் பசங்க, ப்ரோசிங் சென்டர் கேபினுக்குள்ளயே மொத்த குடும்பத்தையும் நடத்தி முடிச்சிடுறாங்க.''

''சாமி... உன் சங்காத்தமே வேண்டாம். நேத்தே மயிரிழைல தப்பிச்சேன்.''

''என்னாச்சு?''

''ஒரு மாதிரி பொண்டாட்டி, புள்ளைங்கள எல்லாம் தூங்க வச்சிட்டு, ராத்திரி 12 மணிக்கு மேல வந்து பாக்க ஆரம்பிச்சேன். பாதில கரெண்ட் கட்டு. எனக்கு உசுரே போயிடுச்சு. விடிய விடிய கரண்டே வரல. ஆபீஸ் போற வரைக்கும் கரண்டே வரலன்னா என்னாவறது? டிவிடிய எப்படி வெளிய எடுக்குறது? அவளும் வேலைக்கு போயிடுவா. மதியானம் ஸ்கூலு விட்டு வந்து, என் பையன் போட்டு, கீட்டு பாத்தான்னா என்னாவறதுன்னு ஒரே பயம். அப்புறம் விடிகாலைல ஆறு மணிக்கு கரெண்ட் வந்து, டிவிடிய வெளிய எடுத்தவுடனேதான் உயிரே வந்துச்சு.''

''அட தேவுடா... ஏன் பாஸ்? டிவிடி ப்ளேயர் ஸ்க்ரூவக் கழட்டி, டிவிடிய வெளிய எடுக்கவேண்டியதுதானே... இதுக்குப் போய் ராத்திரி தூங்காம உக்காந்துகிட்டு...''

''ஆமாம்ல்ல... டென்ஷன்ல தோணவே இல்ல. சரி அத விடு... உனக்கு ஒரு முக்கியமான வேல வச்சிருக்கேன். என் ஒய்ஃப் ஓர்க் பண்ற காலேஜ்ல, கூட வேல செய்ற ஒரு லெக்சரர்...''

''லெக்சரரா?'' என்றான் நந்தா ஆர்வம் காட்டாமல்.

''அது லேடி லெக்சரர். வயசு 26...'' என்று மோகன் கூறியவுடன் நந்தா நிமிர்ந்து அமர்ந்தான்.

''சொல்லுங்க கேப்டன். இட் இஸ் இன்ட்ரஸ்டிங்...''

''டேய்... இன்னும் நான் சொல்லவே ஆரம்பிக்கலடா...''

''சரி... சொல்லுங்க....''

''பேரு ஸ்வேதா. அம்மாப்பா கிடையாது. ஒரே ஒரு அண்ணன்.... அவனும் போன வாரம் தூக்கு போட்டு தற்கொலை பண்ணிகிட்டான். சொல்லிக்கிற மாதிரி வேற சொந்த பந்தம் ஏதும் கிடையாது. அவளுக்குன்னு இருந்தது அண்ணன்காரன் மட்டும்தான். பாவம்... இப்ப அவனும் போயிட்டான்...''

''இதுல நான் என்ன பாஸ் செய்யணும்.? வேணும்னா ஒரு நட போய், தோளைத் தடவி, கையப்புடிச்சு, ஒரு அரை மணி நேரம் ஆறுதல் சொல்லிட்டு வந்துடட்டுமா?''

''நந்தா... பீ சீரியஸ்...''

''ஸாரி... சொல்லுங்க....''

''பாவம் அந்தப் பொண்ணு... ஒரு வாரமா பைத்தியம் புடிச்ச மாதிரி இருக்கா. என் ஒய்ஃபு டெய்லி போய் பாத்துட்டு வரா. அவளுக்கு இன்னும் ஆறவே இல்ல. அவன் இப்படி திடீர்னு செத்தத விட, அவன் தற்கொல பண்ணிகிட்டு செத்ததுதான் அவளுக்கு பெரிய அதிர்ச்சி...''

''ஏன் தற்கொலை பண்ணிகிட்டான்? ஏதாச்சும் லவ் ஃபெயிலியர்... கடன் தொல்ல... லெட்டர் எதுவும் எழுதி வைக்கலயா?''

''இல்ல. அவளும் பத்து நாளா ஏன் ஏன்னு காரணத்த தேடி அலஞ்சுட்டிருக்கா... ப்ச்... ஒண்ணும் தெரியல...''

''போலீஸ்...''

''அவங்களாலயும் காரணம் கண்டுபிடிக்க முடியல. விசாரிச்சிட்டிருக்கோம்ங்கறாங்க... அவங்களுக்கு இருக்குற ஒர்க்குல, ஒரு சூசைட் கேஸ்க்கு ரொம்ப ப்ரியாரிட்டி கொடுத்து விசாரிக்கமாட்டாங்க. இங்கதான் உன்னோட ஹெல்ப் தேவைப்படுது...''

''புரியுது... நான் இப்ப காரணத்த தேடிக் கண்டுபிடிக்கணுமா?''

''ஆமாம். நான் உன்ன சஜஸ்ட் பண்ணல. ஸ்வேதாதான் ரொம்ப ரிக்கொயஸ்ட் பண்ணி கேட்டா. நீ போய் ஒரு தடவ அவளப் பாரேன்... உனக்கு கன்வின்ஸிங்கா இருந்தா இறங்கு. காரணத்த கண்டுபிடிச்சு சொல்லு. சும்மா வேண்டாம். பீஸ் தரச் சொல்றன்.''

''என்ன பாஸ்... கடைசில நம்பள டிடெக்டிவ் மாதிரி ஆக்கிட்டீங்க...''

''ப்ளீஸ்... எனக்காக செய். என் ஒய்ஃபு ரெண்டு நாளா என்ன அரிச்சுட்டிருக்கா... இன்னக்கி நீ போய் ஸ்வேதாவப் பாக்கலன்னா, இன்னக்கி ராத்திரி....''

''இன்னக்கி ராத்திரி...'' என்றான் ஆர்வத்துடன் நந்தா.

''எனக்கு சாப்பாடு கிடைக்காதுன்னு சொல்ல வந்தேன்...''

''அவ்வளவுதான... மத்ததெல்லாம் கிடைக்கும்ல்ல...''

''டேய்... நீ செருப்பால அடி வாங்கப் போற....''

''ஓகே... ஓகே... எப்ப போகணும்?''

''இன்னக்கி ஈவ்னிங், ஆறு மணிக்கு மேல வர்றன்னு ஸ்வேதாகிட்ட சொல்லியிருக்கேன்...''

''ஓகே பாஸ்'' என்றான் நந்தா என்றுதான் இந்த அத்தியாயத்தை முடித்திருக்கவேண்டும். ஆனால் ஒரு க்ரைம் கதையின் முதல் அத்தியாயத்தை, அப்படி முடிப்பது தர்மம் இல்லை என்பதால், ''ஓகே கேப்டன்...'' என்றான் நந்தா காத்துக்கொண்டிருக்கும் விபரீதங்களை அறியாமல்.

3

அந்த ஃப்ளாட்டின் கதவைத் திறந்த ஸ்வேதா சோகமாக இருந்தாள். அவ்வளவு சோகத்திலும் ஓரளவு அழகாகவே இருந்தாள். நைட்டிக்கு மேல் ஒரு துப்பட்டாவை அணிந்திருந்தாள். வீட்டில் பொருட்கள் அலங்கோலமாக கிடந்தன. டிவியில் சத்தமின்றி, ப்ரணாய் ராய் பேசிக்கொண்டிருந்தார்.

நந்தாவை அடையாளம் கண்டுகொண்டு, ''வாங்க... மோகன் அங்கிள் சொன்னாரு. ப்ளீஸ் உக்காருங்க. கொஞ்சம் வீட்ட சகிக்கிற மாதிரி பண்ணிடறேன்...'' என்ற ஸ்வேதா விறுவிறுவென்று பொருட்களை சரி செய்ய ஆரம்பித்தாள்.

நந்தாவும், யாத்ராவும் சோஃபாவில் அமர்ந்தனர். நந்தா சுற்றிலும் பார்த்தான். சுவரில் புகைப்படமாக தொங்கிகொண்டிருந்த இளைஞன்தான், தற்கொலை செய்து கொண்ட அண்ணனாக இருக்கவேண்டும். சந்தன மாலை போட்டு மேலே விளக்கு எரிந்துகொண்டிருந்தது.

நெற்றிப்பொட்டில் லேசாக அரும்பியிருந்த வியர்வையுடன் அருகில் வந்த ஸ்வேதா, ''என்ன சாப்டுறீங்க? காபி... கூல் ட்ரிங்க்ஸ்...''

''கூல் ட்ரிங்ஸ்...''

உள்ளே சென்று சில நிமிடங்களில் கையில் க்ளாஸ்களுடன் வந்த ஸ்வேதாவிடம், ''இது யாத்ரா...'' என்று நந்தா, யாத்ராவை அறிமுகப்படுத்தி வைத்தான்.

''தெரியும். டிவில பாத்துருக்கேன்.''

''காலேஜ்ல.... என்ன சப்ஜெக்ட்ல க்ளாஸ் எடுக்குறீங்க?'' என்றான் நந்தா அந்த ஆரஞ்சு பான க்ளாஸை எடுத்தபடி.

''பயோகெமிஸ்ட்ரி. இப்ப பத்து நாளா லீவுல இருக்கேன். கொஞ்சம் மனசு சரியில்ல...''

''ம்... மோகன் சார் சொன்னாரு. உங்கண்ணன்... அவரு பேரு என்ன?''

''அருண்...''

''ம்... அருண் என்னக்கி இறந்தாரு?'' என்று நேரிடையாக விஷயத்துக்கு வந்தான் நந்தா.

''போன வாரம், செவ்வாய்கிழமை. பத்தாம் தேதி.''

''மோகன் ஒரு அவுட்லைனா சொன்னாரு. நீங்க கொஞ்சம் டீடெய்லா சொன்னீங்கன்னா ஹெல்ப்ஃபுல்லா இருக்கும்...''

''என் அண்ணன நான் பேர் சொல்லி, வாடா போடான்னுதான் கூப்பிடுவேன். என்னவிட ரெண்டு வயசுதான் பெரியவன். அம்மாவும், அப்பாவும் எனக்கு பதினஞ்சு வயசு இருக்கும்போதே ஒரு ஸ்கூட்டர் ஆக்ஸிடென்ட்ல இறந்துட்டாங்க. அதுக்குப் பிறகு எனக்கு எல்லாம் அருண்தான். ஒரு ஃபார்மாசூடிகல்ஸ் கம்பெனில ஏரியா மேனேஜரா இருக்கான். ஸாரி... இருந்தான். சதர்ன் ஸ்டேட்ஸ் எல்லாம் அவன்தான் பாத்துக்குவான். அதனால, மாசத்துக்கு பாதி நாள் டூர்லதான் இருப்பான்...''

''ஏதாச்சும் டூர் போய்ட்டு வந்தன்னிக்குதான் தற்கொலை பண்ணிகிட்டாரா?''

''இல்ல... ஒரு வாரமா இங்கதான் இருந்தான். அன்னக்கி சாயங்காலம், நான் காலேஜ் விட்டு வந்தப்ப ஒரு அஞ்சு மணி இருக்கும். கீழ அவன் பைக்க பாத்தவுடனேயே ஆச்சர்யமா இருந்துச்சு. யூஸ்வலா ராத்திரி ஒம்பது, பத்துக்குதான் வருவான். வந்து பாத்தா வீட்டுக் கதவு சும்மா சாத்தியிருந்துச்சு. உள்ள அவன் ரூம் லாக் ஆயிருந்துது. கூப்பிட்டேன். சத்தமே இல்ல. கதவ தட்டு, தட்டுன்னு தட்டினேன். திறக்கவே இல்ல. சரின்னு மொபைல்ல கூப்பிட்டேன். உள்ள ரிங் போய்ட்டே இருந்தது... எடுக்கவே இல்ல. ரொம்ப அசந்து தூங்கறான் போலருக்குன்னு விட்டுட்டேன். ஏழு மணியாச்சு, எட்டு மணியாச்சு எழுந்திரிக்கவே இல்ல. அப்பதான் கொஞ்சம் சந்தேகம் வந்து... ஜன்னல் கதவை உடைச்சு பாத்தேன்....'' என்ற ஸ்வேதாவின் முகம் மாறியது.

''என் வாழ்க்கைலயே ரொம்ப அதிர்ச்சியான நைட்டு அது. ஃபேனுக்கு கீழ, என் சேலைல தூக்கு மாட்டி தொங்கிட்டிருந்தான்.

என்னால நம்பவே முடியல... மறுநாள் நாங்க ரெண்டு பேரும் சினிமா போறதுக்கு டிக்கெட்லாம் வாங்கி வச்சிருந்தான்...'' என்ற ஸ்வேதா மேற்கொண்டு பேச முடியாமல் அழ ஆரம்பித்தாள். யாத்ரா அருகில் சென்று, ஆறுதலாக தோளில் கைவைத்தாள்.

''ஸாரி... பத்து நாளாயிடுச்சு... இன்னும் நினைக்கறப்பல்லாம் அழுகைய கன்ட்ரோல் பண்ண முடியல...''

''இட்ஸ் ஆல்ரைட்... தென்....''

''அப்புறம்... எங்க மாமா ஒருத்தர் மடிப்பாக்கத்துல இருக்காரு. அவருக்கு போன் பண்ணி சொன்னேன். அவரு உடனே போலீஸ்க்கு இன்ஃபார்ம் பண்ணச் சொன்னாரு. சொன்னேன். வந்தாங்க... பாடிய எறக்கினாங்க... கேள்வி கேட்டாங்க... பாடிய எடுத்துட்டு போனாங்க... மறுநாள் போஸ்ட் மார்ட்டம் முடிஞ்சு, பாடிய கொடுத்தாங்க... எதையும் இன்னும் என்னால நம்பவே முடியல... எல்லாம் கனவுல நடந்த மாதிரி இருக்கு...''

''புரியுது....''

''அப்புறம் போலீஸ் வந்து விசாரிச்சாங்க... வீட்டையே குப்புற போட்டு தேடினாங்க... அவன் லெட்டர் எதுவும் எழுதி வைக்கல. லேசா என் மேல கூட சந்தேகப்பட்டு, பிராப்பர்ட்டி டீடெய்ல்ஸ் எல்லாம் கேட்டாங்க. இந்த ஃப்ளாட் கூட வாடகைதான். வேறு எந்த சொத்தும் இல்லன்னவுடனேதான் விட்டாங்க. அப்புறம் ரெண்டு, மூணு நாள் வந்து விசாரிச்சாங்க. அவங்களால காரணத்த கண்டு பிடிக்கவே முடியல. நான் தினம் ஸ்டேசன் போய் பாத்தேன். அவங்க அருண எல்லாம் மறந்துட்டு. வேற ஒரு கொல கேஸ்ல பிசியாயிட்டாங்க. அதான் உங்க ஹெல்ப்ப கேக்கலாம்னு மோகன் சார்ட்ட சொன்னன்...''

''ஓகே... இப்ப நான் என்ன பண்ணணும்?''

''அவன் ஏன் தற்கொலை பண்ணிகிட்டான்னு நான் தெரிஞ்சுக்கணும்.''

''அவசியம் தெரிஞ்சுக்கணுமா ஸ்வேதா?''

''சந்தேகமேயில்லாம... ஏன்?''

''இல்ல... சில சமயம், சில உண்மைகள தெரிஞ்சுக்காம இருக்கறதே நல்லது. இப்படி ஒரு லெட்டர் கூட எழுதி வைக்காம செத்து போயிருக்காருன்னா, வெளிய சொல்ல முடியாதபடி ஏதோ ஒரு அந்தரங்கமான காரணம் இருக்கணும். அத நம்ம தேடிக் கண்டுபிடிச்சு... அதனால அவரப் பத்தி நமக்கு இருந்த இமேஜே கூட மாறிடலாம். ஸோ... எல்லாத்துக்கும் காரண, காரியத்த நோண்டிகிட்டிருக்காம, அதத அந்ததந்த போக்குலயே விட்டுடுறது பல சமயங்கள்ல நல்லது.''

''சார்...''

''நோ சார்... ஜஸ்ட் கால் மீ நந்தா...''

''இல்ல நந்தா... அவன் ரொம்ப நல்லவன். சிகரெட் கூட பிடிக்கமாட்டான். எப்பயாச்சும் ட்ரிங்ஸ் சாப்பிடுவான். அதோட சரி. இந்த அபார்ட்மென்ட்ல இருபது வருஷமா இருக்கோம். எல்லார்ட்டயும் கேட்டுப் பாருங்க... அவனப் பத்தி ஒரு வார்த்த தப்பா சொல்லமாட்டாங்க. என்கிட்ட எல்லாத்தையும் சொல்வான். தண்ணியடிச்சது, சைட் அடிச்சதுன்னு எதையும் மறைக்க மாட்டான். அப்புறம் அன்னக்கி காலைல கூட அவன் நார்மலாதான் இருந்தான். எனக்கு காபி போட்டு கொடுத்தான். அவன் வண்டி ஒரு லட்சம் கிலோமீட்டர் ஓடியிருக்குன்னு கீழ அழைச்சுட்டுப் போயி, பைக்ல கிலோமீட்டர்ஸ காமிச்சான். பாரத் மேட்ரிமோனியல் பாத்து என் ஃப்ரொஃபைல அனுப்பினான்... என் மேரேஜ முடிச்சுட்டுதான், அவன் கல்யாணம் பண்ணிக்கிறதா இருந்தான். அப்புறம்... இன்டர்நெட்ல சினிமா போறதுக்கு டிக்கெட் புக் பண்ணினான். சாயங்காலம் தூக்கு போட்டுட்டு தொங்குறான்... இட்ஸ் இம்பாஸிபிள்... திடீர்னு இப்படி... ஏன்?''

''ஏன்? ஒரே வார்த்தைல கேட்டுட்டீங்க... ஆனா அதுக்கு நாங்க, அவரு மொத்த வாழ்க்கையையும் சல்லட போட்டு சலிச்சாகணும்...''

''செய்ங்க. எவ்ளோ செலவானாலும் பரவாயில்ல. ஆனா எனக்கு காரணம் தெரிஞ்சே ஆகணும். அவன் எவ்ளோ பெரிய இன்டலிஜென்ட் தெரியுமா? அவன் படிக்கிற புக்ஸெல்லாம்... ஒரு நிமிஷம் என்னோட வாங்க...'' என்ற ஸ்வேதா அவர்களை அருணின் அறைக்கு அழைத்துச் சென்றாள்.

அறை அலங்கோலமாக இருந்தது. போலீஸ் கலைத்திருப்பார்கள். இன்னும் முழுமையாக சரி செய்யப்படவில்லை. அறையில் தனியாக டிவி இருந்தது. அலமாரி முழுக்க புத்தகங்கள். சில புத்தகங்களை கையில் எடுத்து பார்த்தான். ஆத்மாநாம் கவிதைகள், அமெரிக்க பெண் எழுத்தாளர் எரிகா ஜங்கின், ''ஃபியர் ஆஃப் ஃப்ளையிங்'' என்ற நாவல், அசோகமித்திரனின் 'கரைந்த நிழல்கள்'', ஓஷோ... என்று கலவையான புத்தகங்கள். உதட்டைப் பிதுக்கியபடி புத்தகங்களை வைத்தான். டிவிடிக்களைப் பார்த்தான் மால்கம் எக்ஸ், ஷியாம் பெனகலின் நிஷாந்த், அங்குர், அடூர் கோபாலகிருஷ்ணனின் 'எலிப்பத்தாயம்''... என்று ஏராளமான படங்கள்.

''அவன்ட்ட வானத்துக்கு'கீழ இருக்குற எல்லா விஷயங்களப் பத்தியும் பேசலாம். சினிமா... லிட்ரேச்சர்... அரசியல்... காங்கோ நாட்டப் பத்தி கூட கதகதயா சொல்வான்... யுஎஸ் எலக்ஷன், எஃப்பிஐ எப்படி இயங்குது... இப்படி எதப்பத்தி கேட்டாலும் சொல்வான்.

அவன் ஃப்ரண்ட்ஸ், என் ஃப்ரண்ட்ஸ்ன்னு எல்லாரும் எதாச்சும் பிரச்னன்னா அவன்ட்டதான் வருவாங்க. அவன் போயி தற்கொல பண்ணிக்குவான்னா... இட்ஸ் ஜஸ்ட் அன்பிலீவபிள்..''

''ஸ்வேதா... பொதுவா இவங்கதான் தற்கொல பண்ணிக்குவாங்கன்னு யாரையும் நிச்சயமா சொல்லிட முடியாது. ஆனாலும் சில விஷயங்கள் சொல்வாங்க. உங்க ஃபேமிலில... நெருங்கிய ரிலேஷன்ஸ்... தாத்தா, பாட்டி, மாமா, பெரியம்மா... இந்த மாதிரி யாராச்சும் தற்கொலைப் பண்ணிகிட்டு செத்து போயிருக்காங்களா?.''

''இல்ல...''

''ஏன்னா... அந்த மாதிரி நிறைய கேஸ்ங்க இருக்கு. ஃபார் எக்ஸாம்பிள்... அமெரிக்கன் ரைட்டர் ஹெமிங்வே தற்கொலைப் பண்ணிகிட்டு செத்தாரு. கிட்டத்தட்ட 35 வருஷம் கழிச்சு அவரோட பேத்தியும் தற்கொலப் பண்ணிட்டாங்க. அதே மாதிரி சிரியா நாட்டுக் கவிஞர் ஸில்வியா பிளாத் தற்கொல பண்ணிகிட்டாங்க. அப்புறம் அவங்க பையனும் தற்கொலை பண்ணிகிட்டாங்க. இப்படி ஃபேமிலில யாராச்சும் தற்கொலை பண்ணிகிட்டா, இவரும் பண்ணிக்க வாய்ப்பிருக்கு...''

''இல்ல... அப்படி யாருமில்ல. அப்படியே இருந்தாலும், தற்கொலை பண்ணிக்கிற அளவுக்கு அவன் தன்னம்பிக்கையில்லாத ஆளு கிடையாது. ஊருல இருக்குறவங்க கஷ்டத்துக்கெல்லாம் ஐடியா சொல்வான். அந்தளவு இன்டலிஜென்ட்... அவன் போயி...''

''ஸ்வேதா.... அறிவாளியா இருக்கறவன்ல்லாம் தற்கொல பண்ணிக்குவே மாட்டாங்கன்னு சொல்ல முடியாது. அஃப்கோர்ஸ் அறிவாளிங்கதான், சாதாரண மனுஷன விட ரொம்ப கோழைங்களா இருப்பாங்க. பல விஷயங்கள நினச்சு கொழப்பிகிட்டு, பல விஷயங்கள கற்பன பண்ணி பயந்துகிட்டு,.. உங்களுக்கு டேல் கார்னகி தெரியுமா?''

''ம்ஹ்ம்... தெரியாது...''

''செல்ஃப் இம்ப்ருவ்மென்ட் புக்ஸ்ல ரொம்ப ஃபேமஸ் ரைட்டர். அவரோட புக்கு ஒண்ணு ரொம்ப ஃபேமஸ்...'' என்று நந்தா யோசிக்க, ''ஹௌ டு ஸ்டாப் ஒரியிங் அன்ட் ஸ்டார்ட் லிவிங்'' என்ற யாத்ரா, ''அவரு கூட கடைசில தற்கொலதான் பண்ணிகிட்டாரு...'' என்றாள்.

''அப்புறம் பெரிய, பெரிய ராஜால்லாம் கூட தற்கொல பண்ணியிருக்காங்க. உங்கண்ணன் ஒரு புக்கு வச்சிருக்காரே ஆத்மாநாம் கவிதைகள். அவரு கூட தற்கொலைதான் பண்ணிகிட்டாரு. அவரோட ஃப்ரண்டு ரைட்டர் ஸ்டெல்லா புரூஸூம் தற்கொலைதான் பண்ணிகிட்டாரு. ஸோ... தற்கொலைங்கிறது யாரு வேணும்னாலும்

பண்ணிக்கலாம். அதுக்கும், அறிவுக்கும் சம்பந்தமே இல்ல. மாறாக அது மனோதிடம் சார்ந்த விஷயம்.''

''ஓகே. ஒத்துக்குறேன். அவங்களுக்கெல்லாம் எதாச்சும் காரணம் இருக்கலாம். ஆனா எங்கண்ணன் ஏன் தற்கொலை பண்ணிக் கணும்?''

''தெரியல... பாக்கலாம். தற்கொலை பண்ணிக்கிறதுல ரெண்டு டைப்பு இருக்காங்க. ஒண்ணு எமோஷனால முடிவு பண்ணி கண நேரத்துல பண்றவங்க. ஃபார் எக்ஸாம்பிள் பரிட்சைல பெயில் ஆனவுடனே தற்கொலை பண்ணிக்கிறது. சிலருக்கு ஒரு பிரச்ன ரொம்ப நாளா இருந்து, அத சமாளிக்கவே முடியாத ஒரு நிலை வர்றப்ப பண்ணிக்குவாங்க. உதாரணத்துக்கு கடன் பிரச்ன... உங்கண்ணனுக்கு அந்த மாதிரி கடன் பிரச்ன ஏதாச்சும் இருக்குதா?''

''அதெல்லாம் ஒண்ணுமில்ல... அவன் லோனே வாங்கமாட்டான். அதனாலதான் இன்னும் சொந்தமா வீடு கூட வாங்காம இருக்கோம்...''

''போலீஸ் என்ன சொல்றாங்க?''

''வீட்ட ஃபுல்லா துருவி, துருவி தேடுனாங்க... எங்கிட்ட... அவன் ஆபிஸ்ல எல்லாம் விசாரிச்சாங்க... ஆனா நோ யூஸ்.''

''ம்... உங்கண்ணன் யாரையாச்சும் லவ் பண்ணிகிட்டு இருந்தாரா?''

''இல்ல... அவன் ஃப்ரண்ட்ஸ்கிட்ட, ஆபிஸ்ல எல்லாம் நானே கேட்டுட்டேன்...''

''இல்ல... வேற ஏதாச்சும் பெண் தொடர்புகள்...''

''அதையும் விசாரிச்சுட்டேன். ஒண்ணுமில்ல.''

'ம்... பாக்கலாம். நானும் ஒரு தடவ தரோவா விசாரிச்சுடறேன்... முதல்ல இந்த ரூம நான் ஒரு தடவ நல்லாப் பாத்துடுறேன். போலீஸ் ஏதாச்சும் எடுத்துட்டுப் போனாங்களா?''

''இல்ல...''

நந்தா அந்த அறையை நுணுக்கமாக அலசினான். அலமாரியில் சில எழுதாத டைரிகள், கிரிட்டிங்ஸ் கார்டுகள், ஒரு ஆட்டோகிராஃப் புத்தகம்... அவனது சில பாஸ்போர்ட் புகைப்படங்கள்... போன்றவை இருந்ததே தவிர உருப்படியாக ஒன்றும் மாட்டவில்லை.

''இன்னும் உங்கள நான் நிறைய கேக்கணும். ஆனா அதுக்கு முன்னாடி, நான் போலீஸ ஒரு தடவ பாத்துடுறேன்... அவங்ககிட்ட பேசினா எனக்கு ஒரு ஐடியா கிடைக்கும். அதுக்கு பிறகு உங்கள மறுபடியும் வந்து பாக்குறேன்.'' என்று கிளம்பினான் நந்தா.

சோஃபாவில் வைத்திருந்த தனது செல்ஃபோனை எடுத்துக்கொண்ட யாத்ரா, ''ஒரு விஷயம்... தாங்க முடியாத இழப்புதான். அதுக்குன்னு வேலைக்கெல்லாம் போகாம, இப்படியே வீட்டுக்குள்ளயே உக்காந்திருந்தா, இன்னும் மனக்கஷ்டம் அதிகமாகும். அதனால காலேஜ்ல ஜாயின் பண்ணுங்க. யாரோ மாமா வீடு இருக்குன்னீங்களே... அங்க போய் கொஞ்ச நாள் இருங்க. இதுவும் கடந்து போகும்... உங்களுக்கு அட்வைஸ் சொல்றதா நினச்சுக்காதீங்க. ஒரு ஃப்ரண்டா என்னோட சஜெஷன்....'' என்றாள்.

''இல்ல... எனக்கு புரியுது. நாளைக்கு காலேஜ் போறதாத்தான் இருக்கேன்.''

''வெரிகுட்...'' என்றான் நந்தா.

''அப்புறம்... இப்ப அட்வான்ஸா ஏதாச்சும்...'' என்றபடி ஹேண்ட்பேகிலிருந்து செக் புக்கை எடுத்தாள் ஸ்வேதா.

''வேண்டாம்... இப்படி அழு மூஞ்சியோட கொடுக்கவேண்டாம். கேஸெல்லாம் முடிச்சுட்டு சொல்றோம்... நீங்க முகத்துல சோகமே இல்லாம, அகலமா ஸ்மைல் பண்ணிகிட்டே செக் கொடுங்க. அப்ப நாங்க வாங்கிக்கிறோம்...'' என்று நந்தா கூறியதற்கு ஸ்வேதா சிரித்தாள். யாத்ரா முறைத்தாள்.

மறுநாள் காலை. நந்தா தனது டாடா இன்டிகாவை ட்ரைவ் பண்ணிக்கொண்டிருக்க, அருகில் யாத்ரா. நெருக்கமான போக்குவரத்தில் எரிச்சலுடன் காரை செலுத்திக்கொண்டிருந்த நந்தா, முன்னால் டிவிஎஸ் ஸ்கூட்டியில் சென்றுகொண்டிருந்த ஒரு பெண்ணைப் பார்த்தவுடன் உற்சாகமானான். அவள் அணிந்திருந்த ஜீன்ஸ் இடுப்புக்கு கீழ் மிகமிகமிகத் தள்ளியிருந்தது. ஓரக்கண்ணால் யாத்ராவைப் பார்த்தபடி ஸ்கூட்டி பெண்ணைப் பார்த்துக்கொண்டிருந்த நந்தாவை யாத்ரா கவனித்து விட... நந்தா ப்ளேட்டை மாற்றினான்.

''யாத்ரா... முன்னாடி ஸ்கூட்டில ஒரு பொண்ணு போவுதுல்ல... அதப் பாத்தா, அசப்புல நம்ம எம்டி பிஏ லதா மாதிரியே இல்ல?''

''இல்ல. நந்தா... உன்ன ரெண்டு வருஷமா லவ் பண்ணிகிட்டிருக்கேன். உன்னப் பத்தியும் தெரியும். ஆம்பளங்களப் பத்தியும் தெரியும். பக்கத்துல பொண்டாட்டி இல்ல லவ்வர் இருக்கறப்பவே எப்படி மத்த பொண்ணுங்கள பாப்பீங்க... மாட்டிகிட்டா எப்படி சமாளிப்பீங்கங்கறதுல்லாம் எனக்கு அத்துபடி. உங்கள சொல்லியும் குத்தமில்ல. ட்ரெஸ் போட்டுட்டு வராளுகப் பாரு. இடுப்புக்கு கீழ நாலு இஞ்சு தள்ளி நிக்குற மாதிரி. அவளுகள சொல்லணும்...''

''நான் சும்மா பார்வைப் பொறுக்கி.... பேச்சுப் பொறுக்கிதான் யாத்ரா. அதே பொண்ணுங்க கிட்ட வந்து பேசட்டும். சிஸ்டர்... அன்ஃபார்ச்சுனேட்லி ஐயம் அல்ரெடி எங்கேஜ்டுன்னு சொல்லி, சுண்டு

விரல் கூட உரசாம ஆட்டோல ஏத்தி அனுப்பி விட்டுடுவேன்...''என்று நந்தா கூறியதற்கு ஒன்றும் பதில் சொல்லாமல், அவன் கையில் கிள்ளினாள் யாத்ரா.

நந்தா, அந்த காவல் நிலையத்தின் வாசலில் காரை நிறுத்தினான்.

4

இன்ஸ்பெக்டர் எதிர்பார்த்ததை விட இளமையாக இருந்தார். முன்தலையில் அப்போதுதான் வழுக்கை விழ ஆரம்பித்திருந்தது. அவருக்கு நந்தாவைத் தெரிந்திருந்தது.

''சன்டே.... சன்டே.... வீட்டுல இருந்தன்னா, தவறாம உங்க ப்ரோக்ராமப் பாத்துடுவேன். இந்தாளு எங்க டிபார்ட்மென்ட்ல இருக்கவேண்டிய ஆளுன்னு என் ஒய்ஃப்கிட்ட அடிக்கடி சொல்வேன்...'' என்றார்.

''பேருதான் சார் பெத்த பேரு. எதையாச்சும் கண்டுபிடிச்சா, கழுத்த அறுத்து காக்காவுக்கு போட்டுடுவேன்னு போனு வருது.... அப்புறம் தமிழ்ல இருக்குற சகல கெட்டவார்த்தைகளையும் போட்டு லெட்டர் வருது...''

''எல்லாப் புகழுக்கும் ஒரு விலை இருக்கு. ஓகே.... இப்ப ஏதாச்சும் கேஸ் விஷயமா வந்துருக்கீங்களா?'' என்று இன்ஸ்பெக்டர் விஷயத்துக்கு வந்தார்.

''ஆமாம். ஆனா இது டிவிக்காக இல்ல... ஒரு ஃப்ரண்டுக்காக வந்துருக்கன்...''

''என்ன விஷயம்?''

''போன வாரம் செவ்வாய்கிழமை, ஒரு சூசைட்...''

''ஆமாம்... அருண்ன்னு ஒருத்தரு...''

''எஸ்... அவரோட தங்கச்சி, அருணோட தற்கொலைக்கு காரணம் என்னன்னு தெரிஞ்சுக்க விரும்புறாங்க.''

''ஆமாம்... அந்த பொண்ணு பேரு கூட ஸ்வேதான்னு நெனக்கிறேன். இங்க தினம் வந்து கேட்டுகிட்டே இருந்தாங்க... அந்த ஒரு கேஸா எங்களுக்கு? பாதி நேரம் செக்யூரிட்டி டூட்டிக்கே சரியாப்போயிடுது. மிச்ச நேரம்... கொலை, கொள்ளைன்னு அதுக்கே சரியாப் போயிடுது... கொஞ்சம் பொறுமையா இருங்கன்னோம். அதுக்குள்ள உங்கள்ட்ட வந்துட்டாங்களா?'' என்ற இன்ஸ்பெக்டர் சத்தமிட்ட மொபைலை கட் செய்துவிட்டு, ''இந்த கேஸப் பத்தி டெலிகாஸ்ட் பண்ணுவீங்களா?'' என்றார்.

''நிச்சயமா கிடையாது. பர்சனலா விசாரிக்கிறோம்.''

''ஓகே... இப்ப உங்களுக்கு என்ன தகவல்கள் தேவைப்படுது?''

''முதல்ல அது தற்கொலதானா? எந்த சந்தேகமும் இல்லையே...''

''ஒரு பர்சன்ட் கூட கிடையாது. நாங்க போனப்ப ரூம் கதவு, உள்ள லாக் ஆயிருந்துது. வெளிய இருந்து சாவி போட்டு திறக்கற வசதி கிடையாது. நாங்களே கதவ உடச்சுதான் திறந்தோம்... அப்புறம் ஜன்னல் கண்ணாடிய, ஸ்வேதா உடைச்சிருந்தாங்க. அதுல கூட உடைஞ்ச ஜன்னல் வழியா, ரூம் கதவைத் தாப்பாள் போட முடியுமான்னு பாத்தோம். சான்ஸே இல்ல. போஸ்ட் மார்ட்டம் ரிப்போர்ட் படியும் தற்கொலதான். ஒருத்தன கழுத்த நெரிச்சு தூக்குல தொங்கவிட்டாங்களா? இல்ல... அவனே தூக்குல தொங்கினான்னு போஸ்ட் மார்ட்டத்துல கண்டுபிடிச்சுடலாம். ரெண்டுத்துக்கும் வித்தியாசம் இருக்கும். போஸ்ட்மார்ட்டத்துல அதையும் நல்லா பாத்துட்டாங்க. அதனால தற்கொலைதான். அதுல எந்த சந்தேகமும் இல்ல. என்ன... ஒரு லெட்டர் எழுதி வச்சிட்டு போயிருந்தார்னா, எங்களுக்கு வசதியா போயிருக்கும். இந்நேரம் கேஸ க்ளோஸ் பண்ணியிருப்போம்.''

''போஸ்ட் மார்ட்டம் ரிப்போர்ட் படி எத்தனை மணிக்கு இறந்திருக்காரு?''

''மதியானம் 12 மணிலருந்து ரெண்டு மணிக்குள்ள இறந்திருக்கணும்.''

''உங்க அனுபவத்துல, சூசைட் நோட் எழுதி வைக்காம, தற்கொலை பண்ணி பாத்துருக்கீங்களா?''

''நைன்ட்டி பர்சன்ட் பேரு லெட்டர் எழுதி வச்சுட்டுதான் தற்கொல பண்ணிக்குவாங்க. ஆனா ஒரு சில கேஸ்ங்க... திடீர்னு ரொம்ப இமோஷன் ஆயி, சடனா பண்ணிக்குவாங்க. போன வருஷம் ஒரு ஆளு... தன் பொண்டாட்டி கூட வேற எவனோ ஒருத்தன் படுத்து கிடந்தத பாத்துருக்கான். உடனே பக்கத்து ரூமுக்குப் போய், ஒரு லெட்டர் கூட எழுதி வைக்காம தற்கொல பண்ணிகிட்டான். அதுல காரணத்த கண்டுபிடிக்கறதுக்குள்ள மண்ட காஞ்சிடுச்சு.''

''அருண் கேஸ விசாரிச்சீங்களா?''

''ம்... ஃப்ரண்ட்ஸ்கிட்ட விசாரிச்சேன். ஆபீஸ்ல விசாரிச்சேன். ஒண்ணும் தெரியல... லவ், செக்ஸ்ன்னு ஒரு பொம்பள சகவாசமும் கிடையாது. கடன் பிரச்னையும் இல்ல... அதான் மேற்கொண்டு எப்படி போறதுன்னு தெரியல.''

''அவரு மொபைல் கால எல்லாம் பாத்தீங்களா?''

''ம்... கடைசி ரெண்டு மாச, இன்கமிங், அவுட்கோயிங்கையும் வாங்கிப் பாத்தோம். அவரு சதர்ன்ஸ்டேட்ஸ் ஏரியா மேனேஜர்ங்கிறதால, சௌத் இன்டியாவுல எல்லா ஸ்டேட்ஸ்லயிருந்தும் ஒரு நாளைக்கு

ஆவரேஜா, அம்பது கால் வந்திருக்கு... போயிருக்கு... நானும் மனசத் தளர விடாம, ஒரு சப் இன்ஸ்பெக்டரப் போட்டு எல்லா நம்பருக்கும் கால் பண்ணச் சொன்னேன். நைனட்டி பர்சன்ட் பிஸினஸ் கால்ஸ்தான். ஒண்ணு ரெண்டு நம்பர்ங்க பப்ளிக் பூத்.. சில நம்பர் இப்ப இல்லவே இல்ல... வேணும்னா நேர்ல போய் விசாரிக்கலாம். அவரு சௌத் இன்டியாவுல போவாத சிட்டியே கிடையாது. எங்கன்னு போய் விசாரிக்கிறது? அதுவும் ஒரு தற்கொலை கேஸ்க்காக...''

''அஃப்கோர்ஸ்... அப்புறம் வேற ஏதாச்சும் தகவல்கள் கிடைச்சுதா?''

''சொல்லிக்கிற மாதிரி பெருசா ஒண்ணுமில்ல. நீங்க விசாரிச்சு பாருங்க. என்ட்ட ஏதும் ஹெல்ப் கேட்டாலும் செய்றேன்.''

''கட்டாயமா சார்... இப்பவே கேட்டுடுறேன்... அந்த கால் லிஸ்ட்டு மட்டும் எனக்கு கொஞ்சம் தேவைப்படுது...''

''தாராளமா வாங்கிக்குங்க... ஏதாச்சும் கண்டுபிடிச்சீங்கன்னா, வந்து சொல்லுங்க.''

''நிச்சயமா...'' என்ற நந்தாவும், யாத்ராவும் கால் லிஸ்ட்டை வாங்கிக்கொண்டு வெளியே வந்தனர்.

லிஸ்ட்டைப் பார்த்த நந்தா அசந்து போனான். அது கிட்டத்தட்ட 100 பக்கங்கள் இருந்தது.

''என்ன நந்தா... இவ்ளவு பேருக்கும் போன் பண்ணி விசாரிக்கணுமா?'' என்றாள் யாத்ரா

''வேற வழி? விசாரிச்சுதான் பாக்கணும்...''

''சப் இன்ஸ்பெக்டர் ஏதோ பண்ணினதா சொன்னாரே...''

''இருக்கற வேலைல, அவங்க எந்த அளவுக்கு பண்ணியிருப்பாங்கன்னு நிச்சயமா சொல்ல முடியாது. எதுக்கும் நம்பளும் ஒரு தடவ பண்ணிப் பாப்போம். நீ என்ன பண்ற... ஆபிஸ் போயி இந்த நம்பர எல்லாம் அடிச்சு பேசிட்டிருப்பியாம்... நான் பொடி நடையாப் போய், நம்ப ஸ்வேதாவ காலேஜ்லப் போய் பாத்து, கொஞ்சம் கேள்வியெல்லாம் கேட்டுட்டு வந்துடுறேன்.''

''ஏன்... நான் வந்தா என்ன?''

''நீ எதுக்கு யாத்ரா வீணா இந்த வெயில்ல அலஞ்சுகிட்டு... எப்படியும் நான் அந்தப் பொண்ணுக்கு கையப் பிடிச்சு ஆறுதல் சொல்லவேண்டியிருக்கும். அழுதா, தோள்ல சாச்சு ஆறுதல் சொல்ல வேண்டியிருக்கும்...''

''ரொம்ப ரொம்ப அழுதா, பெட்ல படுக்கப் போட்டு ஆறுதல் சொல்லவேண்டியிருக்கும்...''

''என்ன யாத்ரா... கொஞ்சம் பொம்பள மாதிரி பேசேன்...''

''அதனாலத்தான் பேசறேன்...''

''பத்தியா... இப்பவே கோபம் வருது... அதுக்குதான் வேணாங் குறேன்.''

''உனக்கு அசிங்கமா இல்லையா நந்தா? ஒருத்திய லவ் பண்ணிகிட்டே, மத்தவங்கள எப்படி உன்னால சைட் அடிக்க முடியது?''

''யாத்ரா... யாரோ சொல்லியிருக்காங்க. ஒரு ஆணால, ஒரே சமயத்துல அஞ்சு பொண்ணுங்கள, 100 பர்சன்ட் முழுமையா லவ் பண்ணமுடியுமாம்... இப்பதான் நாலு ஆயிருக்கு. அதான் ஸ்வேதாவையும் கரெக்ட் பண்ணிட்டா, அஞ்சாயிருமேன்னு பாத்தேன்.''

''மத்த மூணு பேரு யாருடா?''

''தமன்னா, ஸ்ரேயா, அனுஷ்கா... ஆனா இன்னும் இந்த விஷயம் அவங்களுக்கு தெரியாது.''

''நீ திருந்தவே மாட்டடா... வா...'' என்று அவன் தலையில் குத்தினாள்.

5

அந்த பெண்கள் கல்லூரியில் நுழைந்த நந்தா அசந்து போனான். பெண்கள். பெண்கள். திரும்பிய இடமெல்லாம் பெண்கள். அனைவரது முகத்திலும், பேச்சிலும் உற்சாகம் கொப்பளித்துக்கொண்டிருந்தது. வாட்ச்மேனை பொறாமையுடன் பார்த்தபடி காரை நிறுத்தினான் நந்தா.

''எல்லாத்துக்கும் ஒரு கொடுப்பினை வேணும் யாத்ரா. பேசாம நான் உங்கிட்ட ரிஸிக்னேஷன் லெட்டர் கொடுத்து விட்டுடுட்டு, இந்த வாட்ச்மேன் அசிஸ்டென்டா இங்கயே செட்டிலாயிடுறேனே...'' என்ற நந்தா வாட்ச்மேனிடம், ஸ்வேதாவைப் பார்க்கவேண்டும் என்று தகவல் சொல்லிவிட்டான்.

சிறிது நேரத்திலேயே வந்த ஸ்வேதாவின் முகத்தில் இப்போது சற்று தெளிவு இருந்தது. இவர்களை புன்னகையுடன் வரவேற்றாள். கேன்டீனுக்கு அழைத்துச் சென்றாள். அங்கும் தேவதைகள்.

''ஒரு விஷயம்... இந்த காலேஜ் மேனேஜ்மென்ட்ல நீங்க சொன்னா கேப்பாங்களா?''

''என்ன... ஏதாச்சும் அட்மிஷன்?''

''அதெல்லாம் ஒண்ணுமில்ல... இங்க ஏதாச்சும் எனக்கு சின்னதா வேல வாங்கித் தரமுடியுமா? வாட்ச்மேனு... பியூனு... இல்ல ஸ்வீப்பர்... இல்ல... இந்த மாதிரி கேன்டீன்ல ஒரு சர்வர் வேல

வாங்கித் தந்தா கூட போதும். அப்படியே சொச்ச காலத்த நிம்மதியா ஓட்டிட்டு போய் சேந்துடுவேன்'' என்றதற்கு ஸ்வேதா சிரித்தாள்.

நந்தா மேலும் உற்சாகமாகி, ''அது எப்படிங்க... மெட்ராஸ்ல இருக்குற எல்லா அழகான பொண்ணுங்களும், இந்த காலேஜ்லதான் படிக்கிறாங்களா?''

''என்ன யாத்ரா? இதெல்லாம் கண்டிக்கமாட்டீங்களா?''

''அய்யோ... இது சும்மா பேச்சுப் பொறுக்கி. காரியத்துல வேஸ்ட்டு. நேத்து ராத்திரி மழைல தொப்பலா நனைஞ்சு போய் நானும், இவனும் மட்டும் இவன் ரூம்ல இருந்தோம். ஒரு மணி நேரம் இருந்தேன். டீ போட்டு தர்றான். தும்மினா, ஜலதோசமான்னு விக்ஸ எடுத்து நீட்றான். ஆப்கானிஸ்தான், நார்த் கொரியா பிரச்னன்னு பேசிட்டிருந்துட்டு, பத்திரமா கொண்டு வந்து ஹாஸ்டல்ல விட்டுட்டான்...'' என்று யாத்ரா கூறியதற்கு, ஸ்வேதா சத்தமாக சிரித்தாள்.

''அது வந்துங்க... நான் இந்த இருபது வயசுக்கு மேற்பட்ட பொண்ணுங்ககிட்ட எதுவுமே வச்சுக்குறதுல்ல...''

''அடடா... சரி... நாம இப்ப வந்த விஷயத்த பாப்போமா?'' என்றாள் யாத்ரா.

''போலீஸ் ஸ்டேசன்ல விசாரிச்சீங்களா?'' என்ற ஸ்வேதாவின் முகம் இப்போது சீரியஸானது.

''ம்... விசாரிச்சேன். நோ யூஸ். அவங்களும் ஒண்ணும் கண்டுபிடிக்கலயாம். இத விட பெரிய கேஸெல்லாம் அவங்க டீல் பண்ணவேண்டியிருக்கும். ஆனாலும் போனதுக்கு, உங்கண்ணனுக்கு வந்த போன் கால்ஸ் லிஸ்ட் கிடைச்சுது. அதக் கொஞ்சம் நோண்டலாம்னு இருக்கோம். அப்புறம் நான் இப்ப கேக்கப்போற கேள்விங்களுக்கு எனக்கு உண்மையான பதில் வேணும்.''

''நிச்சயமா...''

''முதல்ல நீங்க எதையும் எங்கிட்ட மறைக்கலியே... உங்க குடும்பத்துல நடந்த ஏதாவது விஷயம்...''

''ஒண்ணையும் மறைக்கல...''

''வெரிகுட்... அப்புறம் அன்னைக்கே பொம்பள சகவாசம்ல்லாம் ஒண்ணுமில்லன்னுட்டீங்க. அப்புறம் போதை மருந்து பழக்கம்... அந்த மாதிரி ஏதாச்சும்?''

''சேச்சே... அதெல்லாம் ஒண்ணும் கிடையாது.''

''தினம் ஆபிஸ் விட்டு நேரா வீட்டுக்கு வந்துடுவாரா? இல்ல வேற எங்கயாச்சும் போய்ட்டு லேட்டா வருவாரா?''

''எங்கயும் போகமாட்டான். அவன் ஆபீஸ்லயிருந்தே லேட்டாதான் கிளம்புவான். ஆபீஸ் விட்டு நேரா வீட்டுக்கு வந்துடுவான்.''

''லீவு நாள்ல...''

''சன்டே ஃபுல்லா வீட்டுலதான் இருப்பான். ஈவ்னிங் மட்டும் ஃப்ரண்ட்ஸ பாக்கப் போவான்.''

''வீட்டுக்கு வந்த பிறகு, உங்களுக்கு தெரியாம பால்கனி, மொட்டை மாடின்னு போய் தனியா மொபைல் போன்ல பேசுவாரா?''

''ம்ஹ்ம்... அந்த மாதிரி எனக்குத் தெரிஞ்சு பேசினதே இல்ல...''

''அன்னக்கி காலைல ஏதாச்சும் வித்தியாசமா தெரிஞ்சுதா?''

''ஒண்ணுமில்ல... எப்போதும் போல நார்மலாத்தான் இருந்தான்.''

''ஓகே... உங்க அண்ணன் க்ளோஸ் ஃப்ரண்டுன்னா...''

''ரொம்ப க்ளோஸ்ன்னா... ரகுதான். ரெண்டு பேரும் ஒரே ஆபீஸ்தான் வேலப் பாக்குறாங்க.''

''ஓகே... அவரு மொபைல் நம்பர் தாங்க. நான் போய் பாக்குறேன். அப்புறம்... உங்கண்ணன் ஆபீஸ்ல, ஏன் அருண் சீக்கிரம் வீட்டுக்கு வந்தார்ன்னு விசாரிச்சீங்களா?''

''ம்... கேட்டேன்... திடீர்னு ஆபிஸ்லயிருந்து, ஒன் அவர்ல வந்துடுறன்னு சொல்லிட்டுப் போனானாம்... ஆனா போகவே இல்ல... வீட்டுக்கு வந்து...'' என்ற ஸ்வேதாவின் குரல் தளுதளுத்தது.

''ஓகே... ஓகே... அதெல்லாம் நானே ஆஃபீஸ்ல விசாரிச்சுக்குறேன்.'' என்ற நந்தா ஜூஸை கொண்டு வந்து வைத்த பையனிடம, ''உனக்கு எவ்ளோப்பா சம்பளம்?'' என்றான்.

''ரெண்டாயிரம் ரூபா சார்...''

சுற்றிலும் அமர்ந்திருந்த பெண்களைப் பார்த்தபடி, ''ம்.... கரும்பு தின்றதுக்கு கூலி. நானா இருந்தன்னா, கேன்டீன் ஓனருக்கு மாசம் பத்தாயிரம் கொடுத்து இந்த வேலைல சேருவேன்.'' என்றான்.

''என்ன ஸார்?'' என்றான் அவன் ஒன்றும் புரியாமல்.

''ஒண்ணுமில்லப்பா. நீ போ...'' என்ற யாத்ரா, நந்தாவின் காலில் தனது செருப்பு காலால் ஓங்கி மிதிக்க ''ஆ...'' வென்று கத்தினான் நந்தா.

6

அருணுடைய அலுவலகத்தின் விஸிட்டர் அறையில் நந்தாவும், யாத்ராவும் உட்கார்ந்திருந்தனர். சுவரில் அந்த மருந்து கம்பெனியின் தயாரிப்பு குறித்த விவரங்கள் அடங்கிய போஸ்டர்கள்... விளம்பரங்கள்... ஒரு ஸ்டெதாஸ்கோப் மாடல் பொம்மை. சில வினாடிகளில் உள்ளே

நுழைந்தவன், நந்தாவிடம் கையை நீட்டி குலுக்கியபடி, ''ஐயம் ரகு....'' என்று அறிமுகப்படுத்திக்கொண்டான்.

''நான்...''

''சார்... உங்களுக்கு அறிமுகமே தேவையில்ல. உங்க ப்ரோக்ராம ரெகுலரா பார்ப்பேன்.''

''இது யாத்ரா...''

''ஹலோ....''

''அப்புறம்... ஸ்வேதா போன் பண்ணியிருந்தாங்களா?''

''ம்... சொன்னாங்க. ஏதாச்சும் தெரிஞ்சுதா சார்?''

''நத்திங்... இப்பதான் ஆரம்பிச்சிருக்கோம்.''

''நான் எந்த விதத்துல சார் உங்களுக்கு உதவணும்?''

''நான் கேக்குற கேள்விங்களுக்கு, உண்மையான பதில் சொன்னா போதும். உங்களத் தவிர அருணுக்கு க்ளோஸ் ஃப்ரண்டு வேற யாரும் இருக்காங்களா?''

''ம்ஹ்ம்... நான்தான் ரொம்ப க்ளோஸ். வேற யார்கிட்டயும் அவ்ளவா வச்சுக்கமாட்டான்.''

''ஸ்வேதாகிட்ட கேட்டுட்டேன். இருந்தாலும், உங்கள்ட்ட கேக்கறன். ஸ்வேதாவுக்குத் தெரியாம கூட இருந்திருக்கலாம். அருண்... யாரையாச்சும் லவ் பண்ணாரா?''

''இல்ல சார்.''

''ஷ்யூராத் தெரியுமா?''

''100 பர்சன்ட். பொதுவா அவனுக்கு காதல்ல நம்பிக்கை கிடையாது. இந்த காலத்துல காதல்ங்கிறது, படுக்கைக்கு போறதுக்கான குறுக்கு வழின்னு சொல்வான். அதுவுமில்லாம பொம்பளங்ககிட்ட அதிகமா பழகவும் மாட்டான். ரொம்ப நல்லாயிருந்தா, கொஞ்சம் சைட் அடிப்பான். அதோட சரி.''

''யாத்ரா... நீ கொஞ்சம் ரிசப்ஷன்ல இரேன். சார்கிட்ட வேற சில கேள்விங்க எல்லாம் கேக்கவேண்டியிருக்கு. சாருக்கு எம்ப்ரேஸிங்கா இருக்கும்.''

''ஓகே...'' என்ற யாத்ரா வெளியே சென்றாள்.

''லவ் இல்லன்னாலும், பொண்ணுங்க கூட யாராச்சும் தொடர்பு...''

''ஒண்ணும் கிடையாது சார்...''

''ரகு... செத்துப் போனவன் பேரக் கெடுக்கவேண்டாம்னு மறைக்கவேண்டாம்.''

''சேச்சே... ஒண்ணும் கிடையாது சார்.''

''டூர் போறப்ப, அங்க ப்ராஸ்ட்டிட்யூட் பழக்கம் ஏதாச்சும்...''

''நிச்சயமா கிடையாது சார். நானும், அவனும் சேர்ந்து பல ஊருங்களுக்கு போயிருக்கோம். உண்மையச் சொல்லணும்னா, நான் கூட அப்பப்ப ப்ராஸ்கிட்ட போவேன். அந்த டைம்ல, இவன் வெளியப் போய் சினிமா பாத்துட்டு வருவான்.''

''அப்ப நிச்சயமா பொம்பள சகவாசம் கிடையாது?

''நிச்சயமா கிடையாது சார்.''

''ஓகே... அப்புறம் இங்க... மெட்ராஸ்ல ஏதாச்சும் இடத்துக்கு ரெகுலராப் போவாரா?''

''ம்.... சினிமா இன்ட்ரஸ்ட் கொஞ்சம் ஜாஸ்தி. நிறைய சினிமாப் போவான். அப்புறம்... எப்பயாச்சும் நாங்க ஒண்ணா பார்த்த சாரதி கோயில் போவோம். மாசத்துக்கு ஒரு தடவ ட்ரிங்ஸ் சாப்பிடுவோம்...''

''எங்க சாப்பிடுவீங்க?''

''பாருல.... எக்மோர்ல சந்திரா டவர்ஸ்ல சாப்பிடுவோம். இல்லன்னா லஸ் பிக்னிக் பிளாஸா.''

''அங்க யாராச்சும் அருணுக்கு பழக்கம்...''

''அதெல்லாம் ஒண்ணும் கிடையாது சார்.''

''ஓகே... அன்னக்கி ஆபீஸ்ல இருந்து திடீர்னு கிளம்பி போனாரே... எங்க போறன்னு உங்ககிட்ட ஏதும் சொன்னாரா?''

''ஒண்ணும் சொல்லல... திடீர்னு என்னை ரிசப்ஷன்லருந்து இன்டர்காம்ல கூப்பிட்டான். அர்ஜென்ட்டா கொஞ்சம் வெளில போறேன். ஒன் அவர்ல வந்துடுறேன். ஜிஎம் கூப்பிட்டா சொல்லுன்னு சொல்லிட்டு போன வச்சுட்டான்.''

''அப்ப அவர் குரல் எப்படி இருந்துச்சு?''

''ம்... கொஞ்சம் டென்ஷனாத்தான் இருந்துச்சு. ஆனா அப்புறம் ஆபீஸ்க்கு வரவேயில்ல.''

''எப்படி... திடீர்னு கிளம்பிப் போனாராம்?''

''ரிசப்ஷனிஸ்கிட்ட ஏதோ கேக்கறதுக்காக போயிருக்கான். அப்படியே அங்கருந்து திடீர்னு போயிருக்கான்.''

''ஓகே... ஃபர்தர் டீடெய்ல்ஸ நானே ரிஷப்சனிஸ்ட்கிட்ட கேட்டுக்குறேன்'' என்று தனது கார்டை அவனிடம் கொடுத்த நந்தா, ''வேற ஏதாச்சும் சொல்லணும்னு தோணிச்சுன்னா, தயக்கப்படாம போன்ல கூப்பிட்டு சொல்லுங்க.''

ஜி.ஆர். சுரேந்தர்நாத்

"ஷ்யூர் சார்..."

நந்தா ரிஷப்சனுக்கு வந்தபோது, யாத்ரா அங்கு பேப்பர் படித்தபடி அமர்ந்திருந்தாள்.

"எக்ஸ்க்யூஸ் மீ..." என்ற நந்தாவைப் பார்த்து முகம் மலர்ந்த ரிசப்ஷனிஸ்ட், "வாங்க சார்... ரகுவப் பாத்தாச்சா?" என்றாள்

"ம்..."

"சார்... இதுல ஒரு ஆட்டோகிராஃப் போட்டுத் தாங்க சார்... அவருகிட்ட காமிக்கணும்."

"அவரு?"

"என் ஹஸ்பென்ட்..."

"ஓகே... அன்னக்கி அருண், ரிசப்ஷன்ல இருந்துதானே திடீர்னு கிளம்பிப் போனாரு..."

"ஆமாம் சார்."

"எதுக்கு இங்க வந்தாரு?"

"ஒரு க்ளையன்ட் போன் நம்பர் விசாரிச்சு சொல்ல சொன்னாரு. நான் போன் பண்ணி கேட்டுட்டிருந்தேன். திடீர்னு நான் இப்ப வந்துடுறேன்னு சொல்லிட்டு போயிட்டாரு."

"அப்ப அவருக்கு போன் ஏதும் வந்துச்சா?"

"இல்ல சார். போலீஸ்ல கூட கேட்டாங்க."

"அப்ப நீங்க என்ன பண்ணிட்டிருந்தீங்க?"

"அவரு ஹைதராபாத்ல ஒரு க்ளையன்ட் நம்பர் கேட்டாரு. நான் எங்க ஹைதராபாத் ஆபீஸ்க்கு போன் பண்ணி கேட்டுட்டிருந்தேன்."

"அப்ப அவரு இங்க என்ன பண்ணிட்டிருந்தாரு?"

"இங்கதான் சும்மா நின்னுட்டிருந்தாரு."

"நல்லா யோசிச்சு சொல்லுங்க... இங்க நின்னுட்டிருந்தாரா? இல்ல வெளிய போய்ட்டு வந்தாரா?"

"இல்ல சார். இங்கயேதான் நின்னுகிட்டிருந்தாரு."

"வெளிய சும்மா, சும்மா பாத்துட்டிருந்தாரா?"

"இல்ல சார். அதெல்லாம் இல்ல. சாதாரணமாத்தான் நின்னுட்டிருந்தாரு."

"நின்னுட்டிருந்தாரா? இல்ல மொபைல்ல ஏதும் கால் ட்ரை பண்ணிட்டிருந்தாரா? இல்ல பேப்பர் கீப்பா படிச்சுகிட்டு..."

சட்டென்று ஆர்வமான ரிசப்சனிஸ்ட், ''ஆமாம் சார்... நான் போன் பண்ணப்ப, அவரு தினகரன் பேப்பர எடுத்து படிச்சிட்டிருந்தாரு...''

''நிச்சயமாத் தெரியுமா? தினகரன்தானா?''

''நல்லாத் தெரியும் சார். தினகரன்தான்.''

''ஓகே.... பேப்பர் படிச்சிகிட்டேயிருந்தவரு, அப்படியே கிளம்பி போயிட்டாரா?''

''ஆமாம் சார்.''

''அப்ப அவரு முகம் எப்படி இருந்துச்சு?''

''ம்... சாதாரணமாவே அவர் முகத்துல பெரிய எக்ஸ்ப்ரஷன் எதுவும் இருக்காது. அதனால எனக்கு எதுவும் முகத்துல வித்தியாசமாத் தெரியல...''

''என்ன சொல்லிட்டுப் போனாரு?''

''அர்ஜென்டா கொஞ்சம் வெளிய போகவேண்டியிருக்கு. யாரும் கேட்டா சொல்லிடுன்னு சொல்லிட்டு, ரகுட்டயும் இன்டர்காம்ல சொல்லிட்டு போயிட்டாரு.''

''அவரு எங்க போயிருப்பார்னு உங்களுக்கு ஏதாச்சும் ஐடியா?''

''நோ ஐடியா சார்.''

''அப்ப எத்தன மணி இருக்கும்?''

''ம்... அரௌண்ட் பதினொன்றை... இல்ல... பனிரெண்டு மணி இருக்கும். எக்ஸாக்ட்டாத் தெரியல.''

''அவ்ரோட பைக்லதான போனாரு? நீங்க பாத்தீங்களா?''

''இங்க... வாசல்லயேதான் பார்க்கிங். நான் பாத்தேன். அவரு பைக்க எடுத்துகிட்டுதான் போனாரு.''

''அன்னக்கி தினகரன் பேப்பர் கிடைக்குமா? பத்தாம் தேதி...''

''இருக்கு சார்...'' என்று கீழேயிருந்த அலமாரியைத் துழாவிய ரிசப்ஷனிஸ்ட் அந்த தினகரனை எடுத்து நீட்டினாள்.

''ஓகே... தாங்க் யூ...'' என்ற நந்தா, ''யாத்ரா... கம்... குயிக்...'' என்று யாத்ராவின் கையைப் பிடித்து அழைத்துக்கொண்டு வேகமாக நடந்தான்.

'ஏய்... என்ன அவசரம்?''

''சொல்றன் வா... இப்ப நம்ப நேரா ஸ்வேதா வீட்டுக்கு போறோம்.'' என்றபடி காரில் ஏறி அமர்ந்தான். ஸ்வேதாவை மொபைலில் கூப்பிட்டு, உடனடியாக அவளை வீட்டுக்கு வரச்சொன்னான்.

''ஸ்வேதா வீட்டுக்கு போறதுக்குள்ள, நீ இந்த தினகரன்ல ஒரு நியூஸ் கூட விடாம தரோவா படி. எந்த நியூஸைப் பாத்துட்டு, ஒரு மனுஷன் திடீர்னு வெளிய கிளம்பி போக சான்ஸ் இருக்குன்னு பாரு. அந்த மாதிரி நியூஸ மட்டும் என்ட்ட சொல்லு...'' என்ற நந்தா சாலையில் கவனத்தை செலுத்தினான்.

யாத்ரா தீவிரமாக படித்துக்கொண்டே வந்தாள். ஸ்வேதா வீட்டை நெருங்குவதற்கு முன் யாத்ரா கூறினாள்.

''மூணு நியூஸ் நீ சொன்ன கேட்டகிரில வரும். முதல்ல பட்டாபிராம்ல ஒரு மேரேஜ் நின்னுபோயிடுச்சு. வரதட்சணை தரலன்னு மாப்ள கல்யாணத்த நிறுத்தப் பாத்துருக்கான். பொண்ணு தில்லா ஸ்டேசன்ல போய் கம்ப்ளைன்ட் கொடுத்துட்டா. மாப்ளய அரெஸ்ட் பண்ணிட்டாங்க. அந்த மாப்பிளை, பொண்ணு போட்டால்லாம் கூட போட்டுருக்காங்க...''

''ஓகே... தென்...''

''ரெட்ஹில்ஸ் பக்கத்துல ஏதோ ஆக்ஸிடென்ட்ல 3 பேர் செத்துருக்காங்க. அவங்க போட்டோ கூட போட்டிருக்காங்க. அப்புறம் ஜிஹெச்ல ஒரு பாடி இருக்குது. எலக்ட்ரிக் ட்ரெய்ன் மோதி ஒருத்தன் செத்துப்போயிருக்கான். அவன் போட்டோவப் போட்டு, தெரிஞ்சவங்க யாராச்சும் இருந்தா போலீஸ கான்டாக்ட் பண்ணச் சொல்லியிருக்கு.''

''ஸோ... இந்த மூணு இன்ஸிடென்ட்ல சம்பந்தப்பட்ட யாராச்சும் ஒருத்தர அருணுக்கு தெரிஞ்சிருக்கலாம். டக்குன்னு பாக்க கிளம்பியிருக்கலாம் இல்லையா?'' என்று ஸ்வேதாவின் அபார்ட்மென்ட்ஸ்க்கு முன்பு காரை நிறுத்திய நந்தா, பேப்பரை வாங்கி ஒருமுறை புரட்டிப் பார்த்தான்.

''ஆமாம். ஆனா மூணு இடம் இருக்கே... அப்புறம் வேற சில நியுஸூம் கொஞ்சம் ரிலேட்டடா இருக்கு. எங்கன்னு கண்டு பிடிக்குறது?'' என்றாள் யாத்ரா.

''கண்டு பிடிக்குறேன் வா...'' என்று காரிலிருந்து இறங்கினான்.

தன் அப்பார்ட்மென்ட் கதவைத் திறந்த ஸ்வேதாவிடம் நந்தா, ''உங்க அண்ணன் பைக் எங்கயிருக்கு?'' என்றான்.

''கீழ பார்க்கிங்ல இருக்கு.''

'வந்து காமிக்க முடியுமா?''

''வர்றேன். என்ன விஷயம்?''

''சொல்றேன். அன்னக்கி காலைல வண்டி 1 லட்சம் கிலோமீட்டர் ஓடியிருக்கிறதா உங்கண்ணன் சொன்னாருல்ல?''

''சொன்னாரா? கூப்டுகிட்டு போயே காமிச்சாரு...'' என்றபடி படிகளில் இறங்கினாள் ஸ்வேதா.

''அப்ப மீட்டர் எப்படி காமிச்சுது?''

''எக்ஸாக்ட்டா ஒரு லட்சம் கிலோமீட்டர் காமிச்சுச்சுது. ஒண்ணு போட்டு பக்கத்துல அஞ்சு சைபர் போட்ருந்துச்சு. ஒரு கிலோமீட்டர் கூட, குறைய இல்ல.''

''அருண் இறந்த பிறகு வண்டிய யாரும் எடுக்கலயே?''

''இல்ல நந்தா. யாரும் எடுக்கல...'' என்றபடி வண்டியை மூடியிருந்த கவரைத் திறந்தாள். நந்தா வேகமாக கிலோமீட்டரைக் கவனித்தான். 100017 கி.மீ என்று இருந்தது.

''யாத்ரா... நான் ஒரு அஸம்ப்ஷன் சொல்றன் கேளு. காலைல அருண் ஆபீஸ்க்கு கிளம்பியிருப்பாரு. இங்கயிருந்து அருணோட ஆபிசு... ஒரு ஆறு கிலோமீட்டர் இருக்கும். 10006. அதுக்குப் பிறகு 11 கி.மீ ஓடியிருக்கு. பட்டாபிராமும், ரெட்ஹில்சும் போறதுக்கு சான்ஸே இல்ல. ரெண்டும், ஆபிஸ்லயிருந்து ரொம்ப தூரம். ஆனா ஜிஹெச்சு, அருண் ஆபீஸ்லயிருந்து ஒரு நாலு கிலோமீட்டர்தான் இருக்கும். அங்கயிருந்து இங்க வீடு.... ம்....'' என்று யோசித்த நந்தா, ''ம்... ஆறு இல்ல ஏழு கிலோமீட்டர்தான் இருக்கும். ஸோ... கரெக்டா 10017 கி.மீ ஆவுது. அதனால மோஸ்ட் ப்ராபப்ளி ஜிஹெச்சுக்குதான் போயிருக்கணும்...''

''ஒரு வேள வேற எங்கயாச்சும் நடுவுல போய்ட்டு போயிருந்தாருன்னா?''

''இங்க பாரு யாத்ரா... க்ரைம்ல எப்போதும், எதுவும், கைல உரிச்ச வாழப்பழம் மாதிரி கிடைக்காது. ஒரு யூகத்துலதான் போவணும். அது க்ளிக்காவுதான்னு பாக்கணும். இல்லன்னா அடுத்ததுக்கு போகணும். இந்த கேஸ பொறுத்தவரைக்கும், வேற எங்கயும் போகலன்னு வச்சுகிட்டு பாத்தா, இந்த பாடிய பாக்கதான் ஜிஹெச்சுக்கு போயிருக்கணும்'' என்ற நந்தா அந்த பேப்பரிலிருந்த அந்த ஃபோட்டோவைக் கவனித்தான்.

அவனுக்கு ஏறத்தாழ 25 வயதுதான் இருக்கும். முகம் தெளிவாக இல்லை. யோசனையுடன் அந்த முகத்தை உற்றுப் பார்த்த நந்தா, ''இவனத் தெரியுமா ஸ்வேதா?'' என்றான்.

''ம்... தெரியலயே... முகமே க்ளியரா இல்ல.''

''ஓகே.... இப்ப நாம ஜிஹெச் கிளம்பறோம். உங்கண்ணன் ஃபோட்டோ ஏதாச்சும் இருந்தா எடுத்துக்குங்க'' என்றான் நந்தா.

7

அந்த மார்ச்சுவரி அறையிலிருந்து வெளியே வந்த ஸ்வேதாவும், யாத்ராவும் வேகமாக ஒதுங்கி, வாந்தி எடுக்க ஆரம்பித்தனர். மார்ச்சுவரி ஆளும், கான்ஸ்டபிளும் சிரித்தபடி வேடிக்கைப் பார்த்தனர்.

''இதுக்குதான் சார், லேடீஸ்ல்லாம் வேணாம்னேன்...'' என்றான் மார்ச்சுவரி ஆள்.

நந்தா அருகிலிருந்த கடையில் அவசரமாக வாட்டர் பாட்டில் வாங்கி, இருவரிடமும் கொடுத்தான்.

கான்ஸ்டபிள், ''என்னா சார்... ஆளு அடையாளம் தெரிஞ்சுதா?'' என்றார்.

''குழப்பமா இருக்குங்கறாங்க'' என்றான் நந்தா.

அருகில் வந்த ஸ்வேதா, ''ஹாரிபிள்...'' என்றாள்.

''ட்ரெயின்ல பீஸ், பீஸான பாடி எப்படி இருக்கும்ங்கிறீங்க?'' என்றார் கான்ஸ்டபிள்.

''சார்... இது ஆக்ஸிடென்ட்டா? இல்ல கொலை... தற்கொலை... அந்த மாதிரி ஏதாச்சும்...'' என்றான் நந்தா.

''முதல்ல ஆக்ஸிடென்ட்டுன்னுதான் நியூஸ் கொடுத்தோம். அப்புறம் சரியா விசாரிச்சப்பதான் தற்கொலைன்னு சொன்னாங்க. பாத்தவங்க எல்லாம் அவன் ட்ரெய்ன் வர்றத பாத்துட்டு, வேணும்னு போய் குதிச்சதா சொல்றாங்க. ஆளு யாரு, என்னன்னு தெரிஞ்சாதான் எதாச்சும் பண்ணலாம். நாங்களும் எல்லா பேப்பர்லயும் நியூஸ் போட்டுட்டோம். ஒரு தகவலும் தெரியல...''

''என்ன ஸ்வேதா... தெரிஞ்ச முகம் மாதிரி தெரியுதா?''

''சரியா சொல்லமுடியல... ஒரு செகன்ட் பாத்தவுடனே, எங்கயோ பாத்த முகம் மாதிரி தெரிஞ்சுது. ஏதோ ஃபோட்டால பாத்த மாதிரி ஒரு ஞாபகம். அப்புறம் யோசிச்சு பாத்தா பாக்காத மாதிரியும் தோணுது.''

''சரி. நல்லா யோசிச்சு, ஆளு தெரிஞ்சுதுன்னா உடனே போன் பண்ணுங்க.'' என்ற கான்ஸ்டபிள் விலகிச் செல்ல, நந்தா மார்ச்சுவரி ஆளை நெருங்கினான்.

''உங்க பேரு என்ன?''

''கந்தசாமிங்க...''

''வாங்க டீ சாப்டுட்டு வரலாம்.'' என்ற நந்தா கந்தசாமியை அழைத்துக்கொண்டு, அந்த வளாகத்தை விட்டு வெளியே வந்தான்.

டீக்கடையில் சிகரெட்டைப் பற்றவைத்துக்கொண்டு, அவனிடம் ஒரு சிகரெட்டை நீட்டினான்.

''கிங்ஸா சார்? நம்ம என்னக்கும் சார்மினார்தான் சார். இந்த மாதிரி ஓசில கிடைச்சாதான் கிங்ஸெல்லாம்...'' என்றபடி சிகரெட்டை வாங்கிக்கொண்டான்.

''அப்புறம் கந்தசாமி... நீ இப்ப கொஞ்சம் உண்மைகளப் பேச ணும். சும்மா வேண்டாம்...'' என்ற நந்தா பாக்கெட்டிலிருந்து இருநூறு ரூபாயை எடுத்து நீட்டினான்.

கந்தசாமி எந்தவித தயக்கமுமின்றி வாங்கி பாக்கெட்டில் போட்டுக்கொண்டு, ''இன்னா மேட்டரு?'' என்றான்.

பையில் வைத்திருந்த அருணின் போட்டோவை எடுத்து நீட்டியபடி, ''போன வாரம் செவ்வாய்கிழமை பத்தாம் தேதி, இவரு வந்து இந்த பாடிய பாத்துட்டுப் போனாரா?'' என்றான்.

கந்தசாமி துளியும் யோசிக்காமல், ''ம் வந்தான். ஆளு இன்னா டென்ஷன்ல இருந்தாங்குற... போலீசு பர்மிஷன் இல்லாம காட்டகீகூடாதுன்னேன்... அதுக்குல்லாம் நேரமில்லன்னு ஐநூறு ரூபாய் நோட்ட எடுத்து நீட்டினான். ஆடிப் பூட்டேன்... அப்புறம் யோசிச்சேன். நம்ப இன்னாத்துக்கு இருக்கோம். ஜனத்துக்கு சே வை பண்றதுக்குதானே நம்ப இருக்கோம்னு பாடிய காமிச்சேன். ஆளு தெரியுதான்னு கேட்டேன். தெரியலன்னுதான் சொன்னான். ஆனா மூஞ்சப் பாத்தா, தெரிஞ்ச மாதிரிதான் தெரிஞ்சது. எப்படி செத்தாருன்னு கேட்டான். தற்கொலைன்னு சொல்லிக்கிறாங்கன்னன். அப்புறம் போயிட்டான்.''

நந்தா யோசனையில் இருந்தான். கந்தசாமி, ''சார்... அப்பால இந்த மேட்டர போலீசான்ட சொல்லக்கூடாது, டீனான்ட கம்ப்ளைன்ட் பண்ணாங்கன்னா பேஜாராப் பூடும்...'' என்றான்.

''சேச்சே... அப்புறம் கந்தசாமி... அவர் வந்தப்ப எத்தனை மணியிருக்கும்?''

''ம்... கிட்டத்தட்ட இந்நேரம் இருக்கும் சார்...''

நந்தா வாட்சில் மணியைப் பார்த்தான். பனிரெண்டே கால். வீட்டுக்குப் போய் உடனே தற்கொலை செய்துகொண்டிருக்கிறான். இன்ஸ்பெக்டர் பனிரெண்டு மணியிலிருந்து, ரெண்டு மணிக்குள் அருண் இறந்திருக்கலாம் என்று கூறினார்.

''ஓகே... போலாமா?'' என்று எழுந்தான் நந்தா.

8

ஸ்வேதாவின் இல்லம். நந்தா, யாத்ரா, ஸ்வேதா ஆகிய மூவரும் அருணின் புகைப்பட ஆல்பங்களுடன் அமர்ந்திருந்தனர்.

''சமீபத்துல எடுத்தது அதிகம் கிடையாது. எல்லாம் காலேஜ் டேஸ்... எதாச்சும் ரிலேட்டிவ் ஃபங்ஷன்ல எடுத்ததுதான்...'' என்றாள் ஸ்வேதா.

''பரவால்ல பாத்துடலாம். யார் முகத்துலயாச்சும், லேசா ஜாடை தெரிஞ்சா கூட சொல்லுங்க...'' என்ற நந்தா ஆல்பத்தை பார்த்தபடியே, அருகிலிருந்த யாத்ராவின் தோளில் லேசாக உரசிக்கொண்டான்.

''என்ன?'' என்றாள் யாத்ரா கோபத்துடன் மெதுவாக.

''ஏன் யாத்ரா... லேசா உரசினதுக்கு, இப்படி சிடுசிடுங்குற...''

''அறிவில்ல... ஆளு இருக்குல்ல...''

''அதானா விஷயம்.... ஸ்வேதா... இஃப் யூ டோன்ட் மைண்ட்... காபித் தண்ணி ஏதாச்சும் கிடைக்குமா? ரொம்ப டயர்டா இருக்கு...''

''ஸாரி... உங்கள கேக்கவே இல்ல...'' என்று உள்ளே சென்றாள்.

''இப்ப ஓகேயா?'' என்ற நந்தா, யாத்ராவின் தோளில் நன்கு அழுத்தமாக உரசினான்.

''த்தூ... நீல்லாம் ஒரு மனுசன்னு உனக்கு ஒரு காதல், லவ்வர்...''

''ஏன் யாத்ரா? அதான் ஸ்வேதா போயிட்டாள்ல...''

''அதான் போயிட்டாள்ல... அப்புறம் என்ன உரசல்? நல்லா கட்டிப்புடிச்சு, ஒரு லிப் டு லிப் ஸ்ட்ராங்கா கொடுக்கறத விட்டுட்டு, எருமைமாடு தந்திகம்பத்துல உரசுற மாதிரி உரசிகிட்டு...''

''யாத்ரா... நீ பயங்கரமா அட்வான்ஸாயிட்ட....''

''அய்யோ... மறுபடியும் பேசி டைம் வேஸ்ட் பண்ணாதடா...'' என்ற யாத்ரா சட்டென்று நந்தாவின் முகத்தை இழுத்து, படக்கென்று அவன் உதட்டில், நறுக்கென்று கடித்துவிட்டு, ஆல்பத்தை திருப்ப ஆரம்பித்தாள்.

''ஆத்தாடி...'' என்று உதட்டைப் பிடித்தபடி நந்தா கத்த, ஸ்வேதா ஓடிவந்தாள்.

''என்னாச்சு நந்தா?'' என்றாள்.

''ம்... நாக்கை கடிச்சுட்டேன்'' என்று கூற ஸ்வேதா இவர்களை சந்தேகத்துடன் பார்த்தபடி உள்ளேச் சென்றாள்.

''பொண்ணாடி நீ... பிசாசு...''

''எஸ்... எஸ்... ஆனா அழகான காதல் பிசாசு...'' என்று சிரித்தாள் யாத்ரா.

மூவரும் அனைத்து ஆல்பங்களையும் பார்த்து முடித்தனர். எந்த ஆல்பத்திலும் அவன் இல்லை.

''வேஸ்ட்... எல்லாம் பழைய ஆல்பம். ரீசன்ட்டா எடுத்தது எதுவுமே இல்ல...'' என்றான் நந்தா.

''இப்ப டிஜிட்டல் கேமிரா, மொபைல் கேமிரால்லாம் வந்த பிறகு, ப்ரிண்ட் போட்டு வச்சுக்குற பழக்கமே ரொம்ப கொறஞ்சு போயிடுச்சு நந்தா. எல்லாரும் போட்டோ எடுக்கறதோட சரி. பிரிண்ட் போடறதே இல்ல. நம்பளே எத்தன போட்டோ எடுத்திருக்கோம். பிரிண்ட் போடறோமோ என்ன?'' என்றாள் யாத்ரா.

சட்டென்று முகம் பளிச்சிட நந்தா, ''பாயின்ட்... உங்கண்ணன் கேமிரா போன்தானே வச்சிருக்காரு?''

''ஆமாம்...''

''வாங்கி எவ்வளவு நாளாவுது?''

''ம்... ஒரு ரெண்டு வருஷம் இருக்கும்.''

''டிஜிட்டல் கேமிரா ஏதும் வச்சிருக்காரா?''

''இல்ல...''

''உங்கண்ணன் மொபைல எடுத்துட்டு வாங்க...''

மொபைல் வந்தது. சார்ஜ் இல்லை. சார்ஜரில் போட்டுவிட்டு, நந்தா இமேஜஸில் பார்த்தான். ''ஒண்ணும் இல்லியே...'' என்றான் நந்தா.

''இதுல ரீசன்ட்டா எடுத்ததுதான் இருக்கும். மெமரிஃபுல்லாயிடுச்சுன்னா, தேவையில்லாத பழசெல்லாம் டெலிட் பண்ணிடுவாங்கள்ல...'' என்றாள் ஸ்வேதா.

''ஆனா டெலிட் பண்ணத கூட, டேட்டா ரெக்கவரிசாஃப்ட்வேர யூஸ் பண்ணிப் பாத்துடலாம். உங்க வீட்டுல சிஸ்டம் இருக்குல்ல?''

''ம்... இருக்கு. இன்டர்நெட் கனெக்ஷன் கூட இருக்கு.''

''வெரிகுட். யாத்ரா... நீ நம்ப ஆபிஸ் பரணிக்கு போன் பண்ணி, மெயில்ல ரெக்கவரிசாஃப்ட் வேர அனுப்பச் சொல்லு.''

நந்தாவின் நீண்ட நேர உழைப்பிற்கு பிறகு, அருணின் மொபைலில் இருந்த டெலிட் செய்யப்பட்ட புகைப்படங்கள் அனைத்தும் கணினித் திரையில் விரிந்தன.

''சபாஷ்டா...'' என்று தனது தோளில் தானே தட்டி பாராட்டுத் தெரிவித்துக்கொண்டான் நந்தா.

''அத நாங்க சொல்லணும்...'' என்றாள் யாத்ரா.

''அதான் சொல்லமாட்டேங்கறீங்களே....'' என்றபடி புகைப் படங்களை ஓட விட்ட நந்தா சட்டென்று ஒரு ஃபோட்டோவில் நிறுத்தி, ''காட் இட்'' என்றான்.

அதில் ஜிஹெச்சில் பிணமாக கிடந்தவன், அருணுடன் ஒரு ஹோட்டல் அறையில் உட்கார்ந்திருந்தான்.

''இவன்தானே?'' என்றான் ஸ்வேதாவிடம்.

''இவனேதான். அதான் ஃபோட்டோல பாத்த மாதிரி இருக்குன்னு சொன்னன்ல?''

''ஆளு யாரு? மெட்ராஸ்தானா? இல்ல உங்கண்ணன் ஏகப்பட்ட டூர் போவாறே... வெளியூர்னா நாங்க செத்தோம்'' என்று ஃபோட்டோவை உற்றுப் பார்த்த நந்தா, ''வெளியூரேதான். பின்னாடி காலண்டர்ல, மலையாள எழுத்து மாதிரி தெரியுது. ஏதோ மெடிக்கல் ஷாப் விளம்பரம். ஜூம் பண்ணிப் பாத்துடலாம்...''

''உங்களுக்கு மலையாளம் தெரியுமா?'' என்றாள் ஸ்வேதா.

''தெரியும்ங்க...''

''மலையாளியா நீங்க?''

''இல்லங்க... பச்சத் தமிழன்ங்க. ஆனா மலையாளம் கத்து கிட்டேன்.''

''ஏன் கத்துகிட்டீங்க?''

''அது ஒரு பெரிய கதங்க. அதப் பத்தி தனியா ஒரு மினித் தொடர்கதையே எழுதிடலாம். தஞ்சாவூர்ல, எங்க தெருல ஒரு மலையாளப் பொண்ணு இருந்துச்சு.''

''பேரு என்ன ஓமனாவா?'' என்றாள் யாத்ரா

''சே... தமிழ்நாட்டுல, மலையாளப் பொண்ணுன்னாலே, ஓமனான்னு பேரு வச்சிடுவாங்க. அது பேரு ஊர்மிளா. அப்பப்ப லுக்கு விடும். சரின்னு அத பிக்கப் பண்றதுக்காக மலையாளமெல்லாம் கத்துகிட்டேன். ஆனா நான் கத்துக்குறதுக்குள்ள அது ஒரு பாலேட்டனையோ, சந்திரேட்டனையோ கட்டிகிட்டு திருச்சூர் போயிடுச்சு. ஓ... எந்தொரு குட்டியாக்கும்...'' என்ற நந்தா ஜூம் செய்த ஃபோட்டோவைப் பார்த்துவிட்டு, ''மலையாளமேதான்... இரு காலண்டர்ல டேட் கூடத் தெரியுது... ஏப்ரல் 10. 2011.''

''ஊரு...''

''அதான் தெரியல... ஆனா கரெக்டா ஊர் பேர உங்கண்ணன் மறச்சுட்டாரு. ம்... பாஃர்மஸிங்குறது மட்டும் தெரியுது. ஃபார்மஸி

பேர அவன் மறச்சுகிட்டான். நடுவுல டேட்டு மட்டும் தெரியுது... ஏப்ரல் மாசம், உங்கண்ணன் கேரளா டூர் போனாரா?''

''மாசத்துக்கு பதினஞ்சு நாள், அவன் டூர்லதான் இருப்பான். திடீர்னு வருவான். பேங்ளூர் போறேன். ஹைதராபாத் போறம்பான். அங்கருந்து, அடுத்தடுத்து ஊருக்கு போயிகிட்டேயிருப்பான். அவங்க ஆஃபிஸ்ல கேட்டாத் தெரியும்.''

''ஆமாம். பிரைவேட் ஆபிஸ்ல, டூர் போயிட்டு வந்தா, டூர் ரிப்போர்ட் கொடுக்கணும்'' என்ற நந்தா ரகுவுக்கு போன் செய்தான். விஷயத்தைக் கூறினான்.

''ஒரு டென் மினிட்ஸ். பொதுவா ஒரு மாசத்துக்குள்ள கொடுக்கணும். ஆனா இவன் சரியாவே கொடுக்கமாட்டான். அக்கௌண்ட்ஸ்ல ரொம்ப நெருக்கி, டிஏவ நிறுத்தி வச்சாதான் தருவான். அப்புறம் திடீர்னு செலவுக்கு பணம் தேவைன்னா சேந்த மாதிரி தருவான். எதுக்கும் நான் கேட்டுப் பாக்குறேன்...''

பத்து நிமிடத்தில் லைனுக்கு வந்த ரகு, ''நான் சொன்ன மாதிரிதான் சார். பிப்ரவரிக்கு பிறகு அவன் டூர் ரிப்போர்ட்டே தரலயாம்...''

''ஆபிஸ் மூலமா டிக்கெட் ரிசர்வ் பண்ணிதானே போயிருப் பான்.''

''அதெல்லாம் ரேர். நாங்க திடீர், திடீர்னு கிளம்பி போவோம். முக்காவாசி, ட்ராவல்ஸ்ல எவன் பேருலயாச்சும் புக் பண்ணியிருக்குற டிக்கெட்லதான் போவோம்...''

''ட்ராவல்ஸ்ல விசாரிச்சு கண்டுபிடிக்க முடியாதா?''

''சான்ஸே இல்ல...''

''ம்...'' என்று சோர்வுடன் போனை வைத்த நந்தா, ''ம்... ஃபோட்டோல தெரிஞ்ச அந்த டேட்டு... 10.4.11ன்னு எங்கயோ சமீபத்துல பாத்த மாதிரி இருக்கு... யாரோ ஒருத்தரோட ஹேண்ட்ரைட்டிங்ல பாத்த மாதிரி இருக்கு. உங்கண்ணன் செல்ஃப திறங்க.''

''என்னப் பாக்கப்போற?'' என்றாள் யாத்ரா.

''வெய்ட்... வெய்ட்...'' என்ற நந்தா அருணின் அலமாரியிலிருந்த டிவிடிகளை, புத்தகங்களை எல்லாம் புரட்டிக்கொண்டே வந்தான். ஆட்டோகிராஃப் புத்தகத்தைப் பார்த்தவன், ''இதுலதான்னு நினைக்கிறேன். உங்கண்ணன் இதுல ரைட் சைடுல ஆட்டோகிராஃப் வாங்கிட்டு, லெஃப்ட் சைடுல வாங்குன டேட்ட எழுதி வச்சிருப்பாரு...'' என்று பிரித்துக்கொண்டே வந்தவன், ''யா.... இங்க பாரு யாத்ரா. ஏப்ரல் 10 ஆம் தேதி அருண், மோகன்லால்கிட்ட ஆட்டோகிராஃப் வாங்கியிருக்கார். அந்த போட்டோல இருந்த அதே தேதி...''

''அது ரைட்டு... ஆனா ஊரு?''

''அது ரொம்ப சிம்பிள்... நம்ப மலையாள சேனல் ரிப்போர்ட்டர் பாலனுக்கு போனப் போடு, அவர்கிட்ட சொன்னா, அவரு மோகன்லால் பிஏகிட்ட விசாரிச்சி, மோகன்லால் ஏப்ரல் 10 ஆம் தேதி எங்க இருந்தாருன்னு கரெக்டா சொல்லிடுவாரு. அப்புறம்... சுந்தரிகுட்டிகளோட சொந்த பூமிக்கு போறோம்...''

''கடவுளோட சொந்த பூமின்னு சொல்வாங்க.''

''அது உனக்கு...''

பாலனிடம் போனில் விஷயத்தை கூறினான் நந்தா. ''இன்னும் ஒன்னவர்ல சொல்லிடுறேன்'' என்றான் பாலன்.

மூவரும் நகத்தைக் கடித்தபடி, பாலனின் தொலைபேசிக்காக காத்திருந்தனர்.

''திருச்சூரா இருந்தா நல்லாருக்கும்...'' என்றான் நந்தா.

''ஏன்?''

''கேரளாவுலயே, அழகான பொண்ணுங்க அதிகமா இருக்குற இடம் திருச்சூர்தான்னு சொல்வாங்க. அதுவுமில்லாம, நம்ப பழைய ஃபிகரையும் திருச்சூர்லதான் கட்டிக்கொடுத்திருக்காங்க. போனா கண்ணுல கிண்ணுல பட்டா... உன் குத்தமா? என் குத்தமா? யார நானும் குத்தம் சொல்லன்னு... ஃபீலிங்கா பாடிட்டு வந்துடலாம்...''

''உன்ன...'' என்ற யாத்ரா அவன் கையைத் தூக்கி, அவன் மணிக்கட்டில் நறுக்கென்று கடித்தாள்.

பாலனிடமிருந்து போன் வர, ''ஓகே... தேங்க் யூ...'' என்று போனை வைத்த நந்தாவின் முகம் வாடியிருந்தது.

''என்ன தெரியலையாமா?''

''தெரிஞ்சுடுச்சு... ஆனா திருச்சூர் இல்ல. எர்ணாகுளம்'' என்றான்.

''நம்ம எர்ணாகுளம் போறமா?''

''ஆமாம்...'' என்ற நந்தா ஸ்வேதா ஏதோ யோசித்துக் கொண்டிருப்பதை பார்த்துவிட்டு, ''என்ன ஸ்வேதா யோசனை?'' என்றான்.

''இல்ல... ஒரு தடவ எர்ணாகுளம் போயிட்டு வந்துதான், அவன் கழுத்துல கிடந்த செயினு காணாம போயிடுச்சுன்னு சொன்னான்.''

''ஃபோட்டோல போட்டுருக்காரே? அந்த செயினா?''

''ஆமாம்...''

நந்தா மீண்டும் ஃபோட்டோவை எடுத்துப் பார்த்தான். அருணின் கழுத்தில் அந்த செயின் தெளிவாக தெரிந்தது. கழுத்தை ஒட்டியிருந்த அந்த செயினில், ஒரு ஹாட்டின் டாலர். டாலருக்கு நடுவே வெள்ளை கற்களால் லவ்பேர்ட்ஸ் போல பொறிக்கப்பட்டிருந்தது.

''ம்... இதுவும் ஒரு பாயின்ட்தான். எர்ணாகுளத்துல விசாரிக்கலாம். எர்ணாகுளம் போறதுக்கு முன்னாடி, அருண் ஆபீஸ்க்குப் போய், செத்துப்போனவன் ஃபோட்டோவ காமிச்சு, அவன் அருணப் பாக்க வந்தானான்னு விசாரிக்கணும். ஏன்னா... எர்ணாகுளத்துக்காரன் இங்க வந்து செத்துருக்கான். ஏன் இங்க வந்தான்னு தெரியல. இங்க வீட்டுக்கு வந்து, இவன் அருணப் பாத்த மாதிரி ஏதும் ஞாபகம் இருக்கா ஸ்வேதா?''

''இல்ல நந்தா.''

''ஓகே... ஆபீஸ்ல விசாரிக்கலாம்'' என்ற நந்தா எழுந்தான்.

9

அந்த ஃபோட்டோவை உற்றுப் பார்த்த ரிசப்ஷனிஸ்ட், ''வந்துருந்தான் சார்... அருண் செத்துப்போறதுக்கு முந்தின நாள் வந்திருந்தான். ஒரு மாதிரி பரபரப்பா இருந்தான். நகத்தக் கடிச்சு கிட்டு, தலய பிடிச்சு அழுத்திகிட்டு கொஞ்சம் டென்ஷனா இருந்தான். அருண் வெளிய வர்ற ரெண்டு நிமிஷத்துக்குள்ள ரொம்ப தவிச்சுப் போயிட்டான். அதனாலதான் ஞாபகம் இருக்கு.''

''பேரு என்ன சொன்னான்?''

''பேரு... என்னமோ சொன்னான். ம்... ஸாரி சார்... ஞாபகத்துக்கு வரல.''

''அன்னக்கி நான் வந்தப்ப நீங்க ஏன் இதச் சொல்லல?''

''சார்... அருண் இருந்தது மார்க்கெட்டிங்ல. ஒரு நாளைக்கு எவ்வளவோ பேர் அவர பாக்க வருவாங்க.''

''இட்ஸ் ஓகே... அவனப் பாத்தவுடனே, அருணோட ரி ஆக்ஷன் எப்படி இருந்துச்சு?''

''தெரில சார்... நான் கவனிக்கல. ரெண்டு பேரும் உடனே வெளியப் போய்ட்டாங்க.''

''ஓகே... ரகுவ கொஞ்சம் வரச் சொல்லமுடியுமா?அவர்ட்டயும் கேட்டுடுறேன்.'' என்று ரிசப்ஷனிலிருந்த சோஃபாவில் அமர்ந்தான்.

சில நிமிடங்களில் வந்த ரகு ஃபோட்டோவைப் பார்த்துவிட்டு, ''தெரில சார். இதுக்கு முன்னாடி பாத்ததில்ல'' என்றான்.

ஜி.ஆர். சுரேந்தர்நாத்

"நல்லா யோசிச்சு சொல்லுங்க. அருணுக்கு ஆளத் தெரிஞ்சிருக்கு. ஃபோட்டோல்லாம் எடுத்துருக்காங்க. ஊரு எர்ணாகுளம்..."

சில வினாடிகள் தீவிரமாக யோசித்த ரகு, "இல்ல சார்... டெஃபனட்டா பாத்ததில்ல" என்றான்.

"எர்ணாகுளத்துல இந்த மாதிரி யாராச்சும் ரொம்ப நெருக்கம்னு அருண் சொல்லியிருக்காரா?"

"இல்ல சார். எதாச்சும் தெரிஞ்சுதா சார்?"

"கூடிய சீக்கிரத்துல தெரிஞ்சுடும். அருண் எர்ணாகுளம் போனா யூஸ்வலா எந்த ஹோட்டல்ல தங்குவாரு?"

"ஹோட்டல் க்ரீன்டே..."

"ஓகே... அப்புறம் மீட் பண்ணலாம்" என்று விடைபெற்றுக் கொண்டான் நந்தா.

10

திருவனந்தபுரம் எக்ஸ்பிரஸ்ஸில் நந்தாவும், யாத்ராவும் எர்ணாகுளம் சென்று இறங்கியபோது, எட்டரை மணிக்கு மேல் ஆகியிருந்தது.

ஆட்டோவில் ஏறி, "ஹோட்டல் க்ரீன்டே..." என்ற நந்தா வெளியே வேடிக்கைப் பார்த்தான். சேட்டன்களும், சேச்சிகளும், குட்டன்களும், குட்டிகளும் பரபரப்பின்றி நிதானமாக நடந்து சென்றுகொண்டிருந்தனர். லிட்டில் ஷெனாய்ஸ் தியேட்டரில் ஏதோ ஒரு மம்முட்டி படம், 25ஆவது நாளை போஸ்டரில் கொண்டாடிக்கொண்டிருந்தது. திரும்பிய திசை யெங்கும் பெரிய, பெரிய அபார்ட்மென்ட் விளம்பரங்கள். மதுக்கடை வாசலில், அவ்வளவு காலையிலேயே நிறைய பேர் இருந்தனர். அதை விட பெரிய ஆச்சர்யம், அனைவரும் வரிசையாக, அமைதியாக க்யூவில் நின்றுகொண்டிருந்தனர்.

"இங்க பாரு யாத்ரா. ஒயின் ஷாப்ல அமைதியா க்யூல நிக்குறாங்க. நம்மூருல டாஸ்மாக்ல சரக்கு வாங்கறதுக்குள்ள, ஒரு சின்ன அடிதடியே நடக்கும்."

அருகில் காலேஜ் செல்லும் பெண்கள் தேங்காய் எண்ணெய்த் தடவி தலையைப் பின்னாமல், நெற்றியில் சந்தனப்பொட்டுடன் கும்பல், கும்பலாக கடந்து செல்ல, "சுகம்... எத்தன மாசமானாலும் சரி... எவ்வளவு செலவானாலும் சரி. இருந்து, நிதானமா கண்டு பிடிச்சுட்டுதான் போறோம்" என்றான் நந்தா.

"ஆமாம்... ஊருல இருக்குற அத்தனப் பொண்ணையும் பாத்துட்டு..."

''இதுக்குதான் யாத்ரா, நீ வரவேண்டாம்ன்னன். கேக்குறியா? முதல் அத்தியாயத்துலருந்து இப்படி அட்டையா ஒட்டிகிட்டு வர்றியே... யோசிச்சு பாத்தா, இந்த கதைக்கு நீ தேவையே இல்ல. நானே கண்டுபிடிச்சுடுவேன்.''

''எல்லாம் ஒரு கிளாமர் அட்ராக்ஷனுக்குதான். ஹோட்டல் வந்துடுச்சு'' என்றாள்.

வரவேற்பறையில் இருந்த பெண், புன்னகையுடன் வரவேற்றாள். இவன் தமிழிலும், அவள் மலையாளத்திலுமாக உரையாடினர்.

''ஒரு டபுள் ரூம் இருக்குமா?''

''இருக்கு சார்...''

''ஒரே ரூம்ல இருக்கலாம்ல? உனக்கு ஏதும் ஆட்சே பணையில்லயே...'' என்றான் நந்தா யாத்ராவிடம்.

''எனக்கு ஏதும் ஆட்சேபணையில்ல. உனக்கு ஆட்சேபணை இருந்தா தனியா போட்டுக்க...''

''நீ ஆம்பளயா பொறந்திருக்கவேண்டியவடி.'' என்று ரிஜிஸ்டரில் விவரங்கள் எழுதிவிட்டு, ''இங்க ஒன் மிஸ்டர் அருண் ஃப்ரம் சென்னை... ரெகுலரா தங்குவாருல்ல...'' என்றான் ரிசப்ஷனிஸ்ட்டிடம்.

''ஆமாம்... மன்த்லி ஒன்ஸ் வருவாரு...''

''அவரு ஏப்ரல் மாசம், பத்தாம் தேதி இங்க தங்கியிருந்தாரா?''

''எதுக்கு கேக்குறீங்க?'' என்றாள் சந்தேகத்துடன்.

''ஒரு விபரத்துக்குதான்...''

''ஸாரி... எங்க மேனேஜரத்தான் கேட்கணும்.''

''வந்தவுடனே ஆரம்பிக்கணுமா நந்தா? குளிச்சு, சாப்டுட்டு நிதானமா வந்து கேக்கலாமே...'' என்றாள் யாத்ரா.

''ஓகே... ஓகே... நான் அப்புறம் வந்து மேனேஜரைப் பாக்குறேன். அப்புறம் ஒரு விஷயம்... உங்களுக்கு ஒரு பொண்ணு. பேரு சுமா. செயின்ட் ஆல்பர்ட் ஸ்கூல்ல செகண்ட் ஸ்டான்டர்டு படிக்குது. சரியா?''

''ஏய்... எப்படி கரெக்டா சொல்றீங்க?'' என்று அவள் அழகாக ஆச்சர்யப்பட்டாள்.

''அழகான பெண்களப் பத்திய அத்தனை விவரங்களும், இந்த டேட்டாபேஸ்ல இருக்கும்'' என்று மூளையைத் தட்டிக் காட்டிவிட்டு, ''எங்க ரூம் நம்பர்?'' என்றான்.

''டு நாட் டூ... செகன்ட் ஃப்ளோர். பையன் இப்ப சாவிய எடுத்து கிட்டு வருவான்.''

படிக்கட்டில் ஏறும்போது, ''ஏய்... எப்படிரா கரெக்டா சொன்ன?'' என்றாள் யாத்ரா.

''அது வந்து... ரெண்டு பேருக்கும் ஒரு டெலிபதி. எல்லாம் தானா தெரிஞ்சுடும்... இப்ப கூட, உன் மனசுல என்ன ஓடிகிட்டிருக்குன்னு எனக்குத் தெரியும்.''

''என்ன தெரியும்?''

''உள்ளப் போனவுடனே நீ ஆப்பிள் அறுத்து சாப்பிடுவ. உன் கை அறுத்துக்கும். நான் வேக, வேகமா உன் விரல சப்பி ரத்தத்த நிறுத்துவேன். நீ அப்படியே கிளுகிளுப்பாயி, கண்ண மூடிப்ப... அப்படியே என் தலையைக் கோதிகிட்டே உன் மாரோட சாச்சுப்ப...''

''கட் இட் நந்தா. நானும் உன்ன மாதிரி பேச்சு பொறுக்கிதான். ஒரு இஞ்ச் எல்லை மீறின... அவ்ளோதான். அப்புறம் நான் சந்திரமுகியாயிடுவேன்.''

''என்ன யாத்ரா நீ... இவ்ளோ தூரம் ஸ்டேட் விட்டு ஸ்டேட் வந்து, சும்மா எம்ஜிரோட்டுல ஷாப்பிங் பண்ணிட்டு, பால்காட்டி பேலஸ், மட்டாஞ்சேரிபேலஸெல்லாம் சுத்திப் பாத்துட்டு போயிடணுமா? வந்ததுக்கு ஒரு நினைவுச் சின்னம் வேண்டாமா?'' என்ற நந்தா, பின்னாலேயே வந்த ரூம் பாய் கதவைத் திறந்தவுடன், அறையினுள் நுழைந்தான்.

''என்ன நினைவுச் சின்னம்?'' என்ற யாத்ராவுக்கு பதில் சொல்லாமல், ரூம் பாய் அறையை சுத்தம் செய்துவிட்டுப் போகும் வரை காத்திருந்து விட்டு, ''ஒய் டோன்ட் வி திங்கிங் எபௌட் எ சைல்ட்?'' என்றான் நந்தா.

''செருப்பு பிஞ்சிடும்...'' என்றபடி பேகிலிருந்து ஆப்பிளையும், கத்தியையும் எடுத்தாள் யாத்ரா.

''ஆனாலும் நீ படா ஸ்பீடும்மா... ஒரு ஹின்ட்டுதான் கொடுத்தேன். வந்தவுடனே ஆப்பிள எடுத்துட்டியே...''

''என்ன ஆப்பிள்?''

''அதான் ஆப்பிள்... கைல ரத்தம்...''

''ஓ நோ... பசிக்குதுன்னு எடுத்தேன்'' என்று அவசரமாக ஆப்பிளை பேக்கில் வைத்தாள் சினேகா.

ஹோட்டலின் தரைதளத்திலேயே இருந்த ரெஸ்ட்டாரென்ட்டில் சாப்பிட்டு விட்டு, மீண்டும் ரிசப்ஷனுக்கு வந்தனர். அவனைப் பார்த்தவுடன் அந்த ரிசப்ஷனிஸ்ட்டின் முகம் மலர்ச்சியடைந்து,

''சார்... எப்படி சார் என் பொண்ணு பேரு, ஸ்கூலெல்லாம் கரெக்டா சொன்னீங்க?'' என்றாள்.

உடனே யாத்ரா, ''இவன் ஹோட்டலுக்குள்ள வந்தப்ப நான் கூட வரல. ஆட்டோக்கு பணம் கொடுத்துட்டிருந்தேன். இவன் எதாச்சும் நோட் பண்ணியிருப்பான். இவன் வந்தப்ப, நீங்க யாருகிட்டயாச்சும் போன்ல பேசிட்டிருந்தீங்களா?'' என்றாள்.

''இல்லயே...''

''சரி... இப்ப நான் மேனேஜரப் பாக்கலாமா?'' என்றான் நந்தா.

''எப்படி என் பொண்ணு பேருல்லாம் தெரியும்னு சொன்னாதான் பாக்கமுடியும்.''

''சொல்லித் தொலையேன்டா... எப்படிரா கண்டுபிடிச்ச?''

''அப்படில்லாம் உடனே சொல்லிடக்கூடாது. இத வச்சுதானே கடல போடணும்.''

''உனக்கு நரகம்தாண்டா கிடைக்கும்.''

'' மேனேஜரப் பாத்துட்டு வந்து சொல்றேன்.''

''ஓகே...'' என்று ரிசப்ஷனிஸ்ட் உள்ளே அழைத்துச் சென்றாள்.

அவர்கள் உள்ளே நுழைந்தபோது, ''இவிட பாடில்லா... வேறெவிடயாச்சும் நோக்காம்...'' என்று போனை வைத்த மேனேஜர் இளம் வயதாகத்தான் இருந்தான். உடம்பு நல்ல ஜிம் பாடி. ஒரே சமயத்தில் ஐந்து பேரை, ஐந்தே நிமிடத்தில் துவம்சம் செய்துவிடுபவன் போல் இருந்தான்.

''மெட்ராஸ்ல இருந்து வந்துருக்காங்க. நம்ம ஹோட்டல்லதான் தங்கியிருக்காங்க. ஏதோ கேக்கணுமாம்...'' என்று கூறிவிட்டு வெளியேச் சென்றாள் ரிசப்ஷனிஸ்ட்.

''கேக்கலாமே... உக்காருங்க...''

''நான் நந்தா. தமிழ்நாட்டுல ஃபேமஸ் டிவி ஆங்க்கர்...''

''என்ன விஷயம்? சொல்லுங்க...''

''அருணுன்னு ஒருத்தர். உங்க ஹோட்டல் ரெகுலர் கஸ்டமர்...''

''ம்... தெரியும்....''

''அவரு போன ஏப்ரல் மாசம் 10 ஆம் தேதி இங்க தங்கியிருந்தாரான்னு தெரியணும்...''

''எதுக்கு?''

''அது வந்து... அவரு... போன வாரம் திடீர்னு தற்கொலப் பண்ணிகிட்டாரு... ஏன்னு காரணம் தெரியல... நாங்கதான் விசாரிச்சுகிட்டிருக்கோம்.''

''அட குருவாயூரப்பா... என்னப் பிரச்னை?''

''அதுக்குதான் சில தகவல்கள் தேவைப்படுது...''

''சரி... போலீஸ் கேஸெல்லாம் ஆவாதே...''

''சேச்சே...''

''சரி...'' என்று ரிஜிஸ்டரை பிரித்து பக்கங்களைப் புரட்டிப் பார்த்த மேனேஜர், ''ம்... ஏப்ரல் 10 ஆம் தேதி காலைல செக் இன்.... அப்புறம் பதிமூணாம் தேதி நைட்டு செக் அவுட்டு...''

''அதுக்குப் பிறகு இங்க வந்துருக்காரா?''

''ம்... மே மாசம் 20 ஆம் தேதி வந்து, 22 ஆம் தேதி போயிருக்காரு... அப்புறம் ஜூன் மாசம் ரெண்டு நாள் வந்துட்டுப் போயிருக்காரு. ஜூன் ஆறாம் தேதி வந்துட்டு, ஏழாம் தேதி காலைல கிளம்பிட்டாரு.''

''ம்...'' என்று சில வினாடிகள் யோசித்த நந்தா, ''ஓகே... அப்புறம் இந்த ஃபோட்டோல இருக்கறவரு யாருன்னு தெரியுமா?'' என்று அருணும், ரயில்வேட்ராக்கில் இறந்து போனவனும் இருக்கும் ஃபோட்டோவை மேனேஜரிடம் காட்டினான்.

''ஓ... இது முகேஷ்... இவன எப்படி அருண் சாருக்குத் தெரியும்?''

''தெரியல... இவன் பேரு முகேஷா? உங்களுக்கு இவரத் தெரியுமா?''

''ஓ.... நல்லா தெரியும். கட்சி ஆளு. தண்ணி... லேடீஸ்... போதை மருந்துன்னு இல்லாத கெட்டப் பழக்கமில்ல. தொழிலே போதை மருந்து வியாபாரம்தான். பாருல யாரையாச்சும் ஃப்ரண்டு பிடிச்சி, அவங்களுக்கு போதை மருந்த பழக்கப்படுத்தி விட்டுடுவான். அப்புறம் அவங்க அவனத் தேடி வந்து போதைமருந்த வாங்க ஆரம்பிச்சிடுவாங்க'' என்ற மேனேஜர் ஃபோட்டோவைப் பார்த்தபடி, ''இவன் எப்படி அருண் சாருக்கு பழக்கமானான்? எதாச்சும் பார்லதான் தெரிஞ்சிருக்கும்'' என்றான்.

''முகேஷ எப்ப கடைசியாப் பாத்தீங்க?''

''ம்... ஒரு பத்து நாளுக்கு முன்னாடி சித்தூர் மெயின் ரோட்லப் பாத்தேன். தண்ணியடிச்சுட்டு, ஒரு ஆட்டோ டிரைவர் கூட தகராறு பண்ணிட்டிருந்தான். அதுக்கு பிறகு கண்ணுலயே காணோம். அவனப் பாக்கணுமா... ஒரு நிமிஷம்....'' என்றவர் பெல்லடிக்க, ஒரு சிறிய பையன் போல் இருந்தவன் வந்து சேர்ந்தான்.

''முகேஷைப் பாத்தியோ?''

''இல்ல சார்... அவன் வந்து பத்து நாளுக்கு மேல ஆகுது...''

''வெளியூரு போயிருக்கானா?''

''அப்படித்தான் இருக்கும். ஏதோ கேஸ்ன்னு, போலீஸ் வந்து அவன விசாரிச்சுட்டுப் போனாங்கன்னு சொல்லிகிட்டாங்க. அதுக்குப் பிறகு ஆளையே காணோம்.''

''என்ன கேஸ்?''

''தெரியல...''

''வீடு எங்க இருக்குன்னு தெரியுமா?'' என்றான் நந்தா.

''தெரியாது சார்... ஆனா எந்த ஆட்டோ டிரைவர்கிட்ட கேட்டாலும், கொண்டு போய் விட்டுருவாங்க.''

''எந்த போலீஸ் ஸ்டேசன்லருந்து வந்து விசாரிச்சாங்கன்னு தொணீயுமா?''

''தெரியாது சார்...''

''ஓகே தாங்க்ஸ்...'' என்று வெளியே வந்த நந்தா, ''யாத்ரா... இட்ஸ் லுக்கிங் இன்ட்ரஸ்ட்டிங்... போலீஸ்லாம் வருது...'' என்றான்.

''அதான் நந்தா... எனக்கும் பரபரப்பா இருக்கு. முடிவ நெருங்கிட்டோமா?''

''அப்படித்தான் நினைக்கிறேன்... பாக்கலாம்..'' என்ற நந்தாவைப் பாத்த ரிஷப்ஷனிஸ்ட், ''மேனேஜர்கிட்ட பேசியாச்சுல்ல... சொல்லுங்க சார்... எப்படி கண்டுபிடிச்சீங்க?'' என்றாள்.

''ரொம்ப சிம்பிள்... நான் உள்ள நொழஞ்சேன். அப்ப நீங்க உங்க பேக்லயிருந்து ஏதோ எடுத்துட்டிருந்தீங்க. அப்ப பேக்லருந்து ஒரு சீட்டு பறந்து வந்துச்சு. நீங்க கவனிக்கல. நான் எடுத்துப் பாத்தேன். அது... நீங்க உங்க பொண்ணுக்கு ஸ்கூல் பீஸ் கட்டின ரெஸிப்ட்டு...'' என்று சட்டைப் பையிலிருந்து அந்த ரசீதை எடுத்து நீட்டினான்..

''ஓ... தேங்க்யூ...'' என்று அவள் வாங்கிக்கொண்டாள்.

''அப்புறம்... உங்க ஹஸ்பென்ட் எங்க? கல்ஃப்ல இருக்காரா?'' என்றான் ஒரு மாதிரியாக சிரித்தபடி.

''இல்ல. இங்கதான் மேனேஜரா இருக்காரு. இப்ப நீங்க பேசிட்டு வந்தீங்கள்ல... அவருதான் என் ஹஸ்பென்ட்... மிலிட்டரி ரிட்டர்ன்.'' என்று கூற, நந்தாவின் முகத்தில் வழிந்ததை, வழித்தெடுக்க பெரிய கன்டெய்னரே வேண்டும். யாத்ரா அவன் முகத்தை பார்த்துவிட்டு சத்தமாக சிரிக்க, ''இப்ப எதுக்கு சிரிக்குற.... வா... முகேஷ் வீட்டுக்கு போகலாம்'' என்று கோபமாக கூறிவிட்டு வேகமாக முன்னால் சென்றான்.

11

அந்த வீடு, ஒரு வழி தவறிய மகன் வாழ்ந்ததற்கான அடையாளங்களுடன் இருந்தன. மேலே செல்ஃபில் குவியல், குவியலாக குவார்ட்டர் பாட்டில்கள். காலி சிகரெட் பெட்டிகள். ஆஸ்ட்ரே...

''பாலக்காடு பக்கத்துல கஞ்சிக்கோடுதான் எங்க சொந்த ஊரு. எங்க தாத்தா காலத்துலயே இங்க வந்து செட்டிலாயிட்டோம். பையன நல்லாதான் வளர்த்தோம். காலேஜ்ல நல்லாதான் படிச்சான். ஆனா எப்படியோ கெட்ட சகவாசம். குடி... போதை மருந்துன்னு எல்லாம் கத்துகிட்டான். அவன் அப்பா இறந்து போனவுடனே இன்னும் துளிர் விட்டுடுச்சு. நினைச்ச நேரத்துக்கு வர்றது... போறது... கொஞ்சம், கொஞ்சமா வீட்டுலயே குடிக்க ஆரம்பிச்சுட்டான். அதுல ஏதோ மருந்துல்லாம் கலந்து குடிப்பான். திடீர், திடீர்னு ஆளு காணாமப் போயிடுவான். பத்து, பதினஞ்சு நாள் கழிச்சு வருவான்.''

''இப்ப எத்தன நாளாக் காணோம்?''

''பத்து நாளுக்கு மேல இருக்கும். ஒரு நாள் போலீஸ் வந்து அழைச்சுட்டுப் போயி, ஏதோ விசாரிச்சுட்டு அனுப்பிட்டாங்க. அதுக்கு மறுநாள்லயிருந்து காணோம்...''

''என்ன விஷயமா விசாரிச்சாங்க?''

''ஏதோ பொண்ணு கொலை விஷயமா.'' என்று அந்தப் பெண்மணி கூறியவுடன், யாத்ரா, நந்தாவின் கைகளைப் பிடித்துக்கொண்டாள்.

''என்ன கொலை?''

''சரியாத் தெரியல... போலீஸ் சரியா சொல்லல.''

''எந்த போலீஸ் ஸ்டேசன்?''

''எர்ணாகுளம் டவுன் சௌத் ஸ்டேசன். ஏன் கேக்குறீங்க? யாரு கூடவோ என் பையன் இருக்குற ஃபோட்டாவ காட்டுனீங்க. என்ன விவரம்னு சொல்லவே இல்லயே...''

அவளுடைய பையன் இறந்து விட்ட விவரத்தை சொல்லலாமா, வேண்டாமா என்று நந்தாவிற்கு குழப்பமாக இருந்தது. விஷயத்தைக் கூறி, ஒரு அழுகையை எதிர்கொள்ளும் மனநிலையில் நந்தா இல்லை. எப்படியும் போலீசிடம் கூறப்போகிறோம். அவர்களே வந்து சொல்லட்டும் என்ற முடிவிற்கு வந்த நந்தா, ''ஒண்ணுமில்லம்மா. அந்த ஃபோட்டோல உங்க பையன் கூட இருக்கற ஆளு, சமீபத்துல தற்கொலைப் பண்ணி செத்துப் போயிட்டாரு. ஆனா காரணம் தொணீயல. அதான் உங்கப் பையனுக்கு ஏதும் தெரியுமான்னு விசாரிக்க வந்தோம்'' என்றான்.

''அப்படியா? நீங்க உங்க நம்பர கொடுத்துட்டுப் போங்க. வந்தா உங்களுக்கு போன் பண்ணச் சொல்றேன்'' என்றவளிடம் நம்பரை எழுதிக் கொடுத்துவிட்டு வெளியே வந்தான்.

''ஏன் நந்தா? உண்மையச் சொல்லியிருக்கலாம்ல....'' என்றாள் யாத்ரா.

''அய்யோ சாமி... நம்பளால முடியாது. உலகத்துலயே கொடுமையான விஷயம் என்ன தெரியுமா? ஒருத்தரு செத்துப்போனத, அவங்களுக்கு நெருக்கமானவங்ககிட்ட முதமுதல்ல சொல்றதுதான். ஒரு கேஸ்ல அப்படித்தான் நான் சொல்லப் போயி, ஆடிப்போயிட்டேன். அந்த பையனுக்கு ரெண்டு, மூணு அக்கா, தங்கச்சிங்க... ஆளுக்காளு அலறுன, அலறல்ல நானே கலங்கிட்டேன். அதுக்குப் பிறகு அந்த வேலையே வச்சுக்குறதுல்ல. எப்படியும் இப்ப போலீஸ்ல சொல்லப் போறோம். அவங்க வந்து சொல்லிக்கிட்டும். பையன் அநேகமா ஏதோ கேஸ்ல மாட்டிகிட்டிருக்கான்னு நினைக்கிறேன். அதுல அருணுக்கும் தொடர்பு இருக்கலாம்.''

''எனக்கு த்ரில்லிங்கா இருக்கு நந்தா.''

''எனக்கு பயமா இருக்கு. எப்பவும் உண்மைகள் கசப்பானவை யாத்ரா. அருண் என்ன பண்ணித் தொலச்சானோ... அத வேற நம்ம ஸ்வேதாகிட்ட சொல்லணும். அப்ப அவ எவ்ளோ கஷடப்படுவா.''

''உன் மனசு இவ்வளவு ஸாஃப்ட்டா நந்தா?''

''உன் மனசு இவ்வளவு ஸாஃப்ட்டா இருக்கறப்ப, என் மனசு ஸாஃ.ப்ட்டா இருக்கக்கூடாதா?'' என்று நந்தா கூறியபோது, அவனுடைய முழங்கை யாதராவின கழுதத்துக்கு கீழ் இடித்துக்கொண்டிருந்தது.

''நாயே... திருடன்டா நீ...'' என்று அவன் கையைத் தள்ளிவிட்டாள் யாத்ரா.

12

எர்ணாகுளம் டவுன் சவுத் காவல் நிலையம், அவர்கள் உள்ளே நுழைந்தபோது, களேபரமாக இருந்தது. நான்கைந்து போலீஸ்காரர்கள் சேர்ந்து, லாக்கப்பில் ஒருவனை நொங்கி எடுத்துக்கொண்டிருந்தார்கள். ''சாரே... அடிக்கன்டா சாரே... அடிக்கன்டா...'' என்று கத்திக்கொண்டிருந்தான் அவன்.

இன்ஸ்பெக்டர் நாற்காலியில் அமர்ந்திருந்தவரிடம், ''ஐயம் நந்தா... கமிங் ஃப்ரம் சென்னை'' என்று தனது கார்டை நீட்டினான் நந்தா. கார்டைப் பார்த்த இன்ஸ்பெக்டர், ''சாரத் தெரியும். டிவில பாத்துருக்கேன். ஒய்ஃப் தமிழ்தான். லவ் மேரேஜ். அவ தமிழ் சேனல் பாக்கறப்ப, உங்க முகத்தப் பாத்த ஞாபகமிருக்கு. உக்காருங்க'' என்று கைகாட்ட நந்தாவும், யாத்ராவும் எதிரே அமர்ந்தனர்.

உள்ளே அடி வாங்கிக்கொண்டிருந்தவன், ''அய்யோ... அய்யோ...'' என்று கத்த, இன்ஸ்பெக்டர், ''எடா பட்டி...'' என்றபடி இங்கிருந்தே தனது குச்சியை எடுத்து வீச, அது சரியாக அவனது தலையில் சென்று பட... அவன் சத்தம் மேலும் அதிகரித்தது.

''தெனம் பஸ்ல, பொம்பள மேல கைய வைக்குறதுதான் இவன் வேல. நானும் வாரத்துக்கு ரெண்டு நாள், இழுத்துட்டு வந்து அடி பின்னி எடுக்குறேன். திருந்துவனாங்கிறான்... அப்புறம் ...என்ன சாப்பிடறீங்க? சாயா?''

''வேண்டாம். இப்பதான் சாப்டுட்டு வந்தோம்.''

''எங்க இவ்வளவு தூரம்?''

''என் ஃப்ரண்டு ஒருத்தங்களோட அண்ணன், சமீபத்துல தற்கொலப் பண்ணி செத்துட்டாரு. லெட்டர் எதுவும் எழுதி வைக்கல. என்ன காரணம்னு கண்டுபிடிக்குற முயற்சில நான் ஈடுபட்டிருக்கேன்....'' என்று ஆரம்பித்து அனைத்து விவரங்களையும் கூறி முடித்த நந்தா, அருணும், முகேஷும் இருக்கும் ஃபோட்டோவை அவரிடம் காண்பித்தான். ஃபோட்டோவைப் பார்த்த இன்ஸ்பெக்டர், ஸ்டேசனில் ஆளும் கட்சி எம்எல்ஏ நுழைந்தது போல், அவசரமாக எழுந்து நின்றுவிட்டார்.

''இன்னொருத்தன் இவன்தானா? வெல்டன் நந்தா...'' என்றவர் சந்தோஷத்துடன், ''அசோகன்.... அந்த சுசித்ரா மர்டர் ஃபைல எடுத்துட்டு வாங்க...'' என்றார். வேகமாக அவன் கையைப் பிடித்து குலுக்கி, ''நீங்க பண்ணது பெரிய காரியம்...'' என்றார்.

நந்தாவும், யாத்ராவும் ஒன்றும் புரியாமல் விழித்தனர். சில வினாடிகளிலேயே ஃபைல் வர இன்ஸ்பெக்டர் அந்த ஃபைலை திறந்தபடி, ''இந்தாளு யாருன்னு தெரியாததாலதான் இந்த கேஸ் இழுத்துகிட்டேயிருந்துச்சு. நாங்க உள்ளூர் ஆளுன்னு நினைச்சு கிட்டிருந்தேன். எனி ஹௌ... அற்புதமா வேல செஞ்சுருக்கீங்க... ஆக்ச்சுவலா நாங்க கண்டுபிடிச்சு, மெட்ராஸ் வந்து உங்களப் பாத்து உண்மையச் சொல்லியிருக்கணும். நீங்க இங்க வந்துட்டீங்க...''

''என்ன கேஸ் சார்? என்ன உண்மை?''

''சொல்றேன். இப்ப முகேஷோட பாடி....''

''சென்னைலதான் இருக்கு. இன்னும் யாரும் க்ளெய்ம் பண்ணலல்ல...''

''நாங்க அவங்க அம்மாவ அழைச்சுட்டுப் போய் க்ளெய்ம் பண்றோம். எங்களுக்கு ஸாலிடா எந்த எவிடென்ஸும் கிடைக்கல. கிடைச்சிருந்தா, அப்பவே முகேஷத் தூக்கி உள்ள போட்டிருப்பேன். இப்ப நீங்க சொன்ன பிறகுதான், அவன்தான் செஞ்சிருப்பான்னு கன்ஃபர்ம் ஆவுது.''

''என்ன கேஸ் சார்?'' என்றான் நந்தா.

''இங்க ஒரு பாரு இருக்கு. அது முகேஷ் அடிக்கடி தண்ணியடிக்குற பாருல ஒண்ணு. வெறும் ட்ரிங்ஸ் மட்டும் கிடையாது. கூட போதை மருந்தும் கலந்துப்பான். அது ஹைசொசைட்டி பொண்ணுங்க எல்லாம் வந்து போற பாரு. அங்க சுசித்ராங்குற பொண்ணு கூட முகேஷ் போதைல ஏதோ தகறாறு பண்ணியிருக்கான். அவன் கூட ஒரு பாண்டி ஆளும்(தமிழன்) இருந்துருக்கான். தகராறு முடிஞ்சு, அந்த பொண்ணு வெளிய போனப்ப, இவங்க விடாம அவள ஃபாலோ பண்ணிப் போய், அவ கார்லயே அவள கடத்திட்டுப் போயி....'' என்றவர் யாத்ராவைப் பார்த்து தயங்கினார்.

''பரவால்ல... சொல்லுங்க...'' என்றாள் யாத்ரா

''கடத்திட்டுப் போயி, காக்கநாடு அவுட்டர்ல வச்சு, ரெண்டு பேரும் சேர்ந்து அவள ரேப் பண்ணியிருக்காங்க. ரொம்ப முரட்டுத்தனமா நடந்துருப்பாங்க போலருக்கு. பொண்ணும் ரொம்ப வீக் பாடி. ரெண்டு நாள் ஆஸ்பத்திரில கிடந்துட்டு செத்து போச்சு. அவ சொன்ன அடையாளங்கள வச்சு, லோக்கல்ல விசாரிச்சு அது முகேஷா இருக்கும்னு நினைச்சோம். முகேஷக் கூப்பிட்டு விசாரிச் சோம். நான் இல்லவே இல்லன்னு சாதிச்சுட்டான். நாங்க முகேஷ கண்டுபிடிக்குறதுக்குள்ள அந்தப் பொண்ணும் செத்துப்போயிடுச்சு. முகேஷ் கட்சி ஆளு. சரியா ஆதாரம் கிடைக்காம அரெஸ்ட் பண்ணா பிரச்னையாயிடும். அவன் கூட கூட ஒரு பாண்டி ஆளும் சேர்ந்து ரேப் பண்ணினதா அந்தப் பொண்ணு சொல்லிச்சு. அது யாருன்னு தெரியல. அதனால அவன் கிடைச்சா, அவன வச்சு முகேஷ மடக்கிடலாம்னு அவனத் தேடிட்டிருந்தோம். முதல்ல உள்ளூர்லதான தேடிட்டிருந்தோம். அப்புறம் தப்பா ஒரு லீட் கிடைச்சு, எங்க சப் இன்ஸ்பெக்டர் இந்த அருணத் தேடிகிட்டு, ஹைதராபாத்ல போய் உக்காந்துருக்காரு.''

''அந்த இன்னொரு ஆளு, அருண்தான்னு எப்படி கன்ஃபர்மா சொல்றீங்க?''

''முதல்ல... அந்தப் பொண்ணு சொன்ன அடையாளங்கள், இந்த அருணோட ஒத்துப்போயிடுது. ரெண்டாவது, முகேஷும், அருணும் சேந்துருக்குற இந்த ஃபோட்டோ...''

''இதை மட்டும் வச்சி சொல்ல முடியாதே...''

''நிச்சயமா...'' என்று எழுந்த இன்ஸ்பெக்டர், பீரோவைத் திறந்து ஒரு சிறிய பிளாஸ்டிக் டப்பாவை எடுத்துக்கொண்டு வந்தார். டப்பாவைத் திறந்தபடி, ''சம்பவம் நடந்த கார்ல, இது கிடைச்சது...'' என்றபடி, ஒரு தங்கச் சங்கிலியை எடுத்து இன்ஸ்பெக்டர் டேபிளில் வைக்க, யாத்ரா அதிர்ந்தாள். நந்தா ஏற்கனவே இதை ஓரளவு ஊகித்திருந்தான்.

நந்தா அதை வேகமாக கையில் எடுத்துப் பார்த்தான். சங்கிலியின், சிவப்பு நிற ஹாட்டீன் டாலரில், ஒரு ஜோடிப் பறவைகள், வெள்ளைக் கற்களால் பொறிக்கப்பட்டிருந்தது.

''நீங்க ஃபோட்டோவ கொடுத்தவுடனே, முதல்ல நான் அருண் கழுத்துல இருந்த செயினத்தான் பார்த்தேன். பாத்தவுடனே கன்ஃபர்ம் பண்ணிட்டேன். வேணும்னா, அருணோட தங்கச்சிகிட்ட செயின காமிச்சு கேட்டா, இன்னும் கன்ஃபர்ம் ஆயிடும்...''

''நீங்க சொல்றது கரெக்ட். ஏற்கனவே அவங்க எங்கிட்ட இந்த மேட்டர சொல்லியிருக்காங்க. ஒரு தடவ எர்ணாகுளம் போய்ட்டு வந்த பிறகுதான், செயின் காணாமப் போனதா அருண் சொன்னான்னு சொன்னாங்க. அப்புறம் சம்பவம் என்னைக்கு நடந்துச்சு?''

''ஜூன் ஆறு நைட்டு...''

''ம்... அன்னக்கி அருண் இங்கதான் ஹோட்டல் க்ரீன்டேல இருந்திருக்காரு.''

''அப்புறம் என்ன... இவ்ளோ மேட்டர் இருக்கே...''

''என்னால நம்பவே முடியல... கேன் ஐ ஸ்மோக்?'' என்று டேபிளில் இருந்த சிகரெட் பெட்டியை காண்பித்து நந்தா கேட்க, ''தாராளமா...'' என்றபடி சிகரெட்டை எடுத்து நீட்டிய இன்ஸ்பெக்டர், தானும் ஒன்றை பற்ற வைத்துக்கொண்டார்.

''நாங்க முகேஷ கூப்பிட்டு விசாரிச்சப்ப, அவன் இல்லன்னு ஒரேயடியா சாதிச்சுட்டான். ஆனா பயந்திருப்பான் போல. உடனே கிளம்பி மெட்ராஸ் போயி, அருணப் பாத்திருப்பான்...'' என்ற இன்ஸ்பெக்டர் புகையை இழுத்து வெளியே விட, அவர் விட்ட இடத்தில் தொடர்ந்தான் நந்தா.

''அருண்கிட்ட விஷயத்தச் சொல்லியிருப்பான். ரெண்டு பேருக்கும் என்ன பண்றதுன்னு புரிஞ்சிருக்காது. முகேஷ்க்கு திரும்பி இங்க வரவும் பயமா இருந்திருக்கும். இந்த ட்ரக் அடிக்ட்டானவங்கள்லாம் மென்ட்டலி ரொம்ப வீக்கா இருப்பாங்க. சட்டுன்னு தோணி, ட்ரெய்ன்ல குதிச்சு தற்கொலப் பண்ணியிருப்பான். அவன் வேணும்னுதான் குதிச்சதா, பாத்தவங்க மெட்ராஸ் போலீஸ்கிட்ட சொல்லியிருக்காங்க. பேப்பர்ல அந்த ஃபோட்டோவப் பாத்த அருண், மார்ச்சுவரில போய் பாடியப் பாத்துருக்காரு. அங்க வேல செய்றவன், இந்த மாதிரி தற்கொலன்னு சொல்லிக்கிறாங்கன்னு சொல்லியிருக்கான். சரி... எப்படியும் போலீஸ் நம்மளத் தேடி வந்துடும். வேற ஏதாவது கேஸ்ன்னா கூட பரவால்ல. ரேப்பு... கொல... சமூகத்துல நம்மள மாதிரி சாதாரணமான வாழ்ந்துட்டிருந்த ஆளு. எவ்வளவு பெரிய வீழ்ச்சி. அதான் அதிகம் யோசிக்காம உடனே வீட்டுக்கு வந்து, தற்கொலைப் பண்ணியிருப்பார். ஏற்கனவே முகேஷ் தற்கொலைப்

பண்ணிகிட்டது அருணுக்கு ஒரு தூண்டுதலா இருந்துருக்கும். நான் சொல்றது சரியா வருதா சார்?''

''ஒரு பிசிறு இல்ல'' என்றார் இன்ஸ்பெக்டர்.

''சார்... அந்த அருண்.... நம்பள மாதிரி, ஒரு சராசரி ஒரு மிடில் க்ளாஸ் பையன். அவன் போய் இப்படி நடந்திருப்பான்னு...'' என்றாள் யாத்ரா.

''அம்மா... யாரும் குற்றவாளியா பிறக்கறதுல்ல. சகவாசம்... கெட்டப் பழக்கங்கள்... அதான் மனுஷன மாத்திடுது. அவனா அப்படி செஞ்சான். இங்க ஏதோ பார்ல முகேஷ், அருணுக்கு பழக்கமாயிருக்கான். அவன் போதை மருந்த கலக்கிக் கொடுத்து, இவன பழக்கப்படுத்திருப்பான். அதனால எர்ணாகுளம் வர்றப்ப எல்லாம் முகேஷ வந்து பாத்திருப்பான். அன்னக்கி ரெண்டு பேரும் ஒண்ணா பார்ல இருக்கறப்பதான் தகறாறு ஆயிருக்கு. இதுல முகேஷ் முரட்டுத்தனமான ஆளு. அவன் கூட சேர்ந்து, அருணும் இந்த வேலைய செஞ்சிருப்பான். சாதாரணமா செய்ற ஆளு இல்ல. ஆனா சண்டை நடந்த ஆவேசம்... அவனுக்குள்ள இருந்த போதை... கூட இருந்த மோசமான ஆளு... ஆக்ச்சுவலா அருணு பயந்திருப்பாரு. இவன் வாடான்னிருப்பான். இவரும் போதைல போயிருப்பாரு...''

''இதப் போயி எப்படி... ஸ்வேதாகிட்ட....'' என்று இழுத்தாள் யாத்ரா.

''ஸ்வேதா?''

''அருணோட தங்கை. அவங்கதான் எங்கள காரணத்தக் கண்டு பிடிக்கச் சொன்னாங்க...''

''நல்ல காரியம் பண்ணாங்க. உங்களால அட் எ டைம்ல ஒரு கொலை கேஸூ... ரெண்டு தற்கொலை கேஸூ ஸால்வ் ஆயிடுச்சு. கங்க்ராட்ஸ்'' என்று கையை நீட்டினார்.

''சாரி ... அதக் கொண்டாடற மனநிலைல நாங்க இல்ல...''

''எங்க போலீஸ் லைஃப்ல இதெல்லாம் சகஜம். சென்டிமென்ட்ஸ், மனித உணர்வுகளுக்கெல்லாம் இங்க இடமே இல்ல. இதுவும் ஒரு கேஸ். அவ்வளவுதான். இன்னும் எங்களுக்கு நிறைய வேல இருக்கு. மெட்ராஸ் வந்து பாடிய க்ளெய்ம் பண்ணணும். அப்புறம் ஸ்வேதா அட்ரஸ்... போன் நம்பர் கொடுத்துட்டுப் போங்க. ஸ்வேதாகிட்ட அந்த செயின் அருணுதுதான்னு ஸ்டேட்மென்ட் வாங்கணும். உங்க போலீஸ்கிட்ட ரிப்போர்ட் வாங்கி கேஸ முடிக்கணும்.''

''மெட்ராஸ் வர்றப்ப, கால் பண்ணுங்க. கார்ட்ல மொபைல் நம்பர் இருக்கு. நம்ம சந்திப்போம்'' என்றபடி எழுந்தான் நந்தா.

''நிச்சயமா...'' என்று அவனிடம் கைகுலுக்கி, விடைகொடுத்தார் இன்ஸ்பெக்டர்.

வெளியே வந்த யாத்ரா ஒன்றும் பேசாமல் மௌனமாக வந்தாள்.

''என்ன யாத்ரா... இன்னும் ஷாக்ல இருந்து வெளிய வரலையா?''

''நம்பவே முடியல நந்தா. நம்பள மாதிரி சினிமா பாத்துகிட்டு, நாவல் படிச்சுகிட்டு, பைக்ல வேலைக்கு போய்கிட்டு சராசரியா வாழ்ந்துகிட்டிருக்குற பையன்... இப்படி ஒரு காரியத்தைப் பண்ண முடியுமா? இல்ல முகேஷ் கூட இருந்த ஆளு, வேற ஆளா இருக்கப்போகுது?''

''சின்னக்குழந்தை மாதிரி பேசாத யாத்ரா. செயின் பக்கா எவிடென்ஸ். அப்புறம் முகேஷ் போலீஸ் விசாரிச்சவுடனே, அவன் மெட்ராஸ் வந்து அருணப் பாக்குறான். பாத்துட்டு அவன் தற்கொலப் பண்ணிக்குறான். அவன் பாடிய பாத்துட்டு வந்து, இவன் தற்கொல பண்ணிக்குறான். அப்புறம் என்ன சந்தேகம்?''

''என்னமோ... நம்ப முடியல நந்தா...''

''எல்லா மனுஷங்களுக்குள்ளயும் ஒரு மிருகம் இருக்கும் யாத்ரா. அது செயல்படாம, தூங்கிட்டிருக்கும். அத யாராச்சும் உசுப்பி விடறப்ப இந்த மாதிரி நடக்கும். அது மோசமான நண்பர்களாகவோ, போதையாவோ, குடியாவோ இருக்கலாம். டேக் இட் ஈஸி... பாவம் நீ சின்னப் பொண்ணு. அதான் ஆடிப்போய்ட்ட. என் கையப் புடிச்சுக்க. ஆறுதலா இருக்கும்.'' என்று யாத்ராவின் கையை இறுகப் பிடித்த நந்தா, ''இப்ப என் மனசுக்குள்ளயும் ஒரு மிருகம் இருக்கு. நீ இவ்ளோ லோகட் சுடிதார் போட்டு, அந்த மிருகத்த உசுப்பி விட்டுகிட்டிருக்க... இப்ப என்னாவும்? நம்ப ரூமுக்கு போனவுடனே, அந்த மிருகம் முழிச்சுக்கும். அப்புறம்....'' என்று நம்பியார் போல் சிரித்து, இரண்டு உள்ளங்கைகளையும் பிசைந்து காட்டினான்.

''அப்படியா? அப்பன்னா... எனக்குள்ளயும் ஒரு மிருகம் இருக்குமில்லையா?''

''ஆமாம்...'' என்று இழுத்தான் நந்தா.

''நீ கைய வச்சின்னா, அந்த மிருகம் என்ன தெரியுமா பண்ணும்? ம்ம்ம்....'' என்று அவள் சந்திரமுகி ஜோதிகா போல் விழிகளை விரித்து, பற்களை கடிக்க, ''உனக்கு விருப்பமில்லன்னா வேணாம் யாத்ரா. அதுக்குன்னு இப்படில்லாம் பாக்காத. பயமா இருக்கு'' என்றான் நந்தா.

''அய்யோ... நான் சொல்றத முழுசா கேளுடா. நானும் இவ்ளோ நாளா, அதுக்குதான்டா காத்துட்டிருந்தேன். ரா... ரா... சரசுக்கு ரா.... ரா....ன்னு உன்னக் கட்டிப் பிடிச்சுக்குவேன்...''

''கடவுளே... என்னைக் காப்பாத்து...'' என்று சாலை என்றும் பார்க்காமல் கத்தினான் நந்தா.

– குங்குமச் சிமிழ்–2011

•••

தேடாதே...

1

சென்னை. விடியற்காலை.

எழுத்தாளர்கள் அலாரம் வைத்து எழுந்து, விடியற்காலையை எப்படி புதிதாக வர்ணிக்கலாம் என்று மண்டையை உடைத்துக்கொண்டிருந்தார்கள். புதுமனைவிகள், எப்போது தனிக்குடித்தனத்துக்கு அடிபோடலாம் என்ற சிந்தனையோடு பாலை பொங்க வைத்துக்கொண்டிருந்தார்கள். புது மாமியார்கள், காபி எவ்வளவு சூப்பராக இருந்தாலும் குற்றம் சொல்லும் முடிவோடு காபிக்காக காத்திருந்தார்கள். ஆயுட்காலத்தை நீட்டிப்பதில் அக்கறை கொண்டவர்கள், வாக்கிக், யோகா, தியானம்... என்று எமதர்மனின் கணக்குகளில் குழப்பத்தை ஏற்படுத்திக்கொண்டிருந்தார்கள். இளைஞர்களின் விடியற்காலை கனவுகளில் வெள்ளாவி நடிகைகள்.

கௌதமின் கனவிலும் நடிகைகள். அனுஷ்கா, தமன்னா, காஜல் அகர்வால் என்று மூன்று நடிகைகளையும் ஒரே பைக்கில் உட்காரவைத்து கனவில் பைக் ஓட்டிக்கொண்டிருந்த கௌதமிற்கு

வயது 27. சொந்த ஊர், தஞ்சாவூர் கீழவாசல். பொன்னியின் செல்வன் நாவலில் பூங்குழலியும், சேந்தன் அமுதனும் படகு சவாரி செய்யும் வடவாற்றங்கரையில் வளர்ந்தவன்.

ஓடும் பஸ்ஸில், ஓரக்கண்ணால் ஒரு வினாடிப் பார்த்த ஒரு பெண்ணைப் பற்றி கவிதை எழுத ஆரம்பித்து... அப்படியே கல்லூரியில் பேச்சுப் போட்டி... இலக்கிய மன்றம் என்று வேகமெடுத்து, சென்னை வந்து பிரபல தமிழ் சேட்டிலைட் சானலான க்யூ டிவியில் நிகழ்ச்சித் தொகுப்பாளராக பணியில் சேர்ந்து, நாளது தேதியில் தமிழ் சின்னத்திரை உலகில், கோபிநாத்துக்கு அடுத்து பெரிய ஆண் டிவி ஸ்டார் கௌதம்தான். மந்தைவெளியில் ஒரு மொட்டைமாடி அறையில் தனியாக வசித்து வருகிறான்.

கௌதம்தான் இந்தக் கதையின் கதாநாயகன் என்பதால் அவனைக் கொஞ்சம் வர்ணிக்கவேண்டியிருக்கிறது. ஆனால் ஒரு ஆணை வர்ணிப்பது போன்ற போரான விஷயம் உலகில் வேறு ஒன்றும் இல்லை. எனவே ஒரு சம்பிரதாயத்திற்காக உயரமாக, மாநிறமாக, களையாக இருப்பான் என்பதோடு முடித்துக்கொள்ளலாம்.

புன்னகையுடன் கனவில் ஆழ்ந்திருந்த கௌதம், கதவு தட்டும் சத்தம் கேட்டு விசுக்கென்று விழித்தான். சுவர்க்கடிகாரத்தில் மணியைப் பார்த்தான். யார் இவ்வளவு காலையில்? வேகமாக எழுந்து அறைக் கதவைத் திறந்த கௌதம். தனது கண்களை நம்பமுடியாமல், விழிகளை ஒரு முறை கசக்கி விட்டுக்கொண்டான். வெளியே கௌதமின் காதலி ஸ்ரவந்தி நின்றுகொண்டிருந்தாள்.

''ஸ்ரவந்தி... இவ்ளோ காலைல வந்துருக்க? இது கனவா, நிஜமான்னு சந்தேகமா இருக்கு. கிள்ளிப் பாத்துடலாம்'' என்று அவள் கன்னத்திற்கு தனது கையைக் கொண்டு சென்றான்.

''உனக்கு சந்தேகமா இருந்தா, உன் உடம்புலதான் கிள்ளிப் பாக்கணும்'' என்றபடி அவன் கையைத் தள்ளிவிட்டாள் ஸ்ரவந்தி.

''ஆமாம்ல்ல... குழம்பிட்டேன். நீயே என் உடம்புல கிள்ளு'' என்று தனது உதடுகளை நீட்டினான் கௌதம்.

''அதுக்கு ஏன் உதட்டுல கிள்ளணும்?'' என்ற ஸ்ரவந்தி கௌதமின் கையில் படு அழுத்தமாக கிள்ள... ஆ... என்று அலறிய கௌதமின் வாயில் தனது ஸ்கூட்டி சாவியைத் திணித்துவிட்டு உள்ளே நுழைந்தாள் ஸ்ரவந்தி ஸ்ரவந்தி... பெயரே சங்கீதம் மாதிரி இல்லை? ஆள்? அழகி... பேரழகி... எனவே உரைநடைத் தமிழின் அத்தனை சாத்தியங்களையும் பயன்படுத்தி நாம் ஸ்ரவந்தியை வர்ணிக்கவேண்டியுள்ளது.

நிறம்... உருகி ஓடும் தங்கத்தில், சந்தனக் கரைசலை ஊற்றினாற் போல் பொன் மஞ்சள் நிறம். அவள் பிறந்தபோது இரண்டு நட்சத்திரங்கள் அவள் கண்களில் விழுந்திருக்கவேண்டும். அப்படி ஒரு பிரகாசமான கண்கள். அந்த மெது மெது கன்னங்கள் ஒவ்வொன்றும் ஒரு கவிதை. ஸ்ரவந்தி மெரூன் நிறத்தில் சுடிதார் அணிந்திருந்தாள்.

கௌதம் பணியாற்றும் அதே க்யூ டிவியில், புதன்கிழமைதோறும் இரவு எட்டு மணிக்கு, 'ஹலோ ஸ்ரவந்தி' நிகழ்ச்சியில் நேயர்களுடன் தொலைபேசியில் உரையாடி, ''பங்ச்சர் ஆனா, டிங்ச்சர் போடுவேன்...'' ''டன்டனக்கா... டனக்குடக்கா...'' என்பது போன்ற சங்கத் தமிழ் தேவகானங்களை ஒளிபரப்புபவள். தமிழ்நாடே ஸ்ரவந்தியின் அழகுக்காக அந்த நிகழ்ச்சியைப் பார்த்தது.

அவள், 'ஹலோ... சொல்லுங்க. நான் ஸ்ரவந்தி பேசுறேன்'என்று கூறும் புதன்கிழமை இரவுகளில் மட்டும் தமிழ்நாட்டில் 1000 கவிஞர்கள் புதிதாக உருவாகிறார்கள். லட்சம் விடலைப் பையன்களின் முகத்தில் புதிதாக பருக்கள் முளைக்கின்றன. கோடி பெண்களின் அடிவயிறு புகைகிறது(கடங்காரி... என்னமா இருக்கா...). மணிரத்னத்திலிருந்து கௌதம் மேனன் வரை, அனைத்து இயக்குனர்களும் சினிமாவில் நடிக்க அழைத்தும் மறுத்துவிட்டவள். இன்றைய தேதியில் தமிழ் இளைஞர்களின் கனவுக் கன்னி, நிச்சயமாக நடிகைகள் யாரும் இல்லை. ஸ்ரவந்திதான். பெற்றோர் பெங்களூரில். ஸ்ரவந்திக்கு சென்னையில் ஹாஸ்டல் வாசம்.

''உன்னப் பத்திதான் கனவு கண்டுகிட்டிருந்தேன். கரெக்டா வந்துட்ட...'' என்றான் கௌதம்.

''கதை விடாதடா...''

''நிஜமாதான் ஸ்ரவந்தி. லவ் கம் சென்டிமென்ட் கனவு. கனவுல உனக்கு காய்ச்சல். பயங்கரமா வாந்தி எடுக்குற. அத நான் அப்படியே கைல ஏந்திப் பிடிக்கிறேன். நீ அப்படியே கண்ணு கலங்க என்னைப் பாக்குற.''

''சூப்பர்... அப்புறம்.''

''நீ ரொம்ப முடியாம என் நெஞ்சுல சாஞ்சு, என் உடம்பு மேலயே வாந்தி எடுத்துட்டு ஸாரிடாங்கிற. நான், என்னம்மா... இதுக்கு போய் ஸாரி கேட்டுகிட்டுன்னு உன்ன சமாதானப்படுத்துறேன். அப்புறம் நீ உடம்பு வலி தாங்கமுடியாம பயங்கரமா அணத்தற. நான் கலங்கிப்போயி உன்ன எடுத்து மடில போட்டுகிட்டு, ''மகமாயி... இவ இப்படி கஷ்டப்படறத என்னால பாக்கமுடியல தாயே... அவ காய்ச்சல எடுத்து, எனக்குக் கொடு தாயேன்னு கதர்றேன்.''

ஸ்ரவந்தி உதட்டைக் கடித்து சிரிப்பை அடக்கிக்கொண்டாள்.

''அடுத்த செகண்ட் உன் காய்ச்சல் கிடுகிடுன்னு இறங்கி உனக்கு வேர்த்து விடுது. எனக்கு பயங்கரமா காய்ச்சல் வந்துடுது. எப்படி கனவு?''

''பின்றடா... நேத்து நைட்டு எதாச்சும் டிவி சீரியல் பாத்துட்டு படுத்தியா?''

''நம்பமாட்டீல்ல. தொட்டுப் பாரு. உடம்பு சுடும்.''

''அது வேற சூடு. உன்னப் பத்தி எனக்குத் தெரியாதா? நீ யாரை யாச்சும் நடிகையப் பத்தி கனவு கண்டுருப்ப...''

''என் சக்கரக்கட்டி.... எப்படி ஸ்ரவந்தி கரெக்டாச் சொல்ற? ஒரே கனவுல அனுஷ்கா, தமன்னா, காஜல் அகர்வால் மூணு பேரும் வந்தா அதுக்கு என்ன பலன் ஸ்ரவந்தி?''

''இன்னைக்கி எங்கயோ செருப்படிப்படப்போறன்னு அர்த்தம்.''

''உனக்கு பொறாமை. சரி.. என்ன இது திடீர்னு காலைலயே விஸிட்? காலைலயே லவ் மூடா?''

''அதெல்லாம் ஒண்ணும் இல்ல. இன்னக்கி காலைல ஆஸ்கார் அவார்டு லைவ் டெலிகாஸ்ட் பண்றாங்கள்ல... அது ஸ்டார் மூவிஸ் சேனல்லதான் காமிக்கிறாங்க. எங்க ஹாஸ்டல் கேபிள் டிவில ஸ்டார் மூவிஸ் தெரியாது. அதான் இங்க வந்தேன்.''

''மை காட்... மறந்தே போயிட்டேன்...'' என்ற கௌதம் வேகமாக ரிமோட்டை எடுத்து டிவியை ஆன் செய்தான்.

கௌதமும், ஸ்ரவந்தியும் மட்டுமல்ல. கிட்டத்தட்ட தமிழ்நாடே டிவி முன்தான் அமர்ந்திருந்தது. காரணம்... தமிழ் சினிமாவின் புகழ்பெற்ற இயக்குனர் நந்தகுமாரின் திரைப்படமான 'மேகம்', சிறந்த அயல்நாட்டுப் படத்திற்கான ஆஸ்கார் விருதுக்கு இறுதியாக நாமினேட் செய்யப்பட்ட 5 படங்களில் ஒன்றாக தேர்வு செய்யப்பட்டிருந்தது. உலக சினிமா வரலாற்றில், இப்போதுதான் ஒரு தமிழ் படம் முதன்முதலாக ஆஸ்காருக்கு நாமினேட் செய்யப்பட்டிருக்கிறது.

கௌதமும், ஸ்ரவந்தியும் ஆவலோடு டிவியைப் பார்த்தனர்.

2

ஸ்டார் மூவிஸ் சேனலில், 84 ஆவது ஆஸ்கார் விருது வழங்கும் நிகழ்ச்சி லாஸ் ஏஞ்சலஸ் கொடாக் அரங்கிலிருந்து நேரடியாக ஒளிபரப்பாகிக்கொண்டிருந்தது. கர்ச்சீப்பால் ஆடை தைத்து அணிந்திருந்த அந்த வெள்ளைக்கார இளம்பெண், ''அவார்ட் ஃபார் பெஸ்ட் அடாப்டட் ஸ்க்ரின்ப்ளே. தி நாமினீஸ் ஆர்...'' என்று கூறிக்கொண்டிருந்தபோது டிவியில் கொடாக் அரங்கில் அமர்ந்திருந்தவர்களைக் காண்பித்தார்கள். அப்போது சில வினாடிகள் டிவியில் தெரிந்த இயக்குனர் நந்தக்குமாரைப் பார்த்த கௌதமுக்கு ஆச்சர்யமாக இருந்தது.

நந்தகுமார், 'மேகம்' படம்தான் தான் இயக்கப்போகும் கடைசித் திரைப்படம் என்று அறிவித்துவிட்டு அப்படத்தை எடுத்தான். அநேகமாக இந்தியாவில், அதிகாரபூர்வமாக ஓய்வுபெறப் போவதாக அறிவித்த ஒரே இயக்குனர் நந்தகுமாராகத்தான் இருக்கும்.

இத்தனைக்கும் அதற்கு முன்பு நந்தகுமார் இயக்கிய 3 படங்களுமே சூப்பர்ஹிட். இருப்பினும் தனக்கு சினிமா அலுத்துவிட்டது என்று திரையுலகிற்கு குட்பை சொன்ன நந்தகுமாருக்கு 46 வயதுதான். 20 வருடங்களுக்கு முன்பு தனது ''நீ'' படம் மூலம் தமிழ் சினிமாவில் ஒரு புதிய அலையை எழுப்பினான். முதல் படமே சூப்பர் ஹிட். அதன் பிறகு நந்தகுமார் திரும்பிப் பார்க்கவே இல்லை. 20 வருடங்களில் மொத்தம் 36 படங்கள். அவற்றில் ஒன்றிரண்டு தவிர, அனைத்தும் ஹிட். நந்தகுமாரின் படங்கள், ஒரே சமயத்தில் தீவிர விமர்சகர்களாலும், வெகுஜனங்களாலும் ரசிக்கப்பட்ட, தமிழர்களின் வாழ்க்கையை புதியதொரு கோணத்தில், கலைநேர்த்தியுடன் பதிவு செய்த படங்கள்.

'மேகம்' படத்தை கிட்டத்தட்ட ஒரு ஆர்ட் ஃபிலிம் போலவே எடுத்திருந்ததால் படம் சுமாராகத்தான் ஓடியது. கதையும் பெரிய வித்தியாசமான கதை என்றெல்லாம் கூறிவிடமுடியாது.

'மேகம்' திரைப்படத்தின் கதை இதுதான்: உலக வாழ்வில் வெறுப்புற்று ஒரு காட்டில் பைத்தியக்காரன் போல் திரிந்து கொண்டிருக்கும் வாசு, அங்கு மலைவாசிப் பள்ளியில் ஆசிரியையாக இருக்கும் 'யாத்ரா' என்ற பெண்ணை சந்திக்கிறான். இருவரும் காதலிக்கின்றனர். அதே சமயத்தில் யாத்ரா ஒரு வனத்துறை அதிகாரியை சந்திக்கிறாள். வேலைவெட்டியற்று திரிந்துகொண்டிருக்கும் வாசுவைத் திருமணம் செய்துகொள்வது, தனக்கு பாதுகாப்பாக இருக்குமா என்ற சஞ்சலத்தில் அவள் இருக்கும்போது, வனத்துறை அதிகாரி அவளைக் காதலிப்பதாக கூறுகிறார். அதனை ஏற்றுக்கொள்ளும் யாத்ரா, வாசுவை கொஞ்சம், கொஞ்சமாக தவிர்க்கிறாள். உண்மைத் தெரியும் வாசு அவளிடமிருந்து விலகுகிறான். ஆனால் யாத்ராவுக்கு சிறிது காலத்தில் வனத்துறை அதிகாரி ஏற்கனவே திருமணமானவன் என்பது தெரியவருகிறது. யாத்ரா, வாசுவைச் சந்தித்து மன்னிப்புக் கோருகிறாள். ஆனால் வாசு அவளை மன்னிக்காமல் நிராகரிக்கிறான். லாங் ஷாட்டில் யாத்ரா அந்தக் காட்டுப் பாதையில் அழுதுகொண்டே நடந்து செல்லும் காட்சியுடன் படம் முடியும்.

யோசித்துப் பார்த்தால் மிக, மிகச் சாதாரணமான கதைதான். ஆனால் நந்தகுமார் அப்படத்தில் காட்டுக்குள் கேமிராவால் ஒரு மகாகாவியமே படைத்திருந்தான். அடுத்து... இருவருக்கும் காதல் உருவாகும் காட்சிகள், இது வரை உலகப் படங்களில் இல்லாத அளவுக்கு மிகவும் புதுமையான, வித்தியாசமான சம்பவங்களுடன் படைக்கப்பட்டிருந்தது. அதுவே மேற்கத்திய விமர்சகர்களை அப்படத்தை நோக்கி ஈர்த்திருக்கவேண்டும்.

அந்த படம் வெளிவந்தவுடன் நந்தகுமார் திரையுலகிலிருந்து ஓய்வு பெற்றுவிட்டதால், அதற்கு பிறகு நந்தகுமார் பற்றி பேச்சே இல்லை. ஆனால் திடீரென்று, 'மேகம்' திரைப்படம் ஆஸ்கார் விருதுக்கு நாமினேட் ஆக, நந்தகுமார் மீண்டும் லைம்லைட்டுக்கு வந்தான்.

டிவியைப் பார்த்தபடி, கௌதம், ஸ்ரவந்தியின் கையைப் பிடித்து கைவிரல்களை கோர்த்துக்கொண்டான். ''நோ...'' என்று தன் கையை விடுவித்துக்கொண்ட ஸ்ரவந்தி, ''டோன்ட் டச். நீ கொஞ்சம், கொஞ்சமா மூடு ஏத்தி, வந்த வேலையவே மறக்கடிச்சுடுவே... தள்ளு...'' என்று கௌதமைப் பிடித்துத் தள்ளினாள்.

''ஓகே. உடம்பதான தொடக்கூடாது... இந்த வளையலத் தொடலாமா?'' என்றான் அவளுடைய பச்சை நிற கண்ணாடி வளையுல்களைத் தொட்டபடி..

''தாராளமா.''

''இந்த ரிங்க...'' என்றபடி ஸ்ரவந்தியின் காது வளையத்தைத் தொட்டான்.

''ம்...''

''இந்த நெத்திப் பொட்ட....'' என்றபடி அவள் நெற்றிப் பொட்டில் கைவிரலை வைத்த கௌதம் அப்படியே அவள் மூக்கில் இறங்க... ஸ்ரவந்தி கிறக்கத்துடன் கண்களை மூடிக்கொண்டு, ''பயங்கர கேடிடா நீ...'' என்றாள்.

''மெல்ட்டாயிட்டியா?''

''பயங்கர மெல்ட்டு...'' என்ற ஸ்ரவந்தி டிவியில் திடீரென்று சத்தமாக 'அவார்டு ஃபார் தி பெஸ்ட் ஃபாரின் லாங்வேஜ் ஃபிலிம்...' என்று அறிவித்தவுடன், சட்டென்று சுதாரித்துக்கொண்டு, ''நோ...'' என்று கௌதமை தள்ளிவிட்டு டிவியைப் பார்த்தாள்.

கௌதம் சிரித்தபடி அவன் முன் டீப்பாயில் கிடந்த ஒரு சிகரெட்டை எடுத்து, உதட்டில் பொருத்தி பற்ற வைத்துக்கொண்டே, ''நந்தகுமாருக்கு அவார்டு கிடைச்சுடுச்சுன்னா, நம்ம உளவுத்துறை ப்ரோக்ராம்ல ஒரு பெரிய ப்ராஜக்ட்ட ஆரம்பிக்கப்போறோம்'' என்றான். டிவியை கவனமாக பார்த்துக்கொண்டிருந்த ஸ்ரவந்தி என்ன ப்ராஜக்ட் என்று கௌதமிடம் கேட்கவில்லை.

கௌதமின் இன்றைய புகழுக்கு காரணம் 'உளவுத்துறை' நிகழ்ச்சிதான். இரண்டு வருடங்களுக்கு முன்புதான் கௌதம் இந்நிகழ்ச்சியை தயாரித்து, அவனே திரையில் தோன்றி தொகுத்து வழங்க ஆரம்பித்தான். அது மாநிலத்தில் மிகவும் பிரபலமான குற்ற வழக்குகளை ஆராயும் நிகழ்ச்சியாகும். ஒரு டாக்டரின் கொலைவழக்கை ஆராய்ந்தபோது கிடைத்த தடயங்களைக் கொண்டு உண்மையான குற்றவாளியை கௌதமே கண்டுபிடித்து டிவியில் ஒளிபரப்ப... எல்லா பத்திரிகைகளும் கௌதமைப் பற்றி எழுதித் தீர்த்தன. இரண்டே வாரத்தில் 'உளவுத்துறை' டி.ஆர்.பி. ரேட்டிங்கில் கன்னாபின்னாவென்று எகிறி முதலிடத்திற்கு வந்தது. இப்போது மேகம் படத்திற்கு அவார்டு கிடைத்தால் கௌதம் தனது அடுத்து ப்ராஜக்ட்டை ஆரம்பிக்கப்போகிறான்.

டிவியில், கையிலிருந்த கவரிலிருந்து ஒரு காகிதத்தை எடுத்த அறிவிப்பாளர் ''எய்ட்டி ஃபோர்த் ஆஸ்கார் அவார்டு ஃபார் தி பெஸ்ட் ஃபாரின் லாங்வேஜ் ஃபிலிம். தி நாமினிஸ் ஆர்...'' என்று வரிசையாக நான்கு படங்களை அறிவித்துவிட்டு பிறகு, ''அன்ட் தி டமில் ஃபிலிம் 'மேகம்' ஃப்ரம் இன்டியா டைரக்டட் அன்ட் ப்ரொட்யூஸ்ட் பை மிஸ்டர் நந்தகுமார்'' என்று கூற, டிவியில் நந்தக்குமாரைக் காட்டினார்கள்.

கோட், சூட் அணிந்துகொண்டு ஃபிரெஞ்ச் தாடியும், பாதி வழுக்கையுமாக காணப்பட்ட நந்தகுமாரின் முகத்தில் பெரிய பதட்டமெல்லாம் இல்லை. அவன் அருகிலேயே அப்படத்தின் ஒளிப்பதிவாளரும், இசையமைப்பாளரும், மற்றும் படத்தில் நடித்த முக்கிய நடிகர்களும் அமர்ந்திருந்தனர்.

கௌதம் பதட்டத்துடன் நகத்தைக் கடிக்க ஆரம்பித்தான். ஸ்ரவந்தி, கௌதமின் கையைப் பிடித்தபடி, ''இப்ப செலக்ட் ஆனா நந்தகுமார்தான அவார்டு வாங்கணும்'' என்றாள்.

''பெஸ்ட் ஃபாரின் ஃபிலிம்தான். பெஸ்ட் டைரக்டர் கிடையாது. அதனால பெஸ்ட் ஃபாரின் லாங்வேஜ் படத்துக்கு, படத்தோட ப்ரட்யூசர், டைரக்டர், மியூசிக் டைரக்டர், கேமிராமேன், நடிகருங்கன்னு படத்துல பார்ட்டிசிப்பேட் பண்ணின முக்கியமான ஆளுங்க எல்லாரும் சேர்ந்து போய்தான் வாங்கணும்'' என்றான் கௌதம்.

அவ்விருதை அளிக்க வந்திருந்த இத்தாலிய இயக்குனர் தனது கவரிலிருந்த ஸ்லிப்பை எடுத்து பார்த்து, ''தி அவார்ட் கோஸ் டு...'' எனறு நிறுத்தி சில வினாடிகள் பார்வையாளர்களைப் பார்த்தவர், ''டமில் ஃபிலிம் மேகம் ஃப்ரம் இன்டியா...'' என்று சத்தமாக கூற.... நந்தகுமார் பெரிதாக உணர்ச்சிவசமெல்லாம் படாமல் எழுந்தான். அருகில் அமர்ந்திருந்த 'மேகம்' படக்குழுவினர் பாய்ந்து நந்த குமாரைக் கட்டிப்பிடித்துக்கொண்டனர். நந்தகுமார் அவர்களையும் அழைத்துக்கொண்டு மேடையை நோக்கி நடந்தான்.

''யா... யா... யா...'' என்று விக்கெட்டை வீழ்த்திய பவுலர் போல் கௌதம் தனது முஷ்டியை உயர்த்தி ஆட்ட... ஸ்ரவந்தி பயங்கர உற்சாகத்துடன், ''வாவ்...'' என்று கத்தியபடி, தடாலென்று கௌதமை கட்டிப்பிடித்து, அவன் உதட்டில் அழுத்தமாக தனது உதட்டைப் பதிக்க... கௌதமுக்கு மயக்கம் வருவது போல் ஆகிவிட்டது.

''ஸ்ரவந்தி... நீ என்ன செஞ்சன்னு உனக்குத் தெரியுதா?''

''தெரியுது... முதமுதல்ல ஒரு தமிழ் படம் ஆஸ்கார் அவார்டு வாங்கியிருக்கு. அந்த சந்தோஷம்தான். நீ இந்தப் படத்த ஏழு தடவை பாத்தீல்ல?''

''ஆமாம்.. இந்த மாதிரி வித்தியாசமா டைரக்ட் பண்ணின லவ் ஸ்டோரிய இது வரைக்கும் நான் பாத்ததே இல்ல. நான் எதிர்பார்த்த மாதிரியே மேகம் அவார்டு வாங்கிடுச்சு. நம்ம அடுத்த ப்ராஜக்ட்ட உடனே ஆரம்பிக்கவேண்டியதுதான்.''

''என்ன ப்ராஜக்ட்?''

''நந்தகுமார் லாஸ் ஏஞ்செல்ஸ் கிளம்பறதுக்கு முன்னாடி என்டிடிவி சேனலுக்கு பேட்டி கொடுத்தாரு. அப்ப ப்ரணாய் ராய், ''படத்துல வர்ற காதல் தொடர்பான சம்பவங்கள் எல்லாம் ரொம்ப புதுசா, அபூர்வமா இருந்துச்சு. கற்பனைல அப்படித் தோண சாத்தியமே இல்ல. இத உங்க சொந்த காதல் கதைன்னு எடுத்துக்கலாமா?''ன்னு கேட்டப்ப... சட்டுன்னு, ''அஃப்கோர்ஸ்... எஸ்... வித் லிட்டில் சேஞ்சஸ்''ன்னு சொல்லிட்டாரு. ஆனா மேற்கொண்டு, அந்தப் பொண்ணு யாரு? என்னன்னு கேட்டதுக்கு அவர் பதிலே சொல்லல.''

''சரி.. அதுக்கென்ன இப்ப?''

''அது அவரோட வாழ்க்கைல நடந்த கதைன்னா, அந்த படத்துல வர்ற ஹீரோ கேரக்டர் நந்தகுமாராதான் இருக்கணும். நந்தகுமார்தான் ஹீரோன்னா, அந்த ஹீரோயின் கேரக்டர் யாத்ராவும் நிஜமாதான் இருக்கணும்.''

''சும்மா ஒரு பரபரப்புக்காகக் கூட அப்படி சொல்லியிருக்கலாம்ல?''

''படம் ரிலீசான சமயத்துல சொன்னா, நீ சொல்றது சரி. படம் ரிலீஸாகி, ஓடி முடிச்சு, அவரு சினிஃபீல்டுல இருந்து ரிட்டயரானப்பறம் அப்படிச் சொல்லணும்னு அவசியம் கிடையாது. இப்ப சொன்னதே ஸ்லிப் ஆஃப்தி டங்தான். அப்புறம் ப்ரணாய் ராய் எவ்ளவோ நோண்டி கேட்டும், மனுஷன் வாயத் திறக்கல. அதுவுமில்லாம, அவரு வாழ்க்கையே ஒரு மர்மமான வாழ்க்கை.''

''என்ன மர்மம்?''

''பொதுவா சினிமாக்காரங்கன்னா, அவங்களோட பர்சனல் லைஃபு மொத்தத்தையும் நம்ம மீடியா அலசியிருக்கும். ஆனா நந்தகுமாரோட சொந்த ஊரு என்னன்னு கூட யாருக்கும் தெரியாது.''

''ஆமாம். அவரு அனாதை இல்லத்துல வளர்ந்தவரு.''

''அது அவரு சொல்றது. ஆனா யாரு கேட்டாலும், எந்த அனாதை இல்லம்னு அவர் சரியா சொல்லவேமாட்டாரு. ஏன் அதை மறைக்கணும்? கேட்டா, நான் என் பழைய வாழ்க்கைய மறக்க விரும்பறேன்னு சொல்லி நழுவிடுறாரு. அப்புறம்... அவரு கல்யாணமும் பண்ணிக்கல.''

''ஒருத்தர் கல்யாணம் பண்ணிக்காம இருக்கிறதுக்கு எத்தனையோ காரணங்கள் இருக்கலாம்.''

''கரெக்ட். ஆனாலும் அவரு மேகம் படம் தன்னோட சொந்தக் கதைன்னு சொன்னதால, நிச்சயமா யாத்ரான்னு ஒருத்தங்க இருக்கணும். அந்த காதல் தோல்வியால அவரு கல்யாணம் பண்ணாம இருந்திருக்கலாம். படம் பாத்தீல்ல... எவ்ளோ டீப் லவ்? படத்தோட க்ளைமாக்ஸ்ல காதலர்கள் பிரிஞ்சிடுறாங்க. அதுக்கு பிறகு அந்த யாத்ரா என்ன ஆனாங்க? எங்க போனாங்க? இப்ப என்ன செய்றாங்கன்று தேடிக் கண்டுபிடிப்போம். கேரளா மீடியாவுல, சில பிரபலமான நாவல்கள்ல வர்ற கதாநாயகிகள் நிஜமா இருக்காங்கன்னு தெரிஞ்சுதுன்னா, பத்திரிகைகாரங்க அவங்கள எல்லாம் தேடிக் கண்டுபிடிச்சு, ரிப்போர்ட் பண்ணியிருக்காங்க. தமிழ்ல நம்ப ஆரம்பிச்சு வைப்போமே...''

''நீ என்ன சொல்றன்னே புரியல...''

''ஸ்ரவந்தி... எழுத்தாளர் தி. ஜானகிராமனோட பிரபலமான நாவல் 'மோகமுள்', கதாநாயகி பேரு யமுனா. இந்த யமுனா கேரக்டர் தி.ஜானகிராமன் ரசிகர்கள் மத்தில ரொம்ப ஃபேமஸ். பின்னாடி தி.ஜானகிராமன் கல்கில, ''கும்பகோணத்துல எங்க வீட்டுக்கு பக்கத்துல, என்னை விட வயசான ஒரு பொண்ணு இருந்துச்சு. அவ கூட நட்பா பழகிட்டிருந்தேன். அவ மேல எனக்கு பயங்கர மோகம். ஆனா ஒண்ணும் சொல்லிக்கல. அவ வேற ஒருத்தன கல்யாணம் பண்ணிகிட்டு போயிட்டான்னு எழுதியிருக்காரு. நம்ம அதோட விட்டுட்டோம். இதே கேரளாவா இருந்தா, இந்நேரம் அந்த உண்மையான யமுனா யாருன்னு கண்டுபிடிச்சு, ரிப்போர்ட்டிங் பண்ணியிருப்பாங்க...''

''அப்படியா? இட்ஸ் இன்ட்ரெஸ்டிங்.''

''அதே மாதிரி 'மேகம்' படத்துல வர்ற ஹீரோயின் யாத்ரா யாருன்னு நம்ம கண்டுபிடிக்கப்போறோம்.''

''நல்ல டிஃபரன்ட்டான ப்ராஜக்ட்... எப்படி ஆரம்பிக்கப் போற?''

''அடுத்த வாரம் நந்தகுமார் சென்னை வந்தவுடனே அவரை பேட்டி எடுக்க போறேன். பேட்டில யாத்ரா சம்பந்தமா நான் அவர்கிட்ட சில கேள்விகள் கேக்கப்போறேன். அவரோட ரியாக்ஷன வச்சு யாத்ராங்கிறவங்க இருக்காங்களா, இல்லையான்னு கன்ஃபர்ம் ஆயிடும். அப்படி மட்டும் இருந்துச்சுன்னா...'' என்ற கௌதமின் கண்கள் விரிந்தது.

''இருந்துச்சுன்னா?''

''இந்திய தொலைக்காட்சி வரலாற்றில் முதன்முதலாக ஒரு கதாபாத்திரத்தைத் தேடி...'' என்று விரலைத் துப்பாக்கி போல் வைத்துக்கொண்டு, 'விஷ்...' என்று ஸ்ரவந்தியை நோக்கிச் சுட்டான் கௌதம்.

3

சென்னை, திருவான்மியூரைத் தாண்டி கடற்கரைச் சாலையில் இளைஞர்கள், கார்களிலும், பைக்குகளிலும் சில இன்டீஸன்ட் காரியங்களுக்காக பறந்துகொண்டிருக்க... கொட்டிவாக்கத்தில் அந்த பரபரப்பான சாலையிலிருந்து பிரிந்து, கடற்கரையோரமாக ஒரு தென்னந்தோப்பின் நடுவே அமைதியாக இருந்த இயக்குனர் நந்தகுமாரின் பங்களாவில், பின்னணி இசை போல் கடல் அலைகள் ஒலித்துக்கொண்டிருந்தது.

ஹால் சுவற்றில், உலகில் ஒரு நபருக்கும் புரிந்துவிடக்கூடாதென்ற பிடிவாதத்துடன் வரையப்பட்டிருந்த மாடர்ன் ஆர்ட் ஓவியங்கள்.. திரும்பிய திசையெங்கும் அழகழகான சீன ஜாடிகள். கடற்கரைக் காற்று ஒரு மெல்லியத் தென்றல் போல் அங்கு வீசிக்கொண்டிருந்தது.

ஹாலின் நடுவேயிருந்த சோஃபாவில் அமர்ந்திருந்த நந்தகுமார், ஏறத்தாழ ஹிந்தி நடிகர் ஜாக்கி ஷெராப்பை ஞாபகப்படுத்தினார். அரை வழுக்கை. ஃபிரெஞ்சு தாடி. காலரில்லாத டீசர்ட்டும், ஜீன்சும் அணிந்திருந்தார். கண்களில் ஒரு கூர்மை கலந்த ஆழமான அமைதி.

கேமிரா அசிஸ்டென்ட், நந்தகுமாரின் டீசர்ட்டில் மைக்கைப் பொருத்தியவுடன், கேமிராமேனை நோக்கிச் சென்ற கௌதம், ''ராஜேந்திரன்... மிட் ஷாட் வைங்க. ஆனா நான் யாத்ராவப் பத்தி கேக்க ஆரம்பிச்சவுடனே, நந்தகுமார் முகத்துக்கு டைட் க்ளோஸ்அப் வைங்க'' என்று மெதுவாக கூறிவிட்டு வந்து நந்தகுமாரின் எதிரே அமர்ந்தான்.

''நீங்க ஸ்மோக் பண்ணுவீங்கள்ல...'' என்று சிகரெட்டை நீட்டிய நந்தகுமாரிடம், ''பண்ணுவேன். இப்ப வேண்டாம் சார். நம்ப ஸ்டார்ட் பண்ணலாமா?'' என்றான் கௌதம்.

''ஒன் மினிட். இந்த தம்ம முடிச்சுடுறேன்'' என்று சிகரெட்டை ஆஸ்ட்ரேவில் தட்டிய நந்தகுமார், ''கேமிராமேன்ட்ட எல்லாம் சொல்லியாச்சா?'' என்றார்.

''ஒண்ணுமில்ல... மிட் ஷாட் வைக்க சொன்னேன்.''

''நிஜமா அவ்ளோதான் சொன்னீங்களா?''

''வேற என்ன சொல்லியிருப்பேன்?''

''நான் யாத்ராவப் பத்தி கேக்கறப்ப, முகத்துக்கு டைட் க்ளோஸப் வைன்னு சொல்லியிருப்பீங்களே...'' என்றதும் கௌமுக்கு சொரேலென்றது.

"அப்படில்லாம் இல்ல சார்... நீங்க சீரியஸா பேசறப்ப, டைட் க்ளோஸப் வைக்கச் சொன்னேன். அவ்வளவுதான்.''

''கமான் கௌதம்... எங்கிட்ட பொய் வேண்டாம். நான் என்டிடிவிக்கு பேட்டி கொடுத்த பிறகு, தமிழ்நாட்டுல அத்தனைப் பத்திரிகையாளருங்களும் அந்த யாத்ரா யாருன்னு எங்கிட்ட கேக்காத நாள் இல்ல. எத்தனையோ சேனல்லருந்து எக்ஸ்க்ளூஸிவ் இன்டர்வ்யூ கேட்டாங்க. உங்களுக்கு மட்டும்தான் ஒத்துகிட்டேன். உங்க சேனலுக்காக இல்ல. உங்களுக்காக. கனமான விஷயங்கள, ரொம்ப எளிமையா தமிழ்ல சொல்றதுக்கு உங்கள அடிச்சுக்கிறதுக்கு ஆளில்ல. அதனால உங்க மேல கோபப்படமாட்டேன். உண்மையச் சொல்லுங்க.''

''ஆமாம் சார்...''

சத்தமாக சிரித்த நந்தகுமார், ''ஓகே... லெட்ஸ் ஸ்டார்ட்...'' என்று சிகரெட்டை ஆஸ்ட்ரேவில் போட்டு அணைத்துவிட்டு கேமிராமேனை நோக்கி, ''ஓகேவா?'' என்றார்.

''ஓகே சார்...''

கௌதம் கேமிராமேனை நோக்கி, ''ராஜேந்திரன்... நான் ஸாரப் பத்தி இன்ட்ரோ கொடுக்கறப்ப என்னை கவர் பண்ணிட்டு, அப்புறம் ஜூம் அவுட் பண்ணி ரெண்டு பேரையும் கவர் பண்ணிடுங்க.'' என்று கூற... ''சரி கௌதம்....'' என்ற ராஜேந்திரன் காமிரா கோணத்தைப் பார்த்துக்கொண்டு, ''கேமிரா ரன்னிங்...'' என்று கௌதமை நோக்கி கையசைக்க... கௌதம் நேராக காமிராவை நோக்கி பேச ஆரம்பித்தான்.

''இந்த ஒரு விருதுக்காகத்தான் தமிழ் சினிமா பல ஆண்டுகளாக ஏங்கிக்கொண்டிருந்தது. இசையமைப்பாளர் ஏ. ஆர். ரஹ்மான் ஆஸ்கார் விருது பெற்றாலும் கூட, அவர் ஒரு ஆங்கில படத்துக்காகத்தான் பெற்றார். முதன் முதலாக, ஒரு தமிழ்படத்துக்கு ஆஸ்கார் விருது பெற்றுத் தந்த தமிழ் சினிமாவின் இணையற்ற இயக்குனர் திரு. நந்தகுமாருடன் க்யூ சேனலுக்காக ஒரு பிரத்யேக நேர்காணல்,'' என்ற கௌதம், நந்தகுமாரை நோக்கி, ''வணக்கம் சார்...'' என்றான்.

''வணக்கம்...'' என்ற நந்தகுமார் சோஃபாவில் நன்கு சாய்ந்து அமர்ந்துகொண்டார்.

''ஆஸ்கார் விருத கைல வாங்கினப்ப உங்களுக்கு எப்படி இருந்துச்சு.''

''ம்... ரொம்ப பெருமையா இருந்துச்சு. கடவுளுக்கு நன்றி சொன்னேன். பட்... அந்த பரவசம்ல்லாம் கொஞ்ச நேரம்தான் கௌதம். இங்க எந்த புகழுமே ஒரு பர்ட்டிகுலர் பீரியட்தான். பத்துநாள் தமிழ்நாட்டுல இருக்குற அத்தனை பேப்பர், மேகஸின்ஸ், டிவி சேனலும்

என்னைப் பத்தியே சொல்லிட்டிருந்துச்சு. இப்ப என்னை அம்போன்னு விட்டுட்டு, கூடங்குளம், சங்கரன்கோவில் இடைத்தேர்தல்னு ட்ராக் மாறிட்டாங்க. எல்லாருக்கும் இங்க நிறைய வேலையிருக்கு கௌதம். புகழ எப்பவும் நான் நிரந்தரமான விஷயமா நினைச்சதில்ல. அதனால அதை நான் எப்பவும் தலைல ஏத்திக்கிறதுல்ல...''

''46 வயசுல இது பெரிய சாதனைதான் இல்ல?''

''தமிழுக்கு சாதனை... அவ்வளவுதான்.''

''அப்புறம்... பொதுவா சினிமாக் கலைஞர்கள் ரிடயர்மென்ட் அனௌன்ஸ் செய்றதில்ல. நீங்கதான் கிரிக்கெட் ப்ளேயர் மாதிரி ரிடயர்மென்ட் அனௌன்ஸ் பண்ணீங்க. அப்படி ஒரு அற்புதமான படத்த தந்துட்டு, எப்படி சட்டுன்னு ரிடயர் ஆனீங்க.''

''என்னைப் பொறுத்தவரைக்கும், ஒரு நல்ல படைப்பு, ஒருத்தரோட சுய அனுபவத்துல இருந்துதான் உருவாவுது. மொத்த ஃபிலிமும் சுய அனுபவமா இருக்கவேண்டியதில்ல. ஆனா அந்தக் கதையோட ஆதாரமான விஷயம், ஒரு உண்மையான அனுபவத்துலருந்துதான் வரணும்னு நினைக்கிறேன். ஒரு குறிப்பிட்ட கட்டத்துக்குப் பிறகு அனுபவங்கள் தீர்ந்த பிறகு விலகிக்கிறவன்தான் நல்ல கலைஞன்ங்கிறது என்னோட கருத்து.''

''உங்களோட எல்லா படங்களும் சுய அனுபவம் சார்ந்ததுதானா?''

''முழுக்க, முழுக்க சொல்லமுடியாது. ஆதாரமான ஒன் லைன் சொந்த அனுபவமா இருக்கும்.''

''மேகமும் சொந்த அனுபவம்தானா?''

''ஆரம்பிச்சிட்டீங்களா? நான்தான் சொன்னேனே... மையப்புள்ளி... அது உண்மைதான். ஆனா அதுல நிறைய கற்பனையும் இருக்கு.''

''ஆனாலும் அந்த ஹீரோ நீங்கதான்னு சொல்லலாமா?''

''இந்த நாட்டுல நூத்துக்கு தொண்ணூறு பேரு லவ் ஃபெயிலியரானவன்தான்.''

''ஆனா அவங்கள்லாம் வேற யாரையும் கல்யாணம் பண்ணிக்காம இல்ல? நீங்க ஏன் கல்யாணம் பண்ணிக்கவே இல்ல?''

''ஏற்கனவே நிறைய பேட்டில சொல்லியிருக்கேன். சினிமாங்கிறது 24 மணி நேரத்தையும் கேக்குற தொழிலு... எனக்கு எதை செஞ்சாலும் நேர்த்தியா, டெடிகேட்டடா செய்யணும். சும்மா ஆறு மாசம் ஒரு படத்துல உக்காந்துட்டு, அப்புறம் ரெண்டு மாசம் குடும்பம் நடத்திட்டு, மறுபடியும் ஷூட்டிங் போய்ட்டு, ஷூட்டிங்ல இருக்கறப்ப மொபைல்ல தொணதொணக்கிற பொண்டாட்டிய எல்லாம் வச்சுகிட்டு என்னால படத்துல கான்ஸன்ட்ரேட் பண்ண முடியாது... என்னோட

டைம டோட்டலா சினிமாவுக்கு டெடிகேட் பண்ணனும்னு நினைச்சேன். அதான் கல்யாணம பண்ணிக்கல...''

''இந்தப் படம்தான் கடைசிப் படம்னு சொல்லிட்டீங்க... இனிமே சினிமா கிடையாதுல்ல. இனிமே கல்யாணம் பண்ணிப்பீங்களா?'' என்று கௌதம் கேட்டவுடன், சில வினாடிகள் கௌதமை உற்றுப் பார்த்த நந்தகுமார், ''தெரில... பாக்கலாம்...'' என்று நிறுத்திக் கொண்டான்.

''அப்புறம்... மேகம் படத்துல அந்த ஹீரோயின் கேரக்டர். யாத்ரா... அவ்வளவு யதார்த்தமா, அழகுணர்ச்சியோட க்ரியேட் பண்ணியிருந்தீங்க. யாத்ரா இப்ப எங்க சார் இருக்காங்க?'' என்றான் கௌதம் தடலாடியாக.

''அந்த ஹீரோயின் கேரக்டர் நிஜம்னு நான் எந்த பேட்டிலயும் சொல்லலியே...''

''என்டிடிவி இன்டர்வியூல ப்ரணாய் ராய் உங்ககிட்ட, இந்த படத்துல ஆட்டோபயாகிராஃபிகல் எலிமெண்ட்ஸ் இருக்கான்னு கேட்டாரு. நீங்க தெளிவா, யா... இட் ஹேஸ மெனி ஆட்டோ பயாகிராஃபிகல் எலிமெண்ட்ஸ்ன்னு சொன்னீங்க. ஒரு லவ் ஸ்டோரில என்னோட சொந்த வாழ்க்கை அனுபவங்கள் இருக்குன்னு சொன்னா, அந்த ஹீரோயின் நிஜமா இருக்காங்கன்னுதானே அர்த்தம்...''

லேசாகத் தடுமாறிய நந்தகுமார், ''கௌதம்... நம்ப சினிமாவப் பத்தி மட்டும் பேசலாம்னு நினைக்கிறேன்...'' என்றான்.

''இதுவும் உங்க சினிமாப் பத்திதான் சார். சொல்லுங்க. அந்தப் படத்துல வர்ற மாதிரி, உங்க இறந்த காலத்துல உங்களுக்கு அப்படி ஒரு காதலி இருந்தாங்களா?''

''நோ கமெண்ட்ஸ்.''

''அது ஏன் சார்... இங்கிலீஷ் மீடியான்னா மட்டும், அனுமார் நெஞ்சத் திறந்து காமிக்கிற மாதிரி எல்லா விஷயத்தையும் கொட்டுறீங்க. தமிழ்னா மழுப்பறீங்க.''

''ஓகே... கௌதம்... யாத்ரா உண்மையான பொண்ணுதான். இப்ப மேற்கொண்டு என்ன தெரியணும்?''

''அவங்க உண்மையான பேரே யாத்ராவா? யாரு அவங்க? இப்ப எங்க இருக்காங்க? அவங்களுக்கு கல்யாணம் ஆயிடுச்சா?''

''இதெல்லாம் உங்களுக்கு எதுக்கு?'' என்ற நந்தகுமாரின் குரலில் கோபம்.

''அந்த பொண்ணு இல்லன்னா, தமிழ் சினிமாவுக்கு ஆஸ்கார் கிடைச்சிருக்காது. அந்த பொண்ண நம்ம மக்களுக்கு அறிமுகப் படுத்தவேண்டாமா?''

''கௌதம்... உங்கள மாதிரி மீடியாக்காரங்களுக்கு விவஸ்தையே கிடையாதா? அடுத்தவங்க பர்சனல் லைஃப அம்பலப்படுத்துறதுக்கு ஒரு லிமிட் இருக்கு.''

''ஒரு ஸெலிப்ரிட்டின்னு ஆன பிறகு, அவங்களுக்கு பார்சனல் லைஃபே கிடையாது சார். அந்த யாத்ரா எந்த ஊரு சார்?''

சட்டென்று உச்சி வரை ஏறிய கோபத்தை அடக்கிக்கொண்டு நந்தகுமார், ''கௌதம்... வேண்டாம்...'' என்று கைவிரலை நீட்டி எச்சரித்தார்.

''நீங்க சொல்லலன்னாலும், நான் கண்டுபிடிச்சுடுவேன் சார்...''

சில வினாடிகள் மௌனமாக கௌதமை பார்த்துக்கொண்டிருந்த நந்தகுமார் சட்டென்று மிகவும் கோபத்துடன், ''நீ கேமிராவ நிறுத்துப்பா... கௌதம்... இதெல்லாம் ஒரு பொழப்பா கௌதம்? அடுத்தவனோட காயங்கள நசுக்கி, அதுல வர்ற ரத்தத்த நீ ருசிக்கலாம்னு பாக்குற. உன் ப்ரோக்ராமோட டிஆர்பி ஏறணும்ன்னா, ஸ்ரவந்தின்னு உன் லவ்வர் இருக்கே... அவள அவுத்து போட்டு ஆடச் சொல்லு. டீஆர்பி பிச்சுக்கும்'' என்று கத்தியதை ராஜேந்திரன் அப்படியே காமிராவில் பதிவு செய்தான்.

''ஸார்... நீங்க ரொம்ப பர்சனலா பேசுறீங்க. வேண்டாம்.''

''அப்படிதான்டா பேசுவேன்... நீ மட்டும் அடுத்தவன் பர்சனல்ல தலை நுழைப்ப... நான் உன் பர்சனல்ல தலை நுழைக்கக்கூடாதா? தேவுடியாப் பையா... வெளிய போடா...'' என்று ஆவேசமாக கத்தியபடி, டீசர்ட்டில் மாட்டியிருந்த மைக்கை கழட்டி வீசிய நந்தகுமாரின் முகத்திலிருந்த உக்கிரத்தை கண்டு அதிர்ந்தான் கௌதம்.

4

''**தே**வுடியாப் பையா... வெளிய போடா...'' என்று எடிட்டிங் சூட்டி லிருந்த மானிட்டாரில் நந்தகுமார் ஆவேசமாக கத்திக்கொண்டிருக்க... எடிட்டருக்கு அருகில் கௌதம், ஸ்ரவந்தி, க்யூ சேனலின் ப்ரோக்ராம்ஸ் ஹெட் மோகன், ஆகியோர் உட்கார்ந்திருந்தனர். மோகனுக்கு சேட்டிலைட் சேனல் உலகில் பத்து வருட அனுபவம். கௌதமை விட பத்து வயது பெரியவன். இருப்பினும் கௌதமுடன் ஒரு நண்பன் போலத்தான் பழகுவான்.

''இதெல்லாம் டெலிகாஸ்ட் பண்ணவேண்டாம். கட் பண்ணிடு'' என்றான் மோகன். .

''பாஸ்.... இதெல்லாம் லட்டு மாதிரி பாஸ். நாளு ஃபுல்லா நாநூறு தடவை இந்த க்ளிப்பிங்க காட்டினாலும், நம்பாளுங்க நாள் பூரா பாத்துகிட்டேயிருப்பாங்க.''

''நோ கௌதம்... நந்தகுமார் சொன்ன மாதிரி நீ லிமிட்ட க்ராஸ் பண்ணிட்ட...''

''பாஸ்... இன்னக்கி தமிழ்நாட்டுல பொட்டிக் கடைங்களுக்கு அடுத்து அதிகம் இருக்கிறது, தமிழ் சேனல்கள்தான். ரெண்டு கோடி ரூபாய்க்கு பேங்க் காரண்ட்டி கட்டினா, யார் வேணும்னாலும் சேனல் ஆரம்பிக்கலாம். மாசத்துக்கு ஒண்ணு ஆரம்பிக்கிறாங்க. எதாச்சும் தடாலடியா பண்ணாதான் பொழப்ப ஓட்டமுடியும். இல்லன்னா, நீங்க மறுபடியும் உங்க பொய்யூருக்கு போய், காக்கி டவுசரோட மாடுதான் மேய்க்கணும்'' என்ற கௌதமின் தலையில் தட்டி சிரித்த மோகன், ''ஏன்டா... அவன் உன்னை அந்த பேச்சு பேசறான். நீ கோபப்படாம மண்ணு மாதிரி உக்காந்துருக்க. உனக்கு சூடு, சொரணையே இல்லையாடா?'' என்றான்.

''அதெல்லாம் மொதல்ல இருந்துச்சு பாஸ்.... எப்ப இவள லவ் பண்ண ஆரம்பிச்சனோ, அப்பவே அதெல்லாம் ஏறக்கட்டிட்டேன். இன்னும் கொஞ்சூண்டு வெக்கம், மானம் மட்டும் இருக்கு. இவளக் கல்ணாம் பண்ணினவுடனே, அதையும் தலை முழுகிடுவேன்.'' என்று கௌதம் கூற... மோகன் சத்தமாக சிரித்தான். ஸ்ரவந்தி கோபமாக அவர்களை முறைத்துவிட்டு எழுந்து செல்ல... கௌதம் ''ஏய்... ஸ்ரவந்தி...'' என்று ஸ்ரவந்தியை துரத்திக்கொண்டு ஓடினான.

''ஐ ஹேட் யூ...'' என்று கத்திக்கொண்டே மேக்கப் ரூமில் நுழைந்த ஸ்ரவந்தி கதவை சாத்த முற்பட... கதவைத் தள்ளிக்கொண்டு நுழைந்தான் கௌதம்.

''டு யு லவ் மீ? அவன் என்னை அவுத்து போட்டுட்டு ஆடச் சொல்றான். அத எடிட்டிங் ரூம்ல போட்டு மோகனோட பாத்துகிட்டு இருக்க... இதுல என்னை வேற கிண்டல் பண்ற...''

''ஸ்ரவந்தி... இதெல்லாம் பார்ட் ஆஃப் திஸ் ப்ரொஃபஸன். நான் வேலைக்கு வந்த புதுசுல ஒரு மந்திரிகிட்ட, ''இந்த தெருல, இத்தனாம் நம்பர் வீட்டுல உங்களுக்கு ஒரு சின்ன வீடு இருக்கு. அவங்க அரசோட நிர்வாகத்துல தலையிடுறாங்களாமேன்னு கேட்டேன். அதுக்கு அவர் பதிலுக்கு சொன்னத, நான் உங்கிட்ட சொல்லவே முடியாது.''

''நீ ஆம்பள... எதை வேணும்னாலும் தாங்கிக்கலாம். ஆனா நான் ஒரு பொண்ணு...'' என்ற ஸ்ரவந்தியின் மார்புகள் கோபத்தில் ஏறி இறங்குவதை பார்த்த கௌதம், ''ஆமாம்... சந்தேகமே இல்ல... பொண்ணுதான்'' என்றான்.

இதை கவனிக்காமல் ஸ்ரவந்தி தொடர்ந்து, "கன்னாபின்னான்னு கேள்வி கேட்டு, நீ பாப்புலர் ஆவறதுக்காக என்னை டேமேஜ் பண்றத என்னால அனுமதிக்கமுடியாது. அது கூட பரவால்ல. நந்தகுமார் ஏதோ கோபத்துல சொல்லிட்டாரு. அதை உடனே டெலிட் பண்ணாம, இப்படி ஊரக் கூட்டி காமிக்கிற..."

"ஓகே... ஸாரி..." என்றபடி கௌதம் ஸ்ரவந்தியை கட்டியணைக்க... அவள் திமிறியபடி... அன்னைக்கு உங்கூட எஸ்கேப் தியேட்டர் வந்தப்ப, ஒருத்தன் அசிங்கமா கமெண்ட் அடிச்சான். அவன என்ன ஏதுன்னு கேட்டியா? எனக்கு நல்லா தெரியும். என் மேல உனக்கு லவ்வே இல்ல... ஐ ஹேட் யூ... ஐ ஹேட் யூ..." என்று ஆவேசத்துடன் கத்திக்கொண்டிருந்த ஸ்ரவந்தியின் உதடுகளை கௌதம் சட்டென்று தனது உதடுகளால் கவ்விக்கொள்ள... சில வினாடிகள் திமிறிய ஸ்ரவந்தி ஒரு கட்டத்தில் அமைதியாகி. அவனுக்கு கம்பெனி கொடுத்தாள். சரியாக ஒரு நிமிடம் கழித்து கௌதம் விலக... ஸ்ரவந்தி கண்களைத் திறக்காமல் கிறக்கத்துடன், "இப்ப என்ன பண்ணின நீ?" என்றாள்.

"உன் வாய மூடுறதுக்கு என்ன பண்ணனும்னு தெரியல... அதான்..." என்றான் கௌதம்.

"இந்த கிஸ்சு வழக்கமாக நீ கொடுக்கற மாதிரி இல்லாம, ரொம்ப வித்தியாசமா இருந்துச்சு. மறுபடியும் நான் கோபமா பேசினா, திருப்பியும் இந்த மாதிரி கிஸ் பண்ணுவியா?"

"அப்புறம்... வேற வேலை?"

உடனே ஸ்ரவந்தி பொய்யான கோபத்துடன், "நீல்லாம் ஒரு மனுஷனா? தூ.... உன்ன என் லவ்வர்ன்னு சொல்லவே வெக்கமா இருக்கு. உன்னை லவ் பண்ணதுக்கு..." என்று கத்த... கௌதம் மீண்டும் அவள் உதடுகளை கவ்விக்கொண்டான்.

5

க்யூ டிவி அலுவலகம். அந்த சிறிய கான்ஃப்ரன்ஸ் ஹாலில் கௌதம், ஸ்ரவந்தி, மோகன் ஆகியோர் மட்டும் அமர்ந்திருந்தனர்.

"ஓகே கௌதம்... இப்ப என்ன உன்னோட ப்ளான்?" என்றான் மோகன்.

"அந்த யாத்ரா யாருன்னு கண்டுபிடிக்கப் போறேன்?"

"இதுல என்ன உனக்கு இவ்ளோ இன்ட்ரஸ்ட்?"

"க்ரைம் ப்ரோக்ராம்ன்னாலே கொலை... கொள்ளை... குழந்தைக் கடத்தல்னு பாத்து, பாத்து போரடிச்சுடுச்சு. ஒரு சினிமா கதாபாத்திரம் உண்மையா இருக்கு. அது யாரு, எங்கன்னு தெரியாது... அதைக் கண்டுபிடிக்கிறது எவ்வளவு சேலஞ்சிங்கான ஜாப்."

''கண்டுபிடிச்சு என்ன பண்ணப்போற? அந்த பொண்ணுக்கு கல்யாணமாயி, இப்ப வேற யார் கூடயாச்சும் குடும்பம் நடத்திகிட்டிருப்பா. அவள வெளியுலகத்துக்கு காமிச்சா, அந்த பொண்ணு லைஃப் ஸ்பாயில் ஆயிடாதா?''

''முதல்ல கண்டுபிடிப்போம், அந்த பெண்ண பத்தி எந்த ஒரு தடயமும் இல்லாம, ஸ்டெப், ஸ்டெப்பா அவ யாருன்னு கண்டுபிடிக்கிறதே ஒரு க்ரைம் நாவல் மாதிரி த்.....ரில்லா இருக்கும். அததான் இந்த ப்ரோக்ராம்ல மெயினா ஃபோகஸ் பண்ணபோறோம். கண்டுபிடிச்ச பிறகு, அந்த பெண்ணோட முகத்த காமிக்காம ஒரு பேட்டி எடுத்து போடுவோம்.''

''அவ பேட்டி கொடுக்கணுமே...''

''தமிழ்நாட்டுல டிவில பேட்டி எடுக்கறாங்கன்னா, 100 பவுன் திருடு கொடுத்தவன் கூட சிரிச்சுகிட்டே பேட்டி கொடுக்கிறான். ஒரே ஆளு ஒரே மேட்டருக்கு, கலைஞர் டிவிக்கு ஒரு மாதிரியும், ஜெயா டிவிக்கு வேற மாதிரியும் பேட்டி தர்றான். அவங்க நோக்கம்... டிவில வரணும் அவ்வளவுதான்.''

''ஒரு வேலை இன்டர்வியூ தர்ற ஒத்துக்கலன்னா?''

''அத அப்ப பாத்துக்குவோம். முதல்ல யாத்ராவ கண்டு பிடிப்போம்.''

''எப்படி கண்டுபிடிக்கபோற?''

''அதான் புரியல பாஸ். நந்தகுமாரோட வாழ்க்கையே கொஞ்சம் மர்மமா இருக்கு. சினிஃபீல்டுக்கு வந்த பிறகு உள்ள அவரோட வாழ்க்கைதான் எல்லாருக்கும் தெரியும். அவரு உண்மைலயே அனாதை இல்லத்துல வளர்ந்தாரா? அப்படி வளர்ந்திருந்தா, எப்ப வெளிய வந்தாரு? சினிமாக்கு வர்றதுக்கு முன்னாடி என்ன பண்ணிகிட்டிருந்தாரு? அப்ப யாரயாச்சும் லவ் பண்ணாரா? இல்ல... சினிமாவுக்கு வந்த பின்னாடி லவ் பண்ணாரா? எதுவுமே தெரியாது. இப்போதைக்கு டோட்டல் ப்ளாங்க்கா இருக்கேன்.''

''நிச்சயமா சினிமாவுக்கு வந்த பிறகு அவரு யாரையும் லவ் பண்ணல. அப்படி பண்ணியிருந்தா நிச்சயம் வெளிய தெரிஞ்சிருக்கும். சினிமால வர்றதுக்கு முன்னாடிதான் அவரு லவ் பண்ணியிருக்கணும். அவரு ஃப்ரண்ட்ஸ்ங்க யாருகிட்டயாச்சும் கேட்டா?''

''நான் விசாரிச்சுட்டேன். நந்தகுமாருக்கு சினிமால நெருங்கிய ஃப்ரண்டுன்னு ஒருத்தர் கூட கிடையாதாம். எல்லார் கூடயும் வெறும் ப்ரொஃபஷனல் ரிலேஷன்ஷிப்தானாம். யாருகிட்டயும், தன்னோட சினிமா தாண்டி ஒரு வார்த்த கூட பேசமாட்டாரு.''

''அப்புறம்... எங்கருந்து ஸ்டார்ட் பண்ணபோற?''

''நந்தகுமார் 24 வருஷத்துக்கு முன்னாடி, டைரக்டர் சூரியபிரகாஷ் கிட்ட அசிஸ்டென்ட் டைரக்டரா தன்னோட சினிமா கேரியர ஸ்டார்ட் பண்ணாரு. அப்ப அவரு கூட இருந்த இன்னொரு அசிஸ்டென்ட் டைரக்டர்... அன்புச்செல்வன். அவரு கூடதான் ஒரே ரூம்ல தங்கியிருந்தாராம். அவர நம்ம கேமிராமேன் ராஜேந்திரனுக்குத் தெரியும். அதனால் அன்புச்செல்வன்லருந்து ஆரம்பிக்கலாம்னு இருக்கேன்.''

''இப்ப அவரு என்ன பண்றாரு?''

''சினிமாவ எல்லாம் ஏறக் கட்டிட்டு, வடபழனில சின்னதா ஒரு ரெஸ்ட்டாரென்ட் நடத்திகிட்டிருக்காரு'' என்றான் கௌதம்.

''மகேஷ்... கொஞ்சம் கல்லாவப் பாத்துக்க...'' என்று குரல் கொடுத்துவிட்டு எழுந்தார் அன்புச்செல்வன். ''மாடிலதான் வீடு. வாங்க...'' என்ற அன்புச்செல்வன் கடைக்கு பக்கவாட்டிலிருந்த படிக்கட்டுகள் வழியே மேலே ஏறினார். சிறிய இரண்டறை வீடு. வீடு சாமான்களால் நிரம்பி வழிய... ஒரு இடுக்கில் இருந்த சோஃபாவில் இருவரையும் அமர வைத்தார்.

எதிரே அமர்ந்த அன்புச் செல்வனின் முகத்தில், கனவுகள் பொய்த்துப் போன ஒரு மனிதனின் இறுக்கமான பாவனைத் தெரிந்தது.

''சொல்லுங்க. என்ன விஷயம்? வீட்டுல யாருமில்ல. எல்லாரும் வெளிய போயிருக்காங்க. இருந்தா காபி போட்டுத் தந்துருப்பாங்க.''

''பரவால்லங்க.''

''ராஜேந்திரன் சொன்னதாலதான் உங்களப் பாக்க ஒத்துகிட்டேன். இப்பல்லாம் சினிமாவ பத்தி பேசவே எனக்கு பிடிக்கிறதில்ல.''

''ஏங்க?''

''சினிமா, சினிமான்னு... இருபது வயசுலருந்து, நாப்பது வயசு வரைக்கும் மொத்த இளமைக் காலத்தையும் இதுக்கே பலி கொடுத்துட்டேன். சினிமாங்கிறது ஒரு கவர்ச்சியான பிசாசுங்க. கிட்ட வந்தா அப்படியே உங்கள விழுங்கிடும். ஆனாலும் தினம் ஆயிரம் பேர் சினிமா ஆசையோட மெட்ராஸ்ல வந்து இறங்கிகிட்டேயிருக்கான். இன்னைய தேதிக்கு சினிமாவால புகழோடயும், பணத்தோடயும் இருக்கறவன்னா, நூறு பேரு கூட இருக்கமாட்டாங்க. ஆனா அந்த நூத்துல ஒண்ணா எப்படியாச்சும் வந்துடணும்னு, இங்க தெருவுக்கு நூறு பேரு அலைஞ்சுகிட்டிருக்காங்க. சினிமால ஜெயிக்கிறதுக்கு திறமை மட்டும் இருந்தா போதாது தம்பி. அதிர்ஷ்டமும் வேணும். யானை திடீர்னு உங்க கழுத்துல மாலை போடற மாதிரிதான் சினிமா

சான்சும். என் கழுத்துல மாலை இல்ல... ஒரு பூகூட விழல தம்பி. சாரி... சொல்லுங்க... உங்களுக்கு என்ன தெரியணும்.''

''நீங்களும், டைரக்டர் நந்தகுமாரும் டைரக்டர் சூர்யபிரகாஷ்கிட்ட ஒர்க் பண்ணியிருக்கீங்கள்ல?''

''ஆமாங்க. அவருகிட்ட ரெண்டு பேரும் மொத்தம் மூணு படம் ஒர்க் பண்ணினோம். அப்ப ஒண்ணாதான் தேனாம்பேட்டைல, ஒரு சந்து வீட்டுல இருந்தோம்.''

''இப்ப நந்தகுமார் கூட டச் இல்லயா?''

''இல்லங்க. அவன் தனியா படம் பண்ண ஆரம்பிச்சப்புறம், முதல் ரெண்டு படத்துல நான் அவன்கிட்ட அசோசியேட்டா ஒர்க் பண்ணினேன். நல்லவன்தான். ஆனா கோபம் வந்துட்டா, நூறு பேருக்கு நடுவுல அசிங்க, அசிங்கமா பேசுவான். அதனால ரெண்டு படத்தோட விலகிகிட்டேன்.''

''அதுக்கு பிறகு நீங்க அவரப் பாக்கவே இல்லையா?''

''இல்லங்க.''

''அப்ப நீங்க ஒண்ணா இருந்தப்ப, உங்க கூட நந்தகுமார் எந்தளவுக்கு க்ளோஸ்?''

''ஒண்ணா இருந்தோம்னுதான் பேரு. ஆனா ரொம்ப க்ளோஸ்ன்னுல்லாம் சொல்லமுடியாது. பேசினா, என்னான்னா என்னங்கிறதோட நிறுத்திக்குவான்.''

''அப்ப அவரு யாரயாச்சும் லவ் பண்ணாரா?''

''மஹ்ம். லவ் பண்ற மொகரையப் பாரு. அவன் ஆம்பளங்ககிட்டயே நாலு வார்த்த சிரிச்சு பேசமாட்டான். பொம்பள கூட பேசுவானா? 36 படம் டைரக்ட் பண்ணியிருக்கான். அவன, யாரோடயாச்சும் இணைச்சு, ஒரு கிசுகிசுவாச்சும் கேள்விப்பட்டிருக்கீங்களா?''

''இல்ல...''

''ஏன்னா யாருகிட்டயும், சினிமாவத் தாண்டி ஒரு வார்த்த பேசமாட்டான்.''

''ஏன் அப்படி இருந்தாரு?''

''தெரில. உள்ளுக்குள்ள ஒரு பெரிய சோகம் இருக்கும்னு நினைக்கிறேன்.''

''என்ன பிரச்னை?''

''தெரில.''

''ஒரு வேளை அனாதை இல்லதுல வளர்ந்ததால அப்படி இருந்திருப்பாரா?''

''அவன் அனாதை இல்லத்துலதான் வளந்தானான்னே, எனக்கு சந்தேகமாக இருக்குங்க'' என்று அன்புச்செல்வன் கூறியவுடன், கௌதமும், ஸ்ரவந்தியும் அதிர்ச்சியுடன் பார்த்துக்கொண்டனர்.

''அதுல என்ன சந்தேகம்?''

''முதல்ல எங்கிட்ட ஒரு அனாதை இல்லம் பேரச் சொன்னான். ஆனா இன்னொருத்தருகிட்ட வேற ஒரு அனாதை இல்லம் பேரச் சொல்லியிருக்கான். அதான் டவுட்டு.''

''அவரு எப்படி உங்க டைரக்டர்கிட்ட அசிஸ்டென்ட்டா சேந்தாரு.''

''ம்... எப்படி எங்க டைரக்டர்கிட்ட வந்தான்...'' என்று சில வினாடிகள் யோசித்த அன்புச்செல்வன், ''ஞாபகத்துக்கு வரலங்க. 20 வருஷத்துக்கு மேல ஆயிடுச்சுல்ல?'' என்றார்.

''அவரு உங்கள்ட்ட எந்த அனாதை இல்லம்னு சொன்னாரு?''

''சிவானந்த குருகுலம்ன்னான். ஆனா... இன்னொருத் தருக்கிட்ட....ம்...'' என்று யோசித்து, ''ராயப்பேட்டை அன்பு இல்லம்ன்னு சொல்லியிருக்கான். அதுலதாங்க எனக்கு டவுட்டு வந்துச்சு. இருந்தாலும் அவன் யாரு, என்னன்னு தெரிஞ்சு என்ன பண்ணப்போறோம்ன்னு விட்டுட்டேன்.''

''உங்களுக்குத் தெரிஞ்சு அவருக்கு வேற ஃப்ரண்ட்ஸ்ங்க... சொந்தக்காரங்க'' என்று கௌதம் இழுக்க....'' ''அப்படி யாரும் கிடையாதுங்க.'' என்றார் அன்புச் செல்வன்.

''அப்ப அவரு உங்க கூட எடுத்துகிட்ட ஃபோட்டோ ஏதாச்சும் இருக்கா?'' என்றான் கௌதம்.

''ம்... இருக்குன்னு நினைக்கிறேன்'' என்ற அன்புச்செல்வன் எழுந்து, பீரோவைத் திறந்து இரண்டு, மூன்று ஆல்பங்களை கொண்டு வந்தார். வரிசையாக தேடிக்கொண்டே வந்தவர், ''இதோ இருக்கு... எங்க டைரக்டரோட ''நாளை'' படத்தோட நுறாவது நாள் விழாப்ப எடுத்தது. ரஜினிகாந்த்தான் ஷீல்டு கொடுத்தாரு. அப்ப ரஜினியோட சே ர்ந்து எடுத்துகிட்டோம்'' என்று அந்த ஃபோட்டோவை காட்டினார்.

அதில் தலை நிறைய முடியோடு பழைய ரஜினிகாந்த் நடுவில் நிற்க இருபுறமும் சிறுவயது அன்புச் செல்வனும், நந்தகுமாரும் இருந்தனர். நந்தகுமாரின் முகத்தில் அடர்த்தியான தாடி.

''இது எந்த வருஷம் எடுத்தது?''

''ம்... 1990ன்னு நினைக்கிறேன்.''

''இந்த ஃபோட்டோவ நாங்க எடுத்துக்கலாமா?''

''தாராளமா எடுத்துக்குங்க. எதுக்கு நந்தகுமாரப் பத்தி விசாரிக்கிறீங்கன்னு தெரிஞ்சுக்கலாமா?''

''அவரப் பத்தி ஒரு டாகுமென்ட்ரி எடுக்கிறோம். அதுக்குதான். ஓகே... அப்புறம் தேவைப்பட்டா, உங்கள ஃபோன்ல கூப்புடுறேன்'' என்றபடி எழுந்தான் கௌதம்.

மறுநாளே அந்த இரண்டு அனாதை இல்லங்களிலும் கௌதம் விசாரிக்க... நந்தகுமார் அந்த இரண்டு அனாதை இல்லங்களிலுமே வளரவில்லை என்று உறுதியானது.

6

அன்பு அனாதை இல்லத்திற்கு எதிரிலிருந்த அந்த ரெஸ்ட்டாரண்ட்டில் ஆப்பிள் ஜூசைக் குடித்தபடி அமர்ந்திருந்த ஸ்ரவந்தி, ''இப்ப என்ன கௌதம் பண்றது?'' என்றாள்.

''ம்... அதான் யோசிச்சுகிட்டிருக்கேன். ஒண்ணு மட்டும் க்ளியராத் தெரியுது. நந்தகுமார் அனாதை கிடையாது. ஆனா ஏதோ ஒரு காரணத்துக்காக, தான் யாருங்கிறது ஒருத்தருக்கும் தெரியக்கூடாதுன்னு நினைச்சிருக்காரு. நந்தகுமாரோட கடந்த காலத்தப் பத்தி தெரியணும்னா, அப்ப அவரோட இருந்த ஃப்ரண்ட்ஸையோ... இல்ல.... சொந்தக்காரங்களையோ முதல்ல நாம பாத்தாகணும்.''

''அவங்கள எப்படி கண்டுபிடிக்கப்போற?''

''யாராச்சும் தனிப்பட்ட முறைல அவர அடிக்கடி வந்து சந்திப்பாங்களான்னு விசாரிக்கணும்.''

''எப்படி விசாரிப்ப?''

''நந்தகுமாரோட டிரைவர் பேரு முருகேசன். நம்ம ஜேகே அவுட்டோர் யூனிட் டிரைவர் தாமோதரனோட ஃப்ரண்டு. தினம் ரெண்டு பேரும் சேர்ந்து தண்ணியடிப்பாங்க. இன்னைக்கி ராத்திரி முருகேசனை அழைச்சுகிட்டு மாரிஸ் ஹோட்டல் பாருக்கு வரச் சொல்லியிருக்கேன். முருகேசன கொஞ்சம் கிண்டிப் பாத்தா ஏதாச்சும் தெரியும்.''

கதீட்ரல் சாலையில் மாரிஸ் ஹோட்டல் பார்க்கிங்கில் முருகேசனும், தாமோதரனும் கௌதமுக்காக காத்துக்கொண்டிருந்தனர்.

கௌதம் காரை நிறுத்திவிட்டு வந்தவுடன் முருகேசன், ''சார்... உங்க கூட வந்தது, டைரக்டர் சாருக்கு தெரிஞ்சுது... என்னை கொன்னேபுடுவாரு... தாமோதரன் எனக்கு ரொம்ப தோஸ்த்து. அவன் சொன்னான்னுதான் சார் வந்தேன்'' என்றவனின் கண்களில் பயம்.

அருகிலிருந்த தாமோதரன் முருகேசனின் தோளில் தட்டி,

''தோடா... உன்னை என்னா கொலையா செய்யப்போறாங்க. சார் சில டீடெய்லு கேப்பாரு. அதை மட்டும் சொல்லு... வாடா... சாரு நம்பள இம்மாம் பெரிய ஹோட்டலுக்கு இட்டாந்துருக்காரு... வாடா...'' என்று முருகேசனை இழுத்துக்கொண்டு நடக்க ஆரம்பித்தான்.

மாடியிலிருந்த அந்த பாரைக் கண்டவுடன் முருகேசன் ''இந்த மாதிரி பாருல எல்லாம் நான் சாப்டதில்ல சார்...'' என்றான்.

''அப்படியா? இன்னைக்கி ஒரு நாள் சாப்பிடுங்க...'' என்ற கௌதம் சுற்றிலும் பார்த்தான். மற்ற பார்களை போல் இளைஞர்கள் கூட்டமில்லாமல், பெரும்பாலும் நடுத்தர வயதானவர்களும், வயதானவர்களுமே அமர்ந்து சீரியஸாக பேசியபடி குடித்துக் கொண்டிருந்தனர்.

ஒரு டேபிளில் அமர்ந்தவுடன், ''நீங்க என்ன சாப்பிடுறீங்க?'' என்றான் கௌதம்.

''நாங்க எப்பவும் ரம்முதான் சார் சாப்பிடுவோம்.''

''ஒய்ட் ரம் சாப்பிடுவீங்களா?''

''ஓசில வாங்கி கொடுத்தா, எல்லா கலர் ரம்மும் சாப்பிடுவோம் சார்...'' என்று தாமோதரன் சிரிக்க... முருகேசனும் சிரித்தான்.

''ஓகே...'' என்ற கௌதம் பேரரை அழைத்து, 'ஆளுக்கு 'ரெண்டு லார்ஜ் பெக்காடியா ஒய்ட் ரம்... செவன் அப்.... ஒரு வாட்டர் பாட்டில்...'' என்று ஆர்டர் கொடுத்தான்.

ஐந்து நிமிடத்தில் சைட் டிஷ்களுடன் சரக்கு வர... மூவரும் சியர்ஸ் சொல்லி அருந்த ஆரம்பித்தனர். முருகேசன் மளமளவென்று ஒரு க்ளாஸ் ரம்மை ஒரே மடக்கில் அடித்து கீழே வைத்தவுடன், கௌதம் கேள்விகளை ஆரம்பித்தான்.

''நீங்க எத்தனை வருஷமா நந்தகுமார்கிட்ட வேலைல இருக்கீங்க?''

''ம்... பத்து, பதினோரு வருஷமா இருக்கேன் சார்...''

''நந்தகுமார் சார் எப்படி?''

''நல்ல குணம்தான் சார்... ஆனா திடீர், திடீர்னு கோபம் வந்துச்சுன்னா, கன்னா பின்னான்னு பேசிடுவாரு...''

''உங்ககிட்ட நல்லாப் பழகுவாரா?''

''பழகுறதா? அந்த மனுஷன் ஒருத்தருகிட்டயும் தேவைக்கு மேல ஒரு வார்த்த பேசமாட்டாரு. எங்கிட்ட எங்க போகணும்னு சொல்வாரு. அவ்வளவுதான். இவ்ளோ நாளா வேலை செய்றேன். உனக்கு எத்தனைப் பசங்க? என்ன படிக்கிறாங்கன்னு கூட கேட்டதில்ல.''

''அடிக்கடி வெளிய போவாரா?''

''ஷூட்டிங் ஸ்பாட்டத் தவிர வேற எங்கயும் போகமாட்டாரு சார்'' என்ற முருகேசன், வேகமாக இரண்டாவது லார்ஜ்க்குத் தாவினான். கடகடவென்று இரண்டாவது லார்ஜையும் முடித்தவன் பாக்கெட்டைத் தடவி பீடியை வெளியே எடுத்தான்.

''ஏய்... ஏய்.. இங்க ஸ்மோக் பண்ணக்கூடாது. பக்கத்துலயே மொட்டை மாடி இருக்கு. அங்க போய் ஸ்மோக் பண்ணலாம். ஒன் செகண்ட்...'' என்ற கௌதம் தன் க்ளாஸில் மிச்சமிருந்த ரம்மை ஒரே மடக்கில் வாயில் ஊற்றிவிட்டு எழுந்தான்.

மொட்டை மாடியில் சிலுசிலுவென்று காற்றடிக்க... கௌதம் முருகேசனுக்கு சிகரெட்டைப் பற்றவைத்தான். ''சூப்பர் ப்ளேஸ் சார்...'' என்று வானத்தைப் பார்த்து புகையை விட்டுவிட்டு, ''புக்குல எல்லாம் போட்டிருந்தான். நீங்க அந்த ஸ்ரவந்தியத்தான் கல்யாணம் பண்ணிக்கப்போறீங்களா சார்?'' என்றான்.

''ஆமாம்...''

''சூப்பர் செலக்‌ஷன் சார்... பொண்ணு சும்மா தங்கச்சிலை மாதிரி மின்னும்.''

''தேங்க்ஸ் முருகேசன்... நந்தகுமார் சாருக்கு பொண்ணுங்க இன்ட்ரஸ்ட்டெல்லாம் கிடையாதா?''

''மூச்... சார்... நீங்க டைரக்டர் சாரப் பத்தி ஏதோ கேக்கத்தான் கூப்பிடுறீங்கன்னு தெரிஞ்சும் ஏன் தைரியமா வந்தன்னா, அவரப் பத்தி சொல்றதுக்கு ஒரு விஷயம் கூட கிடையாது. வீடு... வீடு விட்டா ஷூட்டிங்... சினிமா தியேட்டர்... தினம் ராத்திரி குடிப்பாரு. அவ்வளவுதான. அதனால அவரப் பத்திச் சொல்றதுக்கு ஒண்ணுமே கிடையாது. அந்த தைரியத்துலதான் வந்தேன்.''

''நிஜமாவா முருகேசன்?சாருக்கு எந்த நடிகையோடயும் ஒரு சகவாசமும் கிடையாதா?''

''நடிகையா? சாதா பொம்பளங்ககிட்ட கூட ஒரு பழக்கமும் கிடையாது. வீட்டு சமையற்காரன் கூட ஆம்பளைதான்.''

''அவர யாராச்சும் லேடீஸ் வந்து பாப்பாங்களா?''

''எனக்குத் தெரிஞ்சு இந்த பத்து வருஷத்துல ஒரு லேடி கூட அவரப் பாக்க வந்தது கிடையாது.''

''ஆம்பளைங்க யாரும் பாக்க வருவாங்களா?''

''ஆம்பளைங்கன்னா... ப்ரொட்யூசருங்க யாராச்சும் வருவாங்க.''

''சினிஃபீல்டு ஆள விடுங்க. சினிமா ஆள் இல்லாம வேற யாராச்சும் வருவாங்களா?''

''ஒருத்தரு வருவாருங்க...'' என்று முருகேசன் கூறியவுடன் கௌதம் நிமிர்ந்தான்.

''யாரு?''

''இன்னொரு ரவுண்டு அடிச்சுட்டு வருவோமா?''

''தாராளமா'' என்ற கௌதம் முருகேசனை உள்ளே அழைத்துச் சென்றான். உள்ளே மேலும் ஒரு ரவுண்டு முடித்துவிட்டு வெளியே வந்த முருகேசன் நிறைபோதையில் இருந்தான்.

மீண்டும் சிகரெட்டை பற்றவைத்துவிட்டு, ''சொல்லுங்க... யாரு வருவாங்க?'' என்றான் கௌதம்.

''ஆளு யாருன்னுல்லாம் தெரியாது சார்... கிட்டத்தட்ட சார் வயசு இருக்கும். வருஷத்துக்கு ரெண்டு தடவை, மூணு தடவை வீட்டுக்கு வருவாரு. வந்தா ஒண்ணு ரெண்டு மணி நேரம் அவரு கூட பேசிகிட்டிருப்பாரு.''

''அவரு பேரு?''

''ரவிங்க. அது கூட டைரக்டரு வாட்ச்மேன்கிட்ட ரவி வந்தா உள்ள அனுப்புங்கன்னு சொல்லிதாங்க தெரியும்.''

''ரவி ரிட்டர்ன் ஆவறப்ப நீங்க போய் ட்ராப் பண்ணுவீங்களா?''

''இல்ல... அவரு பைக்ல வந்துட்டு, பைக்ல போயிடுவாரு.''

''பைக் நம்பர் தெரியுமா?''

''அதெல்லாம் தெரியாதுங்க...''

''ஓகே... டைரக்டர் எப்பயாச்சும், யார் வீட்டுக்காச்சும் போயிருக்காரா?''

''இல்லங்க...''

''எதாச்சும் கல்யாணம், காட்சி...''

''அதெல்லாம் எதுக்கும் போகமாட்டாருங்க. அவரு ஒரு வித்தியாசமான ஆளுங்க. அவர வச்சு படம் எடுக்குற ப்ரொட்யூசர் பொண்ணு கல்யாணத்துக்கு கூட போகலன்னா பாத்துக்குங்க... அவரப் பத்தி எல்லாத்துக்கும் தெரியும். அதனால யாரும் கோவிச்சுக்கமாட்டாங்க...''

''உனக்குத் தெரிஞ்சு சினிமா சம்பந்தமான இடங்களத் தவிர அவரு வேற எங்கயுமே போனதில்லையா?''

''இல்லங்க...'' என்ற முதலில் கூறிய முருகேசன், ''இல்ல சார்... ஒரு தபா போயிருக்காரு'' என்றவுடன் கௌதம் உற்சாகத்துடன், ''எப்ப? எங்க?'' என்றான்.

''போன தீபாவளியன்னிக்கு மதியானம், எங்கயோ போகணும்னு என்னை கூப்பிட்டு விட்டாருங்க. போனேன். திடீர்னு என்ன நினைச்சாருன்னு தெரியல. என்னை வேண்டாம்னு சொல்லிட்டு, கால் டாக்ஸிய வரச்சொல்லி அதுல போயிட்டாருங்க.''

''எங்க போறோம்னு உங்களுக்கு தெரியவேண்டாம்னு நினைச்சிருப்பாரோ?''

''ஆமாங்க.''

''எந்த கால் டாக்ஸி?''

''குட் டைம் கால் டாக்ஸிங்க'' என்ற முருகேசன் பார் இருந்த திசையைப் பார்த்தபடி, ''சூப்பர் சரக்கு சார்... சும்மா ஜிவ்வுன்னு போதை ஏறுது. இன்னொரு ரவுண்டு சாப்பிடுவோமா சார்?'' என்றான்.

7

குட்டைம் ட்ராவல்ஸ் அலுவலகம். கம்ப்யூட்டரில் சார்ட்டைப் பார்த்துக்கொண்டே, ''உளவுத் துறைல, அந்த நர்ஸ் தற்கொலை கேஸ் இழுத்துகிட்டே போவுதே சார்? எப்ப சார் முடிப்பீங்க'' என்றார் அந்த வழுக்கைத் தலை மேனேஜர்.

''கொஞ்ச நாளா ரியாலிட்டி ஷோவையும் டிவி சீரியல் மாதிரி ஆக்கிட்டாங்க. ஒரு கேஸ ஜனங்க இன்ட்ரஸ்ட்டா வாச் பண்றாங்கன்னு தெரிஞ்சா, அதையும் ஒரு மாசம், ரெண்டு மாசம்னு இழுக்கச் சொல்றாங்க'' என்ற கௌதமுக்கு தலையாட்டிக்கொண்டே கம்ப்யூட்டரைப் பார்த்துக்கொண்டிருந்த மேனேஜர், ''இதோ... அக்டோபர் 26 ஆம் தேதி, நந்தகுமார் வீட்டுலருந்து ஒரு டாக்ஸி போயிருக்குங்க.''

''எங்க?''

''பெசண்ட் நகர் எலக்ட்ரிக் க்ரிமட்டோரியம். ஏதோ சாவுக்கு போயிருக்காரு.''

இதை கௌதம் எதிர்பார்க்கவில்லை. நந்தகுமார் ஏதேனும் வீட்டுக்குச் சென்றிருப்பார் என்று நினைத்தான்.

''அங்கதான் போனாரா? க்ரிமட்டோரியத்துகிட்ட வேற எங்கயாச்சும் போனாரா?''

''அது டிரைவர கேட்டாத் தெரிஞ்சுடும். ஒரு பிரபலமான டைரக்டர் போயிருக்காரு. கட்டாயம் டிரைவர் ஞாபகம் வச்சிருப்பாரு'' என்று மேனேஜர் டிரைவருக்கு ஃபோன் செய்து பேசிவிட்டு, மொபைலை கௌதமிடம் நீட்டினார்.

''ஹலோ... நான் உளவுத்துறை கௌதம் பேசுறேன்.''

''வணக்கம் சார்... சொல்லுங்க சார்.''

''தீபாவளியன்னிக்கு டைரக்டர் நந்தகுமார நீங்கதான் பெசண்ட்நகர் க்ரிமட்டோரியத்துல விட்டீங்களா?''

''ஆமாம் சார். பிக்அப் அன்ட் ட்ராப் சார்.''

ஜி.ஆர். சுரேந்தர்நாத்

"அவரு க்ரிமட்டோரியத்துக்குள்ள போனாரா? இல்ல... பக்கத்துல வேற எங்கயாச்சும் போனாரா?"

"அங்கதான் சார் போனாரு. போறப்ப வழில நிறுத்தி மாலைல்லாம் வாங்கிகிட்டாரு. க்ரிமட்டோரியம் உள்ள போனவரு, அரை மணி நேரம் கழிச்சுதான் சார் வந்தாரு."

"அங்க யார் டெத்துக்கு போனாருன்னு ஏதாச்சும் ஐடியா இருக்கா?"

"அதெல்லாம் எனக்கு எப்படி சார் தெரியும்? நான் வெளியதானே இருந்தேன்."

"ஓகே... தாங்க்ஸ்..." என்று ஃபோனை கட் செய்தான் கௌதம்.

பெசண்ட் நகர் க்ரிமட்டோரியம் அலுவலகம். அந்த சிறுவயது இளைஞன் ரிஜிஸ்டரைப் புரட்டியபடி, "தினம் பிணத்து கூட நாய் பொழப்பு சார்... பிணத்த பாத்து, பாத்து சாவு மேல இருந்த பயமே போயிடுச்சு சார்.." என்றான்.

கௌதம் சிரித்தபடி, "மரண பயத்தை வெல்றது ரொம்ப பெரிய விஷயம். இங்க வேலை செய்றதால மரண பயம் போயிடுச்சுன்னா அது நல்லதுதானே..." என்றான்.

"பயங்கர பேஜாரான வேலை சார்... நீங்கதான் இதைப் பத்தி டிவில சொல்லணும். தினம் பத்து இருபது பிணம் வரிசையா நிக்குதுங்க. ஒரு பிணத்து எரிச்ச, சாம்பல தர்றதுக்கு குறைஞ்சது ஒரு மணி நேரமாவும். அதுக்குள்ளயும் நம்பாளுங்க பொறுக்கமாட்டேங்கிறாங்க சார்... அதை கூட சீக்கிரம் முடிக்கச்சொல்லி ரெகமன்டேஷன் ஃபோன் வரும்" என்று அவன் தொடர்ந்து பேசிக்கொண்டிருக்க, ஸ்ரவந்தி சலிப்பாக கௌதமைப் பார்த்தாள்.

ஒரு பக்கத்தில் ரிஜிஸ்டரைத் திருப்புவதை நிறுத்தியவன், "இதோ... அக்டோபர் 26. மொத்தம் அன்னைக்கி 12 பாடி சார்..."

"ஒரு நிமிஷம். அந்த ரிஜிஸ்டரத் தாங்க..." என்று ரிஜிஸ்டரில் கண்ணை ஓட்டிய கௌதம் "ரவி..." என்ற பெயரைப் பார்த்தவுடன் நிமிர்ந்த கௌதம், "மை காட்... ரவி இறந்துட்டாரு ஸ்ரவந்தி" என்றான்.

"எந்த ரவி?"

"ரவின்னு ஒருத்தரு அப்பப்ப வந்து நந்தகுமாரப் பாத்துட்டுப் போவாருன்னு முருகேசன் சொன்னாருல்ல?"

"ஏய்... ரவிங்கிறது ரொம்ப காமனான பெயர். வேற ரவியாக் கூட இருக்கலாம்ல?"

129

''இரு... கன்ஃபர்ம் பண்ணிக்கலாம்....'' என்ற கௌதம் முருகேச னுக்கு ஃபோன் செய்து, ''முருகேசன்... நான் கௌதம் பேசுறேன். ரவின்னு ஒருத்தரு அப்பப்ப வந்து நந்தகுமாரப் பாத்துட்டுப் போவாருன்னு சொல்வீங்கள்ல...''

''ஆமாம் சார்...''

''அவரு தீபாவளிக்குப் பிறகு சாரப் பாக்க வந்தாரா?''

''இல்ல சார்... அவரு வந்து ஆறு மாசத்துக்கு மேல இருக்கும். என்ன சார் விஷயம்?''

''ஒண்ணுமில்ல... நான் அப்புறம் சொல்றேன்...'' என்று லைனை கட் செய்த கௌதம், ''நிச்சயம் இந்த ரவிதான்.. நந்தகுமார் சாமான்யமா எங்கயும் வெளிய போகமாட்டாரு. இங்க வந்துருக்காரு. அன்னைக்கு ரவிங்கிறவரு இறந்திருக்காரு. மோஸ்ட் ப்ராபப்ளி இது அந்த ரவியாதான் இருக்கும். முதல்ல இந்த அட்ரஸ்லப் போய் பாக்கலாம்'' என்ற கௌதம் மீண்டும் ரிஜிஸ்ட்டரைப் பார்த்தான். ரவியின் பிணத்தை எரிக்க திவ்யா என்ற பெண் புக் செய்திருந்தாள்.

8

அடையாறு, கஸ்தூரிபாய் காந்தி நகர் சற்றே பழைய அந்த அபார்ட்மென்ட்டிலிருந்த எஃப் 12 ஃப்ளாட்டின் காலிங்பெல்லை அடித்துவிட்டு கௌதமும், ஸ்ரவந்தியும் காத்துக்கொண்டிருந்தனர். மதிய நேரத்தில் அந்த அபார்ட்மென்ட்டில் ஒரு ஈ, காக்கா கூட காணவில்லை.

சில வினாடிகளுக்கு பிறகு கதவைத் திறந்த அந்த இளம்பெண் இவர்களைப் பார்த்தவுடன் கண்கள் விரிய... ''சார்... மேடம்... வாட் எ சர்ப்ரைஸ்... சார் உங்க டிவில உங்க ரெண்டு பேரு ப்ரோக்ராம் மட்டும்தான் சார் பார்ப்பேன்'' என்ற அந்த பெண்ணிற்கு 18, 19 வயதிருக்கும். 18 வயதுப் பெண்களுக்கே உரிய, ரோஜாப்பூபோன்ற ஃப்ரெஸ்ஸான முகம்.

''இங்க திவ்யாங்கிறது...'' என்று கௌதம் இழுக்க, ''என்னைப் பாக்கவா வந்தீங்க. உள்ள வாங்க... தமிழ்நாட்டோட டாப் டிவி ஸ்டார் ரெண்டு பேர் என்னைத் தேடி வந்துருக்கீங்க. என்னால நம்பவே முடியல...'' என்றவளின் குரலில் ஒரு பரபரப்பு. வேகமாக சோஃபாவில் கிடந்த பத்திரிகைகளை தூக்கிப் போட்டாள்.

''வீட்டுல வேற யாரும் இல்லையா?'' என்றாள் ஸ்ரவந்தி.

''இல்ல... நானும் அம்மாவும் மட்டும்தான். அம்மா ஒரு மேரேஜ்க்காக காஞ்சிபுரம் வரைக்கும் போயிருக்காங்க... நைட்டுதான் வருவாங்க. என்ன சார் சாப்பிடுறீங்க? பெப்ஸி... ஃபான்டா...''

''ஒண்ணும் வேண்டாம். கொஞ்சம் வாட்டர் மட்டும் தாங்க..''

தண்ணீரை அருந்திவிட்டு கௌதம், ''ஸ்ரவந்தி... திவ்யாவுக்கு நல்ல லைவ்லியான முகம்ல்ல? நம்ம 'வீட்டுக்கு வீடு' நிகழ்ச்சிக்கு ஒரு காம்ப்பியர் வேணும்னு சொல்லிட்டிருந்தாங்கள்ல... அதுக்கு திவ்யாவ ரெகமண்ட் பண்ணலாம்னு பாக்குறேன்'' என்றவுடன் திவ்யாவின் முகத்தில் கொள்ளை சந்தோஷம்.

''நிஜமாவா சார் சொல்றீங்க?''

''ஆமாம்... ஜோதிகா மாதிரி நல்ல எக்ஸ்பிரஸ்ஸிவ் ஃபேஸ்... அடுத்த வாரம் எனக்கு ஃபோன் பண்ணிட்டு ஆஃபிஸ்க்கு வாங்க...'' என்று தனது கார்டை திவ்யாவிடம் நீட்டிய கௌதம், ''ஆக்ச்சுவலா நாங்க வேற ஒரு விஷயம் விசாரிக்கறதுக்காக வந்தோம்'' என்றான்.

''சொல்லுங்க சார். எதா இருந்தாலும் சொல்றேன்...'' என்றவளின் மனதில் க்யூ டிவியில் அவள் பேசும் காட்சி மானசீகமாக ஓடிக்கொண்டிருந்தது.

''சமீபத்துல உங்கப்பா இறந்து போயிட்டாருல்ல?''

''ஆமாம் சார்... உங்களுக்கு எப்படி தெரியும்?''

''சொல்றேன். அவரு டைரக்டர் நந்தகுமாருக்கு ரொம்ப ஃப்ரண்டுல்ல?'' என்றவுடன் திவ்யாவின் முகம் மாறியது. ஒன்றும் பதில் சொல்லவில்லை.

''கவலைப்படாதீங்க. நீங்க நினைக்கிற மாதிரி ஒண்ணுமில்ல. நந்தகுமாரப் பத்தி ஒரு டாகுமென்ட்ரி பண்றோம். ஆனா அவரோட கடந்த காலத்த பத்தி ஒரு விபரமும் தெரியல. உங்கப்பாதான் அவர அப்பப்ப வந்து பாத்துட்டுப் போவாருன்னு கேள்விப்பட்டோம். அதான் சில விஷயங்கள் விசாரிக்கலாம்னு வந்தோம்.''

''சொல்றேன் சார்... ஆனா நான் சொன்னதா வெளிய சொல்லிக்கக்கூடாது.''

''சேச்சே... நாளைக்கு எங்களோட கொலிக் ஆவப்போறீங்க. வெளிய சொல்வனா?''

''சரி... உங்களுக்கு என்ன தெரியணும்?''

''நந்தகுமார் உங்க ஃபேமிலியோட ரொம்ப க்ளோஸா?''

''ஒரு க்ளோசும் கிடையாது. அவரு ஒரு தடவை கூட இந்த வீட்டுக்கு வந்ததில்ல. அப்பா கூட ஸ்கூல்ல படிச்சவரு. அப்பா மட்டும் அப்பப்ப போய் பாத்துட்டு வருவாரு. சின்ன வயசுல ரொம்ப க்ளோஸ் ஃப்ரண்டு போல. ஆனா இந்த மாதிரி நந்தகுமார் பழக்கம்னு, வெளிய யாருகிட்டயும் சொல்லிக்கக்கூடாதுன்னு நந்தகுமார் சார் சொல்லியிருந்தாரு. அதை கடைசி வரைக்கும் அப்பாவும் மெயின்ட்டெய்ன் பண்ணாரு. தீபாவளியன்னிக்கு பைக் ஆக்ஸிடென்ட்ல

அப்பா இறந்தவுடனே, நந்தகுமாருக்கு ஃபோன் பண்ணிச் சொன்னோம். அன்னைக்கி பெசண்ட் நகர் க்ரிமட்டோரியத்துலதான் முதமுதல்லா நாங்க நந்தகுமார் சார நேர்ல பாத்தோம். அப்ப கூட அவர் பெருசா எங்ககிட்ட எதுவும் பேசல. பணம் எதுவும் வேணுமான்னு கேட்டாரு. வேண்டாம்ன்னோம். கொஞ்ச நேரம் அப்பா பாடிய பாத்துட்டிருந்தாரு. லேசா கண் கலங்கினாரு. அப்புறம் போயிட்டாரு.''

''நந்தகுமாரப் பத்தி உங்கப்பா ஏதாச்சும் சொல்லியிருக்காரா?''

''ஏன்னு தெரியல. நந்தகுமார் ஃபேமிலியப் பத்தி அப்பா எங்ககிட்ட ஒண்ணும் சொன்னதில்ல. அவங்க ரெண்டு பேரும் ஒரே ஸ்கூல்ல ப்ளஸ் டு வரைக்கும் படிச்சதா சொல்லியிருக்காரு.''

''என்ன ஸ்கூல்?''

''சைதாப்பேட்டைல ஒரு ஸ்கூலு.. ஃபோட்டோவ பாத்தா தெரியும்.''

'என்ன ஃபோட்டோ?''

''நந்தகுமாரும், அப்பாவும் ஸ்கூல்ல எடுத்துகிட்ட ஸ்டுடண்ட்ஸ் ஃபோட்டோ...'' என்றவுடன் கௌதம் ஆர்வமாக, ''அந்த ஃபோட்டோவ நாங்க பாக்கலாமா?'' என்றான்.

''ஒரு நிமிஷம்...'' என்று உள்ளே சென்ற திவ்யா ஐந்து நிமிடத்தில் அந்த ஃபோட்டோவோடு வந்தாள். பழைய பிளாக் அன்ட் ஒயிட் ஃபோட்டோவில், 'கணித மேதை ராமானுஜம் நினைவு மேல்நிலைப்பள்ளி, 12 ஆ பிரிவு'' என்று பிரிண்ட் செய்யப்பட்டிருந்தது.

''இதோ... எங்கப்பாவும், நந்தகுமார் சாரும் பக்கத்து பக்கத்துல நிக்கிறாங்க பாருங்க...''

''ஆமாம்... நந்தகுமார் சாருக்கு இன்னும் அந்த ஃபேஸ்கட் மாறல இல்ல?'' என்றாள் ஸ்ரவந்தி.

''ஆமாம்... இந்தஃபோட்டோவ நாங்க எடுத்துட்டுப் போலாமா? அப்புறம் திருப்பி தந்துடுவேன்'' என்றான் கௌதம்.

''அய்யோ... அம்மாவுக்கு தெரிஞ்சா கொன்னுடுவாங்க. இப்பவே இத நான் உங்ககிட்ட சொன்னதா அம்மாட்ட சொல்லப்போறதுல்ல. ஏன்னா நந்தகுமாரப் பத்தி தெரிஞ்சு, யாராவது விசாரிச்சாலும், ஒரு வார்த்தைக் கூட சொல்லக்கூடாதுன்னு அப்பாவும், அம்மாவும் சொல்லியிருக்காங்க.''

''ஓகே... ஓகே... இன்னும் கொஞ்சம் தண்ணி கிடைக்குமா?'' என்று கௌதம் கேட்க... திவ்யா உள்ளே சென்றாள். சட்டென்று கௌதம் சுறுசுறுப்பாக செயல்பட்டு, தனது மொபைல் கேமிராவில், அந்த ஃபோட்டோவில் ரவியும், நந்தகுமாரும் இருக்கும் பகுதியை ஜூம் செய்து ஃபோட்டோ எடுத்துக்கொண்டான்.

திவ்யா வந்தவுடன், ''வேற ஏதாச்சும் நந்தகுமாரப் பத்தி தெரியுமா?'' என்றான் கௌதம்.

''இல்ல சார்... வேற ஒண்ணும் தெரியாது சார்... எனக்கு ஒரே ஒரு ரிக்கொஸ்ட்தான் சார்... நான் இந்த மாதிரி சொன்னன்னு யாருகிட்டயும் சொல்லிடாதீங்க சார்...''

''நிச்சயமா சொல்லமாட்டேன். நீங்க அடுத்த வாரம் எனக்கு ஃபோன் பண்ணிட்டு ஆஃபிஸ் வந்து பாருங்க'' என்று எழுந்தான் கௌதம்.

வெளியே வந்தவுடன் ஸ்ரவந்தி, ''நிஜமாலுமே நம்ம டிவிக்கு இவள செலக்ட் பண்ணப்போறியா?'' என்றாள்.

''சேச்சே... அப்படி சொன்னதாலதான் இவ்வளவு மேட்டரச் சொன்னா. வந்தான்னா, சும்மா ஒரு கேமிரா டெஸ்ட் எடுத்துட்டு, அப்புறம் சொல்லியனுப்புறோம்னு கட் பண்ணிடவேண்டியதுதான்'' என்றான் கௌதம்.

''சே... பாவம்டா...''

''இங்க பாரு நோ பாவம். மாக்கியவல்லியோட பிரின்ஸிபல் என்ன தெரியுமா?''

''பாக்கியவள்ளின்னா யாரு?''

''அய்யோ பாக்கியவள்ளி இல்ல. மாக்கியவல்லி. இத்தாலிய எழுத்தாளர், தத்துவஞானி. அவரோட ஃபேமஸ் கொட்டேஷன்... நம்ம மேற்கொள்ற செயல்பாட்டுல கிடைக்கிற முடிவுதான் முக்கியம். அந்த முடிவ எந்த வழிமுறைல வேணும்னாலும் அடையலாம்னு சொல்லியிருக்காரு'' என்றான் கௌதம்.

9

கணித மேதை ராமானுஜம் நினைவு தனியார் மேல்நிலைப்பள்ளியின் ஹெட்மாஸ்டர், நரைத்த முடியுடன், நான்கு நாள் தாடியைத் தடவியபடி கௌதமின் மொபைலிலிருந்த ஃபோட்டோவைப் பார்த்துவிட்டு, ''உங்களுக்கு என்ன தகவல் தெரியணும்?'' என்றார்.

''நீங்க இந்த ஸ்கூல்ல முப்பது வருஷத்துக்கு முன்னாடி, டீச்சரா ஜாயின் பண்ணியிருக்கீங்க... கட்டாயம் இவங்கள உங்களுக்குத் தெரிஞ்சிருக்கும்.''

''தெரியும். எதுக்கு கேக்குறீங்க?''

''இது...'' என்று கௌதம் நந்தகுமாரின் முகத்தில் கை வைத்து காண்பிக்க, ''இது நந்தகுமார்... நல்லா தெரியும்'' என்றார் பெரியவர்.

''தேங்க் காட்... இவரு இப்ப சினிமாவுல டைரக்டரா இருக்காரு. நந்தகுமார் சமீபத்துல ஆஸ்கார் அவார்டு வாங்கினாரு. அதனால அவர வச்சு ஒரு ப்ரோக்ராம் பண்ணப்போறோம்... அவரைப் பத்தி உங்களுக்கு நல்லா ஞாபகமிருக்கா சார்?''

''இந்த முப்பது வருஷத்துல ஆயிரக்கணக்கான ஸ்டூடண்ட்ஸப் பாத்தாச்சு. ஆனா ஒரு சில மாணவர்கள் மட்டும் சில பெக்குலியரான காரணங்களுக்காக ஞாபகத்துல இருப்பாங்க. அந்த மாதிரி... நந்தகுமார் ஒரு பாவப்பட்ட பையன். அதனாலதான் இன்னும் அவன நல்லா ஞாபகம் வச்சிருக்கேன்.''

''ஏன் சார்? அவருக்கு என்ன பிரச்னை?''

''சொல்றேன். ஆனா அதுல சில விஷயங்கள நீங்க வெளிப்படுத்தக்கூடாது. ஆஃப் தி ரெக்கார்டுன்னு சொல்வாங்கள்ல... அந்த மாதிரி...''

''வெளிய சொல்லக்கூடாத விஷயம்ன்னா, நிச்சயமா சொல்லமாட்டேன் சார்.''

''நான் உங்கள நம்புறேன். அது நிச்சயம் வெளிய சொல்லக்கூடாத விஷயம்தான்.''

''சொல்லுங்க...''

''எனக்கு நந்தகுமார நல்லாத் தெரியும். நல்ல இன்டலிஜென்ட்டான பையன். ஆனா குடும்பம்தான் சரியில்ல. அவங்கப்பா சின்னவயசு லயே யாரையோ இழுத்துகிட்டு ஓடிட்டாரு.... பிழைக்கிறதுக்கு வேற வழி தெரியாம, அவங்கம்மா விபச்சாரியா மாறிட்டாங்க...'' என்றவுடன் கௌதமும், ஸரவநதியும் அதிர்ச்சியுடன் ஒருவரை ஒருவர் பார்த்துக்கொண்டனர்.

தொடர்ந்து பெரியவர், ''முதல்ல நந்தகுமார் நல்லாதான் படிச்சு கிட்டிருந்தான். ஆனா பெரிய பையனாகி, அவங்கம்மா என்ன பண்றாங்கன்னு தெரிஞ்சவுடனே, ரொம்ப வெறுத்துப் போயிட்டான். அதுலருந்து படிப்புல நாட்டம் போயிடுச்சு. கோயில், குளம்ன்னு சுத்த ஆரம்பிச்சுட்டான். ஆன்மிகப் புத்தகமெல்லாம் படிச்சுகிட்டிருப்பான். ரவிதான் அவனுக்கு இருந்த ஒரே ஃப்ரண்டு. ப்ளஸ் டு பார்டர்ல பாஸ் பண்ணிட்டு, நந்தனம் காலேஜ்ல சேர்ந்து படிச்சுகிட்டிருந்தான். அப்பதான்...'' என்று நிறுத்தினார்.

''சொல்லுங்க...''

''ஒரு லாட்ஜ்ல அவங்கம்மா போலீஸ்ல மாட்டி, அரெஸ்ட் பண்ணிட்டாங்க. அது பேப்பர்ல எல்லாம் ஃபோட்டோவோட வந்து ரொம்ப வெறுத்துப்போயி நந்தகுமார் எங்கயோ ஓடிப்போயிட்டான்...''

''எங்க ஓடிப்போனாரு?''

''அது எனக்குத் தெரியல. அவன் யாரோ ஒரு சாமியார் புத்தகங்கள நிறைய படிப்பான். அந்த ஆசிரமத்துக்கு ஓடிப்போயிட்டான்னு, பசங்க யாரோ சொன்னாங்க.''

''யாரு சார் சொன்னாங்க? ரவியா?''

''ரவி இல்ல... வேற யாரோ சொன்னாங்க. இப்ப ஞாபகமில்ல. அது வரைக்கும்தான் எனக்குத் தெரியும். அவன் ஆசிரமத்துலருந்து வெளிய வந்தது... சினிமால சேர்ந்தது எல்லாம் எனக்குத் தெரியாது. அவன் சினிமா எடுத்து டைரக்டரானவுடனே, தினத்தந்தில ஃபோட்டோவோட பேட்டியெல்லாம் வந்துதான் அவன் சினிமாவுக்குப் போனது தெரியும்.''

''எந்த ஆசிரமத்துக்கு சார் போனாரு?''

''அது தெரியல. ஆனா மெட்ராஸ் இல்ல... வெளியூர்தான்...''

''கொஞ்சம் யோசிச்சு பாருங்க சார்... எந்த ஊருன்னு சொன்னாக்கூட போதும்...'' என்றவுடன் பெரியவர் கண்ணாடியைக் கழட்டிவிட்டு யோசிக்க... கௌதம் அவரைத் தவிப்புடன் பார்த்துக்கொண்டிருந்தான். பெரியவர் முடிவாக தலையை ஆட்டி, ''இல்ல தம்பி... சுத்தமா ஞாபகத்துக்கு வரல....'' என்றார்.

''அவரு ஏதோ சாமியார் புத்தகம் படிப்பாருன்னீங்களே... அந்த சாமியார் பேரு?''

''அதுவும் ஞாபகமில்ல தம்பி...'' என்று கூற கௌதமின் முகம் வாடியது. ''ஓகே சார்... நாங்க கிளம்பறோம். எப்பயாச்சும் ஞாபகம் வந்துச்சுன்னா, எங்களுக்கு ஃபோன் பண்ணுங்க'' என்று தன் கார்டை கொடுத்துவிட்டு கிளம்பினான் கௌதம்.

பள்ளியிலிருந்து வெளியே வந்தவுடன் கௌதம், ''நந்தகுமாரோட சின்ன வயசுக்காலம், நிஜமாவே கொடுமையான காலம்தான் ஸ்ரவந்தி. அதான் ஆளு ஒரு மாதிரி இறுக்கமா, யாரு கூடயும் ஒட்டாம இருக்காரு. அம்மா ஒரு விபச்சாரிங்கிறதாலதான் தன்னைப் பத்திய விஷயங்களையும் வெளிய சொல்லிக்காம இருக்காரு.''

''இதெல்லாம் ப்ரோக்ராம்ல சொல்லாத கௌதம்.''

''சேச்சே... நம்ம மெயின் எய்ம்... நந்தகுமாரோட லவ்வர்தானே... ஆனா நந்தகுமார் எந்த ஊருக்கு போனாருன்னு தெரியாமப் போயிடுச்சே...'' என்று கூற ஸ்ரவந்தி ஏதோ யோசனையில் இருந்தாள். சட்டென்று முகம் பிரகாசமான ஸ்ரவந்தி, ''கௌதம்... நீ நந்தகுமார வீட்டுல இன்டர்வ்யூ எடுத்தீல்ல...''

''ஆமாம்...''

''அந்த க்ளிப்பிங்க அன்னைக்கி எடிட்டிங் சூட்ல பாத்தப்ப, நந்தகுமார் பங்களா ஹால்ல ஏதோ சாமியார் ஃபோட்டோ பாத்த மாதிரி ஞாபகம்.''

''இல்லையே... எல்லாம் புரியாத மாடர்ன் ஆர்ட்டுதான்.''

''இல்ல நான் ஒரு சாமியார் படமும் பார்த்தேன்.''

''நிஜமாவாச் சொல்ற? அந்த சாமியார் யாருன்னு தெரியுமா?''

''அதெல்லாம் தெரியல....''

''உடனே ஆஃபிஸ்க்கு போய் பாப்போம்'' என்று பரபரப்புடன் கார்க் கதவைத் திறந்தான் கௌதம்.

10

க்யூ டிவி எடிட்டிங் சூட். எடிட்டர் மானிட்டரில், அந்த சாமியார் ஃபோட்டோவில் ஜூம் செய்து நிறுத்தியிருந்தார். கௌதமும், ஸ்ரவந்தியும், மோகனும் ஒருவரை ஒருவர் பார்த்து உதட்டைப் பிதுக்கிக்கொண்டனர்.

''யாரு சார் இது? புதுசா இருக்காரு...''

''அதான் தெரியல... அந்த காலத்து சாமியாரா இருக்கும் போல... கிஷோர்... இது யாருன்னு உனக்குத் தெரியுமா?'' என்று மோகன் எடிட்டரிடம் கேட்க, ''யாரு கண்டா? நம்ம அக்கௌண்ட்ஸ் ரங்கராஜனைக் கேட்டாத் தெரியும். அவரு கைல எப்போதும் ஆன்மிக புத்தகம்தான் இருக்கும்...'' என்று கூற... மோகன் உடனே இன்டர்காமில் தொடர்புகொண்டு ரங்கராஜனை வரச்சொன்னார்.

ரங்கராஜன் உள்ளே நுழைந்தவுடன், ''ரங்கராஜன்... இந்த சாமியார் யாருன்னு தெரியுதா?'' என்றான் கௌதம்.

''தெரியுமே... சத்யபிரகாச சுவாமிகள்... ஆறு வருஷத்துக்கு முன்னாடி இறந்துட்டாரு, இவரு இந்த காலத்து சாமியார் மாதிரி பணம்புடுங்கி சாமியார் கிடையாது. ஆசிரமத்துக்கு வர்றவங்களுக்கு எல்லாம் இலவசமாவே யோகா, தியானம்ல்லாம் சொல்லித் தருவாரு. அவரு இறந்த பின்னாடி அவரோட சிஷ்யப்பிள்ளைங்க அதையும் பிஸினஸ் ஆக்கிட்டாங்க.''

''இவரோட ஆசிரமம் எங்கருக்கு?''

''கேரளா, தமிழ்நாடு பார்டர்ல குமுளில இருக்கு...'' என்றவுடன் கௌதம் உற்சாகத்துடன், ''நந்தகுமார் கன்ஃபர்மா குமுளி ஆசிரமத்துக்குதான் போயிருக்காரு'' என்றான்.

''எப்படி கன்ஃபாமா சொல்ற?''

''சார்... ஞாபகமில்லையா? மேகம் படம் முழுக்க, இடுக்கி டிஸ்ட்ரிக்ட்... குமுளி, தேக்கடின்னுதான் எடுத்திருப்பாரு. ஸோ... அங்கதான் நந்தகுமார் யாரையோ லவ் பண்ணியிருக்கணும்.''

''ஏன்... அதுக்கு முன்னாடி மெட்ராஸ்ல லவ் பண்ணியிருக்கக்கூடாதா?''

''பாஸ்... காட்ட மையமா வச்சு, அந்த படத்துல எவ்வளவு அற்புதமான லவ் சீன்ஸ் இருக்கு. அதெல்லாம் கற்பனைல தோணியிருக்க சாத்தியமே இல்ல... அதனால நிச்சயமா அங்கதான் லவ் பண்ணியிருப்பாரு.''

''ஸோ... குமுளி கிளம்பப் போறீங்க...''

''ஆமாம் பாஸ்...'' என்ற கௌதம், ஸ்ரவந்தியைப் பார்த்து கண்ணடித்தான்.

''கூட ஸ்ரவந்தியுமா?''

''பின்ன... அதெல்லாம் ஹில் ஸ்டேசன். குளிர் பிரதேசம்... அப்பப்ப ஸ்ரவந்திய கட்டிப்பிடிச்சு சார்ஜ் ஏத்திகிட்டாதான் மூளை வேலை செய்யும்'' என்று கூற ஸ்ரவந்தியின் முகத்தில் வெட்கம்.

ஞாயிற்றுக்கிழமை. கௌதமின் அறையில், இன்டர்நெட்டைப் பார்த்து, பார்த்து கௌதம் ஏதோ பேப்பரில் கணக்கு போட்டுக்கொண்டிருந்தான். டிவி பார்த்துக்கொண்டிருந்த ஸ்ரவந்தி, ''ஏய்... நான் வந்து அரை மணி நேரமாவுது. என்னைக் கூடப் பாக்காம, இன்டர்நெட்டப் பாத்து அப்படி என்ன கணக்கு?'' என்றாள்.

''சொல்றேன்... டிவிய நிறுத்திட்டு இப்படி வா...'' என்றவுடன் எழுந்து வந்த ஸ்ரவந்தி, கௌதமின் முதுகில் சாய்ந்து அவன் தோள்களை அணைத்தபடி, ''சொல்லு...'' என்றாள். கௌதம் ஸ்ரவந்தியின் நெஞ்சில் நன்கு சாய்ந்தபடி, ''முதுகில் இரண்டு முயல்குட்டிகள்... தலைப்பு நல்லாருக்கா?'' என்றான்.

''என்ன தலைப்பு?''

''அடுத்து நான் எழுதப்போற கவிதையோட தலைப்பு'' என்றான்.

''அது என்ன முதுகில் இரண்டு முயல்குட்டிகள்...''

''நீ என் முதுகிலருந்து, உன் உடம்ப நகத்தாம அப்படியே குனிஞ்சு பாரு...'' என்றான் கௌதம். ஸ்ரவந்தி அப்படியே குனிந்து பார்க்க... அவளுடைய மார்புகள் அவனுடைய முதுகில் அழுத்தமாக ஒட்டிக்கொண்டிருந்தன.

''சீ... டர்ட்டி டாக்... ஒரு பிரியமாக் கூட சாயமுடியல...'' என்று எழுந்த ஸ்ரவந்தியை இழுத்து மீண்டும் சாய்த்துக்கொண்ட கௌதம், ''பிரியமாவா? சாஞ்சுக்கோ... சாஞ்சுக்கோ... ஆனாலும் ஸ்ரவந்தி... உனக்கு பிரியம் கொஞ்சம் 'ஜாஸ்தி''தான்'' என்று கூற... ''சீ...'' என்று அவன் கழுத்தில் கடித்த ஸ்ரவந்தி, ''சொல்லு. என்ன கணக்கு போட்டுகிட்டிருக்க?'' என்றாள்.

''நாளைக்கு நைட்டு குமுளி கிளம்பறோம். அதுக்கு முன்னாடி சில பீரியட் எல்லாம் என்னன்னு முடிவு பண்ணிடணும்?''

''என்ன பீரியட்?''

''நந்தகுமார் எந்த வருஷம் குமுளில இருந்தாருன்னு கண்டுபிடிக்கணும். அப்பதான் அங்க போய் விசாரிக்க வசதியா இருக்கும்.''

''அதை எப்படி கண்டுபிடிக்கப்போற?''

''சொல்றேன். நந்தகுமாரோட முத படம், ''நீ'' ரிலீசானது 1992ல... இப்ப 2012. இப்ப நந்தகுமாரோட வயசு 46. ஸோ 20 வருஷத்துக்கு முன்னாடி அவரோட வயசு 26. அதுக்கு முன்னாடி மூணு வருஷம் அவரு சூர்யபிரகாஷ்கிட்ட அசிஸ்டெண்ட் டைரக்டரா இருந்திருக்காரு. அப்படின்னா 1988ல அவரு சூர்யபிரகாஷ்கிட்ட அசிஸ்டெண்ட் டைரக்டரா சேந்திருப்பாரு அப்ப அவருக்கு வயசு... 23. ஸோ... அவரு காலேஜ்லருந்து போயி 1988 வரைக்கும் குமுளில ஆசிரமத்துல இருந்துருக்காருன்னு வச்சிக்கலாம்.''

''ஓகே... எப்ப அங்க போனாரு...''

''அது ரொம்ப ஸிம்ப்பிள்... அவரு காலேஜ் சேந்துட்டு உடனே போனதால அப்ப அவருக்கு தோராயமா 18 இல்ல 19 வயசிருக்கும். அதாவது... 1985 வாக்குல அவரு குமுளி ஆசிரமம் போயிருப்பாரு... ஸோ.... 1985ல இருந்து, 88க்குள்ள அவரு குமுளில இருந்திருக்காரு. அந்த பீரியட்லதான் அங்க இருக்குற ஒரு பொண்ண காதலிச்சிருக்கணும்.''

''அதெல்லாம் சரி... நம்ம போகப்போறது கேரளா பாஷைத் தெரியாம அங்க போய் எப்படி விசாரிப்ப?''

''அது... தமிழ்நாட்டு பார்டர்ல இருக்கறதால, தமிழ் பேசினா புரிஞ்சுகிட்டு மலையாளத்துல பதில் சொல்வாங்க. அதுவுமில்லாம நான் ரெண்டு வருஷம் கேரளாவுல மெடிக்கல் ரெப்பா இருந்திருக்கேன். அதனால எனக்கு மலையாளம் நல்லா பேச வரும்...''

''அப்ப பிரச்னையில்ல... சரி.. இப்ப என்கொயரியப்ப காமிரா எடுத்துட்டு போகப்போறோமோ?''

''இல்ல... காமிராவோட போனா நிறைய பேரு விஷயத்த சொல்லமாட்டாங்க... அதனால முதல்ல போய் யாத்ராவ கண்டுபிடிக்கிறோம். அதுக்கு பிறகுதான் காமிரால்லாம்.''

''சரி.. அங்க ஆசிரமத்துல நம்ம கேட்டவுடனே, நந்தகுமாரப் பத்தி சொல்லிடுவாங்களா?''

''அதுக்கெல்லாம் ஏற்பாடு பண்ணிட்டேன். அவங்களுக்கு இங்க ஒரு பிராஞ்ச் இருக்கு. அதோட மேனேஜர் விஜயசத்யாவ நம்ம

அக்கௌண்ட்ஸ் ரங்கராஜனுக்கு தெரியும். அவரு மூலமா விஜயசத்யாவப் பாத்தேன். குமுளி ஆசிரமத்துல விநாயக் சத்யான்னு ஒரு மேனேஜர் இருக்காரு. அவரப் போய் பாருங்க. நான் ஃபோன் பண்ணி சொல்லிடுறேன்னு சொல்லியிருக்காரு.''

''அதென்ன விஜயசத்யா, விநாயக் சத்யான்னு பேருக்குப் பின்னாடி சத்யா?''

''நானும் கேட்டுட்டேன். அந்த ஆசிரமத்துல ஃபுல் டைம் இருக்கிறவங்க பேருக்கு பின்னாடி அவங்க குரு சத்யபிரகாசர் நினைவாக, சத்யான்னு சேத்துப்பாங்களாம்'' என்றான் கௌதம்.

11

செவ்வாய் கிழமை காலை, கேரளா, இடுக்கி மாவட்டம், குமுளியிலிருந்து தேக்கடி செல்லும் சாலையிலிருந்த அந்த மூன்று நட்சத்திர ஹோட்டலில் கௌதமும், ஸ்ரவந்தியும் நுழைந்தபோது மணி பத்தைத் தாண்டிக்கொண்டிருந்தது. ரிசப்ஷனில் இருந்த ஆணைக் கண்டதும் கௌதம் சட்டென்று திரும்பி, ''இந்த ஹோட்டல் நல்லால்ல. நம்ம வேற ஹோட்டல் போகலாம்'' என்றான்.

''ஏய்... சூப்பரா இருக்கு. நல்லால்லங்கிற.''

''ஒரு த்ரிஸ்டார் ஹோட்டல் ரிசப்ஷன்ல, ஆம்பளைய போட்டு வச்சிருக்கானுங்க. என்ன ஒரு ரசனையே இல்லாத ஆளுங்க. வா... நம்ம வேற ஹோட்டல் போலாம்'' என்ற கௌதமை முறைத்த ஸ்ரவந்தி, ''நோ... இங்கதான் தங்கறோம்'' என்றாள்.

அப்போது அருகில் தரையைத் துடைத்துக்கொண்டிருந்த ஒரு சிறுவன் மலையாளம் கலந்த தமிழில், ''ஈயாளு நைட் ட்யூட்டி சாரே. இப்ப வினிதா சேச்சி வரும்.''

''ஓ... சேச்சி வருமோ? அப்போ இவிடெ தங்காம்'' என்ற கௌதம், ரிசப்ஷன் டேபிளை நெருங்கினான். ரிசப்ஷனில் கொட்டாவி விட்டபடி நின்றுகொண்டிருந்தவனிடம், ''ஐயம் கௌதம் ஃப்ரம் சென்னை. நேத்து ஃபோன் பண்ணி ஒரு சூட் புக் பண்ணியிருந்தேன். அப்ப போன்ல ஒரு லேடி பேசினாங்களே... அவங்க எப்ப வருவாங்க?'' என்றான்.

ரிசப்ஷனிஸ்ட் கௌதமை ஒரு மாதிரியாக பார்த்துவிட்டு, ''இப்ப வந்துடுவாங்க சார்...'' என்று கம்ப்யூட்டரில் தேடிவிட்டு, ''எஸ் சார்...'' என்றவன், தரையைத் துடைத்துக்கொண்டிருந்த பையனை நோக்கி, ''தினேஷ்... சூட் நம்பர் 202க்கு இவங்க லக்கேஜ எடுத்துட்டுப் போ...'' என்று குரல் கொடுத்தான்.

அவர்களை நோக்கி வந்த தினேஷ், ஸ்ரவந்தியிடமிருந்து கண்களை விலக்காமல், ''போலாமா சார்?'' என்றான்.

அவன் தலையில் தட்டிய கௌதம், ''இங்க பாத்து கேளுடா'' என்றான்.

''சின்னப்பையன அடிக்காத கௌதம்.'' என்று ஸ்ரவந்தி தினேஷின் தலையில் லேசாக தடவிக்கொடுக்க... வாயெல்லாம் பல்லான தினேஷ், ''நீங்க வாங்க மேடம்'' என்று அவள் பேகை மட்டும் வாங்கிக்கொண்டு முன்னால் நடந்தான்.

''வா கௌதம்...'' என்று சிரித்தபடி முன்னால் சென்ற ஸ்ரவந்தி தினேஷிடம், ''உனக்கு எத்தனை வயசுப்பா?'' என்றாள்.

''ஸ்வீட் ஸிக்ஸ்ட்டீன்.''

''இல்ல. ஸ்வீட்டஸ்ட் ஸிக்ஸ்ட்டீன்'' என்ற ஸ்ரவந்தியின் கையைப் பிடித்து இழுத்த கௌதம், ''ஸ்ரவந்தி... என்னை வெறுப்பேத்துறதுக்காக அவன்ட்ட ஓவரா பேசாத. புதுசா மீசை முளைச்ச பசங்க எல்லாம் ரொம்ப ரொம்ப டேஞ்சரஸ்'' என்றான்.

''அதை நான் பாத்துக்குறேன்...'' என்று மீண்டும் தினேஷின் அருகில் சென்றாள்.

சூட் கதவைத் திறந்து தினேஷ் பேகை வைத்து விட்டுச் செல்ல... ''அப்பா... 12 மணி நேரம் கார்ல வந்தது, இடுப்பு வலி பென்டெடுக்குது'' என்ற ஸ்ரவந்தி, பொத்தென்று மல்லாக்க சோஃபாவில் விழுந்தபோது, டீசர்ட்டில் அவள் மார்புகள் வேகமாக துள்ளிக் குதித்து அடங்கியது.

இதனைப் பார்த்த கௌதம் கண்களை அகற்றாது, ''ரொம்ப நாளா பிஸிக்ஸ்ல இந்த ஸ்பிரிங் தத்துவம் எனக்கு புரியவே இல்ல. இப்ப குமுளிக்கு உங்கூட வந்துதான் புரிஞ்சுது.''

''என்ன ஸ்பிரிங் தத்துவம்?''

''நீ இன்னொரு தடவை, இதே மாதிரி வேகமாக மல்லாக்கப் படு. சொல்றேன்'' என்ற கௌதமின் கண்கள் செல்லும் திசையைக் கவனித்த ஸ்ரவந்தி எழுந்து வேகமாக, ஃசோபாவிலிருந்த சிறிய தலையணையை வீசியெறிய... கௌதமுக்கு ஸ்பிரிங் தத்துவம் மீண்டும் தெள்ளத் தெளிவாக புரிந்தது.

இருவரும் குளித்துவிட்டு ரிசப்ஷன் வந்தனர். ரிசப்ஷன் டேபிளில் சிரித்தபடி அமர்ந்திருந்த பெண்ணின் அழகைக் கண்டு கௌதம் அசந்துபோனான். அநேகமாக அவள்தான் வினிதாவாக இருக்கவேண்டும். பாரம்பரிய சந்தன நிற சேலையுடுத்தி, நெற்றியில் சந்தனம், குங்குமத்துடன் பளிச்சென்ற சிரிப்புடன் ஸ்ரவந்தியைப்

பார்த்து, ''நீங்க ஸ்ரவந்திதானே... உங்கள டிவில பாத்துருக்கேன்'' என்றவளின் தமிழில் மலையாள வாசம்.

''நானும் டிவில வந்துருக்கேன்ங்க'' என்ற கௌதமை கவனிக்காமல், ''நீங்க பயங்கர அழகுங்க. அதுவும் உங்க் ப்ரோக்ராம்ல, 'இப்ப இந்த பாட்ட பாக்கலாம்''னு, ஒரு சிரிப்போட முடிப்பீங்க பாருங்க. சான்ஸே இல்லங்க.''

''தேங்க் யூ... நீங்களும் அழகாதான் இருக்கீங்க.''

''சேச்சே... உங்க அளவுக்குள்லாம் இல்லீங்க.''

''சூ...'' என்று கௌதம் கையில் இல்லாத கொசுவை பட்டென்று அடிக்க... இருவரும் திரும்பி அவனை முறைத்தனர்.

''ஒருத்தர மாத்தி ஒருத்தர் சொறிஞ்சுக்கிறதுங்கிறது இதுதான்'' என்றாள் கௌதம்.

''உங்களையும் டிவில பாத்துருக்கேன் சார்'' என்று வினிதா கூறியுவடன் குஷியான கௌதம், ''த்ரிஷாவுக்கு ஒரு தங்கச்சி பிறந்திருந்தா, அது அப்படியே உங்கள மாதிரிதாங்க இருந்திருக்கும்'' என்றவுடன் வினிதான் முகத்தில் வெட்கம்.

கௌதம் தன் கையிலிருந்த வாட்சில் டைம் பார்த்தான். மணி மதியம் 12. வினிதாவின் அழகை ரசித்தபடி, ''மதியானம் 12 மணிக்கு யாராச்சும் உங்க அழகைப் பாத்து, மயக்கம் போட்டு விழுந்திருக்காங்களா?'' என்றான் கௌதம்.

''ஏன்?'' என்றாள் வினிதா.

''நான் இப்ப உங்க அழகுல மயக்கம் போட்டு விழப்போறேன்.''

''யாரும் விழுந்ததில்ல. ஆனா மதியானம் 12 மணிக்கு, ஒருத்தனை ஈவ் டீஸிங் கேஸ்ல புக் பண்ணி உள்ள தள்ளியிருக்கேன்'' என்று வினிதா சிரிப்புடன் கூற... ''ஆத்தோடியோவ்... நான் வர்றேன் சிஸ்டர்...'' என்று கௌதம் வேகமாக நடந்தான். ஸ்ரவந்தி சிரித்தபடி, ''வெல் ஸெட்...'' என்று வினிதாவின் கையைப் பிடித்து குலுக்கிவிட்டு, ''இங்கருந்து சத்யபிரகாச ஆசிரமத்துக்கு எப்படி போகணும்?'' என்றாள்.

''இங்கருந்து பக்கம்தான். கார்லதான போப்போறீங்க?''

''ஆமாம்...''

''ஹோட்டல்லருந்து லெஃப்ட்ல திரும்பி, ரெண்டு கிலோமீட்டர் தூரம் போனீங்கன்னா, பெருசா போர்டு தெரியும்.''

''ஓகே... தேங்க் யூ'' என்ற ஸ்ரவந்தி கௌதமை நோக்கி வேகமாக நடந்தாள்.

12

''**ச**த்யபிரகாச ஆசிரமம்'' என்ற பெயர், வாசலில் ஒரு பெரிய கல்வெட்டில் அழகாக பொறிக்கப்பட்டிருந்தது. நுழைந்தவுடன் இருபுறமும் வரிசையாக தென்னை மரங்கள். அங்கங்கு காவி உடைகளுடன் நடமாடிக்கொண்டிருந்த ஆண்களைக் காணமுடிந்தது. போர்ட்டிகோவில் வரிசையாக நின்றிருந்த இரண்டு ஹோண்டா சிட்டி கார்களைப் கண்டவுடன் கௌதம், ஸ்ரவந்தியைப் பார்த்து கண்களை விரித்து, உதட்டைப் பிதுக்கினான். அவள் 'உஷ்...' என்பது போல் உதட்டில் விரலை வைத்துக் காட்டினாள்.

போர்ட்டிகோ அருகில் நின்றுகொண்டிருந்த ஒரு சாமியிடம் ஆசிரமத்தின் மேனேஜர் விநாயக்சத்யாவை காணவேண்டும் என்று கூற... அவர் புன்னகையுடன் அவர்களை உள்ளே அழைத்துச் சென்றார்.

அந்த அறையின் வாசலில் இருந்த இன்னொரு சாமியிடம், ''சென்னைலருந்து விஜயசத்யா ஃபோன் பண்ணி இங்க சொல்லியிருக்காரு. என் பேரு கௌதம்'' என்று கௌதம் கார்டை கொடுத்தனுப்பினான். சில வினாடிகளில் வெளியே வந்த இன்னொரு வயதான சாமி, கௌதமின் கையை குலுக்கி வரவேற்று, ''உள்ள வாங்க. ஐயம் விநாயக்சத்யா...'' என்று உள்ளே அழைத்துச் சென்றார்.

கௌதம் நினைத்ததற்கு மாறாக, அந்த அறை ஒரு கார்ப்பரேட் சி(இ)ஓவின் அறை போல் இருந்தது. மேலே சிறிய அழகான சானடலியா விளக்கு. சுவர்களில் நவீன காளி ஓவியங்கள். அறையின் நடுவில் ஒரு பெரிய குத்து விளக்கு எரிந்துகொண்டிருந்தது.

''உக்காருங்க...'' என்று அவர் காட்டிய சோஃபாவில் அமர்ந்தவுடன், அது அவர்கள் உடம்பில் பாதியை உள்ளிழுத்துக்கொண்டது.

''நீங்க சென்னை சத்யபீடத்துல மெம்பரா?''

''இல்லங்க.''

''உங்கள மாதிரி க்ரியேட்டிவ் ஃபீல்டுல இருக்கிறவங்களுக்குன்னே நாங்க தனியா ஒரு யோகா சொல்லித் தர்றோம்.''

''அப்படியா? மெட்ராஸ் போனவுடனே மெம்பர் ஆயிடுறன்ங்க.''

''குட்... விஜயசத்யா ஃபோன் பண்ணியிருந்தாரு. சொல்லுங்க. உங்களுக்கு என்ன தகவல்கள் வேணும்?''

''சமீபத்துல டைரக்டர் நந்தகுமார்ங்கிறவரு ஆஸ்கார் அவார்டு வாங்கினாரு தெரியுமா?''

''தெரியும். அவரு மகாஸ்வாமி சத்யபிரகாசரோட சீடர்தான். அவரைப் பத்தி உங்களுக்கு என்ன தெரியணும்?''

''டைரக்டர் நந்தகுமாரப் பத்தி ஒரு டாகுமென்ட்ரி பண்ணிகிட்டிருக்கேன். அவர் தன்னோட இளமைக் காலத்துல, கொஞ்ச நாள் இங்க தங்கியிருந்ததா கேள்விப்பட்டோம். அதைப் பத்தி விசாரிக்கலாம்னு வந்தோம்.''

''ஆமாம்... நந்குமார், மகாஸ்வாமி இங்க ஆசிரமம் ஆரம்பிச்ச புதுசுலயே வந்துட்டாரு. அப்ப நான் மகாஸ்வாமிக்கு பிஏ மாதிரி இருந்தேன். கிட்டத்தட்ட ரெண்டு வருஷம் வரைக்கும் நந்தகுமார் இங்கதான் தங்கியிருந்தாரு. நல்ல புத்திசாலி. சாமியே தடுமார்ற மாதிரி நிறைய கேள்வி கேப்பாரு. அதனால மகாஸ்வாமிக்கு அவர ரொம்ப பிடிக்கும். தன் பக்கத்துலயே அவர வச்சுக்கணும்னு நினைப்பாரு, ஆனா அவரு இங்க தங்கமாட்டாரு.''

''இங்கதான் இருந்தாருன்னு சொன்னீங்க.''

''இருந்தாரு. ஆனா அடிக்கடி இங்கயே பக்கத்துல இருக்கிற காட்டுக்குப் போயி திரிஞ்சிகிட்டிருப்பாரு. சில நாள் ரெண்டு நாள், மூணு நாள் கூட வரமாட்டாரு. சாமியும் கண்டிச்சாரு. ஆனா அவரு கேக்கல.''

''காடுன்னா... குறிப்பா எங்க?''

''இங்கருந்து ஏழெட்டு கிலோமீட்டர்ல பாண்டிக்குழின்னு ஒரு ஏரியா இருக்கு. இப்ப அது டூரிஸ்ட் ஸ்பாட்டாயி, இடம்ல்லாம் மோசமாயிடுச்சு. அப்ப அந்த பகுதி நல்ல அடர்த்தியான காடா இருக்கும். அங்கயேதான் சுத்திட்டிருப்பாரு'' என்றவுடன் கௌதமின் முகம் பிரகாசமானது. மேகம் திரைப்படத்தில், ஒரு காட்டுப் பகுதியில்தான் காதல் மலர்வதாக காண்பிக்கப்படும்.

''இங்க இருந்தப்ப... அவரு எந்த பொண்ணையாச்சும் காதலிச்சாரா?''

''அது தெரியாது.''

''இங்க இருக்கிறவங்க கல்யாணம் பண்ணிக்கலாமா?''

''தாராளமா பண்ணிக்கலாம். நான் என் மனைவியோடதான் இங்க இருந்தேன். இப்பதான் ரெண்டு வருஷத்துக்கு முன்னாடி இறந்துபோனா.''

''நந்தகுமாரப் பாக்க இங்க யாராச்சும் வருவாங்களா?''

''இல்ல... யாரும் வரமாட்டாங்க.''

''இப்ப அவரு ஒரு இன்டலிஜென்ட்டான டைரக்டர். அதைப் பத்தி என்ன நினைக்கிறீங்க.''

''எல்லாம் இங்கருந்து கிடைச்ச ஞானம்தான். வேற ஏதாச்சும் கேக்கணுமா?''

''அவரோட நெருக்கமா பழகினவங்க, வேற யாராச்சும் இங்க இருக்காங்களா?''

''ம்... சந்திரசத்யாங்கிற பிரஜைகிட்ட நெருக்கமா பழகினாரு. ஆனா அவரு இறந்து ஏழெட்டு வருஷமாவுது'' என்றவுடன் ஏமாற்றமடைந்த கௌதம், ''நந்தகுமாரப் பத்தி சொல்றதுக்கு வேற ஏதாச்சும்...'' என்று இழுத்தான்.

''பொதுவா, அதிகமா பேசமாட்டாரு. இங்க ஒரு பெரிய லைப்ரரி இருக்கு. அங்கு ஆன்மிகம் மட்டுமில்லாம, நிறைய உலக இலக்கிய புத்தகங்களும் இருக்கும். அதெல்லாம் படிச்சுட்டுதான், முக்காவாசிநாள் பொழுத ஓட்டுவாரு. ஆனா அவரு இங்க இருந்த நேரத்தை விட, பாண்டிக்குழி காட்டுல இருந்த நேரம்தான் அதிகம். திடீர்னு ஒரு நாள் சொல்லாம, கொள்ளாம ஆசிரமத்துலருந்து போயிட்டாரு. அப்புறம் பெரிய ஆளாயி சினிமால்லாம் எடுக்க ஆரம்பிச்ச பிறகுதான் இங்க வந்தாரு. மகாஸ்வாமி சமாதியான பிறகு அவரு சுத்தமா வர்றதில்ல. ரெண்டு வருஷத்துக்கு முன்னாடி கூட இங்க வந்து சினிமா ஷூட்டிங்லாம் எடுத்தாரு. ஆனா இங்க ஆசிரமத்துக்கு வரல...'' என்றபடி எழுந்தவர், ''இப்ப ரெண்டு மணிக்கு நான் தியானம் பண்ணணும்'' என்று கூற... கௌதமும், ஸ்ரவந்தியும் எழுந்தனர்.

அறை வாசல் வரை வந்து அவர்களை வழியனுப்பிய சாமி, ''நீங்க யோகா, தியானம்ல்லாம் செய்றதுண்டா?'' என்றார்.

''இல்லங்க...''

''சத்யபிரகாச முறைகள்ல நீங்க யோகா கத்துகிட்டா நூறாண்டுகள் வாழலாம்.''

''அய்யோ... இந்த கேடுகெட்ட உலகத்துல எதுக்கு சாமி நூறாண்டுல்லாம் வாழ்ந்துகிட்டு...''

''ஆயுசு நீட்டிப்பு மட்டுமில்ல. மன அமைதிக்கு கூட நீங்க தியானமிருக்கலாம்.''

''கடவுள் புண்ணியத்துல எந்த பிரச்னையும் இல்லாம நிம்மதியா இருக்கேன் சாமி.''

''எந்த பிரச்னையையும் பேஸ் பண்றதுக்கான தைரியத்த எங்களோட யோகா கொடுக்கும்'' என்று அசராமல் விநாயக்சத்யா தன்னிடம் யோகா மார்க்கெட்டிங் செய்வதை உணர்ந்து கௌதம் நைஸாக, ''அதுக்கு காசு வாங்குவீங்களா சாமி?''

''எங்களுக்கு வாங்க மாட்டோம். ஆசிரமத்தோட நிர்வாகச் செலவுகளுக்காக வாங்குவோம். இங்கயே பத்து நாள் தங்கி

கத்துக்கிறதுக்கு 15 000 ரூபாய். அங்க சென்னை பிராஞ்ச்ல 26 நாள் ஈவ்னிங் மட்டும் கத்துக்கிறதுக்கு மூவாயிரம் ரூபாய்.''

''அப்படியா? தேவைப்பட்டா உங்களோட சென்னை அலுவலகத்தை காண்டாக்ட் பண்றோம்'' என்றவுடன் அவர் முகம் லேசாக மாறியது.

''நன்றி. நாம் பிறகு சந்திப்போம்'' என்று கூறிவிட்டு விநாயக் சத்யா நகர... கௌதமும், ஸ்ரவந்தியும் ஆசிரமத்தை விட்டு வெளியே வந்தனர்.

''இப்ப சாமியார் பிசினஸ்தான், நல்ல பிசினஸ்ன்னு நினைக்கிறேன். இவங்க சொல்ற ரேட்டெல்லாம் கேட்டால், மயக்கமே வருது. சரியான பிஸினஸா இருக்கும் போலருக்கே..'' என்றாள் ஸ்ரவந்தி.

''ஏய்... பிஸினஸ்ன்னு சத்தமா சொல்லாத. அப்புறம் ரிலையன்ஸ், டாட்டா குரூப்பெல்லாம் சாமியார் பிஸினசையும் ஆரம்பிச்சிடுவாங்க'' என்று கௌதம் கூறியதற்கு, ஸ்ரவந்தி சத்தமாக சிரித்தாள்.

13

ஆசிரமத்தை விட்டு வெளியே வந்தவுடன் ஸ்ரவந்தி, ''நம்ம நெக்ஸ்ட் ப்ரோக்ராம் என்ன?'' என்றாள்.

''காலைல ரூம விட்டுக் கிளம்பறப்ப ஸ்ட்ராங்கா லிப்புல ஒரு முத்தம் கொடுத்தீல்ல... அந்த சார்ஜ்லதான் இவ்ளோ நேரம் இயங்கிகிட்டிருந்தேன். மறுபடியும் சார்ஜ் ஏத்தினாதான், வேலைக் காவும்.''

''இங்க எங்கடா சார்ஜ் ஏத்தறது?''

''கார்ல சார்ஜ் ஏத்திடுவோம். கொஞ்சம், கொஞ்சமா சார்ஜ் ஏத்தி கட்டுப்படியாகமாட்டேங்குது. பேசாம இன்னைக்கி ராத்திரி ஹோட்டல்ல விடிய, விடிய ஃபுல் சார்ஜ் ஏத்திட்டன்னு வச்சுக்க, அப்புறம் இந்த கேஸ் முடியற வரைக்கும் சார்ஜே ஏத்தவேண்டியதில்ல'' என்று கௌதம் கூற... வெட்கம் கலந்த கோபத்துடன் ஸ்ரவந்தி, ''யு டர்ட்டி ராஸ்கல்...'' என்று அவன் தலைமுடியைப் பிடித்து உலுக்கினாள்.

அன்று மதியம் முழுவதும் நந்தக்குமார் இளம் வயதில் சுற்றித் திரிந்த பாண்டிக்குழி, செல்லார்கோயில் பகுதிகளில் அலைந்தனர். நந்தகுமாரின் பழைய ஃபோட்டோவைக் காண்பித்து நான்கைந்து வயதானவர்களிடம் விசாரித்தனர். அதில் சிலருக்கு இங்கு நந்தகுமார் சினிமா ஷுட்டிங் நடந்ததெல்லாம் தெரிந்திருந்தது. ஆனால் இளம் வயதில் இங்கு சுற்றித் திரிந்த நந்தகுமார் பற்றி யாருக்கும் தெரிந்திருக்கவில்லை.

காரில் ஏறி களைப்பாக அமர்ந்த கௌதம் ஒரு சிகரெட்டை பற்ற வைத்துக்கொண்டு, ''ஸ்ரவந்தி... இது வேலைக்காவாது. கைல நந்தகுமார் ஃபோட்டோ இருந்தும், அவரைப் பத்தி தெரிஞ்சுக்க முடியல. ஒரு ஃபோட்டோ கூட இல்லாம யாத்ராவ எப்படி கண்டுபிடிக்கப்போறோம்?'' என்றான்.

''ஆமாம்... அநேகமா அது உண்மையான பேரா இருக்காது. அப்புறம் படத்துல யாத்ரா, டீச்சரா வேலை செய்றதா வருது. அது உண்மையான்னு தெரியல. அப்படியே டீச்சர்ன்னு வச்சுகிட்டாலும், எந்த ஸ்கூல்ன்னு போய் தேடுறது....'' என்றாள் ஸ்ரவந்தி.

''ம்... அதான் யோசிக்கிறேன். ஒரு ஐடியா தோணுது. இன்னக்கி ஈவ்னிங் மறுபடியும் ஒரு தடவை மேகம் படத்த டிவிடில போட்டுப் பாப்போம். அதுல ஏதாச்சும் க்ளூ கிடைக்கலாம்.''

''குட் ஐடியா... இப்ப கிளம்பலாம்'' என்ற ஸ்ரவந்தி கௌதமின் சிகரெட்டைப் பிடுங்கி கீழே எறிந்தாள்.

அன்றிரவு கௌதம் தனது லேப்டாப்பில் 'மேகம்'' படத்தின் டிவிடியை போட்டுவிட்டு திரும்பி பார்க்க... ஸ்ரவந்தி பெட்டில் குப்புறப் படுத்துக்கொண்டிருந்தாள். அவளுடைய லோட் கட் நைட்டியின் மேல் பட்டன் பிய்ந்து அவளுடைய க்ளிவேஜ் பளிச்சென்றுத் தெரிய... கௌதம் உற்சாகத்துடன், ''பெண்கள் கொடுக்குற போஸிலயே அழகான போஸ் எது தெரியுமா?'' என்றான்.

''எது?''

''இப்படி லோகட் நைட்டி போட்டுகிட்டு குப்புற படுத்து டிவி பாக்குறதுதான்'' என்று கூற... ஸ்ரவந்தி குனிந்து பார்த்துவிட்டு, வேகமாக எழுந்தமர்ந்து, தலையணையை நெஞ்சோடு சேர்த்து இறுக்கி அணைத்துக்கொள்ள... அவளுடைய எக்ஸ்ட்ரா லார்ஜ் மார்புகள் தலையணைக்கு வெளியே ததும்பி, 'என்னைப் பார்'' என்று மின்னியது.

''பெண்கள் உக்காந்துருக்கிற போஸிலயே அழகான போஸ் எது தெரியுமா?''

''எது?''

''இப்படி மாருல தலையணைய இறுக்கமா கட்டிப்பிடிச்சுகிட்டு உக்காந்திருக்கிறதுதான்.''

''யு...'' என்று அவள் தலையணையை தூக்கி விட்டெறிய... ''கோச்சுக்காத குட்டி...'' என்றான் கௌதம்.

''ஏய்... குட்டி... கிட்டின்னே செருப்பு பிஞ்சிடும்.''

ஜி.ஆர். சுரேந்தர்நாத்

"செல்லமாதானே குட்டி...." என்று அவள் கன்னத்தைக் கிள்ளிவிட்டு, "ஆஹா... வெண்ணெய்க்குள்ள கைய விட்டு எடுக்குற மாதிரி இருக்கு. உங்க வீட்டுல உன்னை தினம் பாலுல குளிப்பாட்டுவாங்களா ஸ்ரவந்தி?" என்று கௌதம் கூறியபோது, கணினித் திரையில் படம் ஆரம்பித்திருந்தது.

"அய்யோ... அறுக்காம நீ படத்தப் பாருடா" என்று ஸ்ரவந்தி கூற... கௌதம் சீரியஸாக திரையைப் பார்த்தான்.

படம் முடிந்தவுடன் எழுந்த கௌதம் ஒரு சிகரெட்டைப் பற்றவைத்துக்கொண்டு, ஜன்னலருகில் நின்றபடி யோசித்துக் கொண்டிருந்தான். ஸ்ரவந்தி பின்னாலிருந்து அவனை அணைத்தபடி, "என்ன... ஏதாச்சும் தோணுதா?" என்றாள்.

"படம் எடுத்த ஏரியா எல்லாம், இன்னைக்கி நம்ம விசாரிச்ச ஏரியாதான். ஆனா அங்க நமக்கு ஒரு தகவலும் கிடைக்கலயே..."

"இப்ப வேற என்ன பண்றது?"

"லேசா ஒரு ஐடியா தோணுது. ஆனா அது எந்தளவுக்கு க்ளிக் காவும்னு தெரியல. யாத்ரா ஒரு சீன்ல ஹீரோ வாசுவுக்கு ஒரு ஹாட்டின் டிசைன் மோதிரம் கிஃப்ட் தர்றாள்ல? அப்ப அவ, இந்த மாதிரி மோதிரம் இந்தியாவுலயே இந்த ஊர்லதான் ஸ்பெஷலா செய்றாங்கன்னு சொல்றா. அந்த மோதிரமும் பாக்க டிஃபரன்ட்டாதான் இருக்குது. பார்டர் தங்கத்துல இருந்துச்சு. நடுவுல ஏதோ சில்வர் ப்ளாக்கிஷ் மெட்டல்... அப்புறம் அந்த மோதிரத்தோட ஹாட்டின் டிசைன் கூட, ஒரு மாதிரி நெளிநெளியா ரொம்ப அழகா இருந்துச்சு. அந்த மோதிர டிசைன தானே வரைஞ்சு, ஜுவல்லரில கொடுத்து செஞ்சதா யாத்ரா சொல்றா."

"அதுக்கென்ன இப்ப?"

"இது ஒரு உண்மைக்கதைங்கிறதால, ஒருவேளை நிஜமாவே அந்த மோதிரத்த நம்ப ஹீரோயின் நந்தகுமாருக்கு தந்திருந்தா..." என்ற கௌதமின் முகம் சட்டென்று பிரகாசமாகி, "ஒன் மினிட்..." என்று வேகமாக தனது பேகைத் திறந்து ஒரு ஃபோட்டோவை எடுத்தான். அது... அன்புச்செல்வன் கொடுத்த ஃபோட்டோ. ரஜினியின் அருகில் கைகட்டிக்கொண்டு நின்றிருந்த நந்தகுமாரின் கைவிரலை கௌதம் ஆவலுடன் பார்த்துவிட்டு கத்தினான்.

"ஸ்ரவந்தி... இங்க பார்... நந்தகுமார் கைல அதே ஹாட்டின் டிசைன் மோதிரம்..." என்று ஸ்ரவந்தியிடம் காட்ட... ஸ்ரவந்தி அவனை பெருமையுடன் பார்த்தபடி, "சூப்பர்ரா..." என்றாள்.

கௌதம் சுறுசுறுப்பாக, "இன்னும் ஒரு நிமிஷம் இரு..." என்று தனது லேப்டாப்பில் ஏதோ ஒரு ஃபைலைத் தேடினான்.

''என்ன தேடுற?''

''ஒரு நிமிஷம்...'' என்றவன் ஒரு வீடியோ ஃபைலை ஓப்பன் செய்து, ''இது நம்ம நந்தகுமார இன்டர்வ்யூ எடுத்த வீடியோ... இதுல அந்த மோதிரம் போட்டுருக்காரான்னு பாக்கலாம்'' என்றான்.

லாங்ஷாட்டில் நந்தகுமார் கையில் மோதிரம் அணிந்திருந்தது மட்டும் தெரிந்தது. ஆனால் டிசைன் எல்லாம் தெரியவில்லை. அடுத்த சில நிமிடங்களில்... க்ளோஸ் அப்பில் நந்தகுமார், தனது மோதிரம் அணிந்த கையில் கன்னத்தை தாங்கியபடி பேச... சந்தேகமேயில்லை அதே ஹாட்டின் டிசைன் மோதிரம்தான்.

''வாவ்... பயங்கர கிரேட்ரா நீ...'' என்றாள் ஸ்ரவந்தி.

''ஸோ... அந்த மோதிரம் நிஜமாவே நந்தகுமாருக்கு அவரோட காதலி கொடுத்த மோதிரம்தான். அந்த மோதிர டிசைனும், மெட்டீரியலும் ரொம்ப டிஃபரன்ட்டா இருந்துச்சுல்ல? அதனால நிஜமாலுமே அந்த டைப்பு மோதிரத்த இந்த ஊர்ல மட்டும் தயாரிக்கலாம்ல்ல? குமுளி சின்ன ஊர்தான், ரெண்டு, மூணு ஜுவல்லரி இருந்தாலே பெரிய விஷயம்... அதனால அந்த ஜீவல்லரிய ஈஸியா கண்டுபிடிச்சுடலாம்.''

''சரி... இத்தனை வருஷத்துல அந்த மோதிரத்த எத்தனையோ பேரு வாங்கியிருப்பாங்க. இதுல இருபத்தி நாலு, அஞ்சு வருஷத்துக்கு முன்னாடி இந்த பொண்ணுதான் அங்க வாங்கிச்சுன்னு எப்படி கரெக்டாச் சொல்லமுடியும்?''

''நிச்சயமா சொல்லமுடியாது. ஆனா யாத்ரா இன்னைய வரைக்கும் அங்க தொடர்ந்து கஸ்டமரா இருந்தா, அந்த ஜுவல்லரிக்காரங்களுக்கு கட்டாயம் யாத்ராவத் தெரிஞ்சிருக்கும்.''

''பின்றடா...''

''ஸோ... யாத்ராவ நெருங்கிட்டோம். அடுத்து என்ன பண்ணலாம்?'' என்று கௌதம் கேட்க, ஸ்ரவந்தி அவனை பிரியத்துடன் பார்த்தபடி, ''கட்டிப்பிடிச்சுகிட்டு படுத்துத் தூங்கலாம்...'' என்று தனது இரண்டு கைகளையும் அழகாக நீட்டி, ''வாடா செல்லம்...'' என்று அழைத்தாள்.

14

மறுநாள் காலை, ஹோட்டல் ரிசப்ஷனிஸ்ட் வினிதாவிடம் ஃபோட்டோவிலிருந்த அந்த மோதிரத்தை காண்பித்து விசாரித்தனர்.

''இந்த ஊர்ல, இந்த மாதிரி மெட்டல் காம்பினேஷன்ல செய்ற மோதிரம் ஃபேமஸா?'' என்று கேட்க.. வினிதா, ''ஆமாம். நாங்க டங்ஸ்டன் லவ் ரிங்னு சொல்வோம். இப்ப இந்த மாதிரி நிறைய

வந்துடுச்சு. ஆனா இந்தியாவிலயே முதல்ல இங்கதான் அந்த மாதிரி டங்ஸ்டன் கோல்ட் மோதிரத்த இன்ட்ரட்யூஸ் செஞ்சாங்க. இங்கே ஜேகே ஜூவல்லரில மட்டும்தான் இந்த மாதிரி மோதிரம் செய்வாங்க. சின்னக்கடைதான். ஆனா இந்த ஸ்பெஷல் ஹாட்டின் டிசைன் மோதிரத்தால ஃபேமஸாகி, வெளிநாட்டுக்கெல்லாம் எக்ஸ்போர்ட் பண்றாங்க'' என்றாள்.

''அந்த ஜூவல்லரி எங்கருக்கு?'' என்றாள் ஸ்ரவந்தி பரபரப் புடன்.

''பஸ்ஸ்டாண்ட் பக்கத்துல, சித்தாரா லாட்ஜ்க்கு ஆப் போஸிட்ல...''

அந்த ஜூவல்லரியின் உள்ளே இருந்த அறையில், அதன் உரிமை யாளருக்கு எதிரே கௌதமும், ஸ்ரவந்தியும் அமர்ந்திருந்தனர். அவருக்கு தலைமுடி முழுவதும் கொட்டி, ஏறத்தாழ எழுபது வயதிருக்கும்.

''டங்ஸ்டன் லவ் ரிங்கப் பத்தி நீங்க எதுக்கு விசாரிக்கிறீங்க?'' என்றார்.

''நாங்க டிவில ஒர்க் பண்றோம். தமிழ்ல க்யூ டிவின்னு கேள்விப்பட்டிருப்பீங்களே... அந்த டிசைன் மோதிரத்த வெளிநாட்டுக்கெல்லாம் எக்ஸ்போர்ட் பண்றீங்கன்னு கேள்விப் பட்டோம். அதான் எங்க ஃபேஷன் ப்ரோக்ராம்ல இதைப் பத்தி சொல்லலாம்னு விசாரிக்க வந்தோம்.''

''இந்தியாவுல முதமுதல்ல டங்ஸ்டன் கிராஃபைட்டையும், தங்கத்தையும் கலந்து நாங்கதான் மோதிரம் தயாரிக்க ஆரம்பிச் சோம். கிட்டத்தட்ட 23... இல்ல... 24 வருஷத்துக்கு முன்னாடி, ஒரு பொண்ணு இந்த மோதிர டிசைன வரைஞ்சு எடுத்துட்டு வந்து, இதே மாதிரி டங்ஸ்டன் கோல்டுல மோதிரம் செய்ய சொன்னாங்க. டிசைன் ரொம்ப அழகா இருந்துச்சு. செஞ்சு முடிச்சு பாத்தப்ப ரொம்ப அற்புதமா இருந்துச்சு. அதனால அந்த பொண்ணுகிட்ட, இந்த மோதிரத்துக்கு காசு வேண்டாம். ஆனா இந்த டிசைன நாங்க யூஸ் பண்ணிக்கிறோம்னேன். சரின்னு சொல்லிட்டாங்க. அப்புறம் இந்த டிசைன் மோதிரம் கொஞ்சம், கொஞ்சமா ஃபேமஸாயி இப்ப ஏற்றுமதி வரைக்கும் போயிருச்சு.''

''இந்த டிசைன் மோதிரத்த வேற கடைங்களுக்கும் கொடுப்பீங்களா?''

''இல்ல எங்க கடைல கிடைக்கும். அப்புறம் வெளிநாட்டுக்கு எக்ஸ்போர்ட் பண்ணுவோம். இது எந்தளவுக்கு ஃபேமஸ்ன்னா, மேகம்னு ஒரு தமிழ் படம்... உங்களுக்கு தெரிஞ்சிருக்கும். இப்ப ஆஸ்கார் அவார்டு கூட வாங்கிச்சே...''

கௌதம் தனது பரபரப்பை வெளிக்காட்டிக்கொள்ளாமல், ''தெரியும்... சொல்லுங்க...'' என்றான்.

''அந்த படம் ஷூட்டிங் இந்த ஊருலதான் நடந்துச்சு. அந்த படத்துல ஹீரோயின், ஹீரோவுக்கு இந்த டிசைன் மோதிரத்ததான் கிஃப்ட்டா தருவா. அதுக்காக இந்த டிசைன் மோதிரம், இன்னும் கொஞ்சம் பெருசா வேணும்னு ஆர்டர் கொடுத்து வாங்கினாங்க'' என்றவுடன் ஸ்ரவந்தி கௌதமின் தோளை அழுத்தமாக பிடித்துக்கொண்டாள்.

கௌதம் தனது சந்தோஷத்தை வெளிக்காட்டிக்கொள்ளாமல், ''அந்த மோதிரம் டிசைன வரைஞ்சு கொடுத்த லேடி உங்க ரெகுலர் கஸ்டமரா? அவங்க அட்ரஸ் கிடைக்குமா?'' என்றான்.

''இருக்குங்க. ஆனா இப்ப அவங்க அங்க இல்ல'' என்றான்.

''உங்களுக்கு எப்படி தெரியும்?''

''அவங்க டிசைன் வரைஞ்சு கொடுத்த பேப்பர்லயே, அவங்க அட்ரஸ நாங்க எழுதி வாங்கியிருந்தோம். இந்த டிசைன் மோதிரம் ஃபேமஸாகி வெளிநாட்டுக்கு எக்ஸ்போர்ட் பண்ண ஆரம்பிச்சப்ப, இந்த டிசைனுக்கு பேடன்ட் ரைட் வாங்கி வச்சுக்கலாம்னு முடிவு பண்ணினோம். அதுக்கு முன்னாடி இதுக்காக அந்த லேடிக்கு ஒரு தொகை தரலாம்னு முடிவு பண்ணி போய் பாத்தோம். ஆனா அந்த அட்ரஸ்ல அவங்க இல்ல.''

''இது நடந்து எத்தனை வருஷமாவுது?''

''ம்... அது... இருபது வருஷத்துக்கு மேல இருக்கும்ங்க...'' என்றவுடன் கௌதமின் மனதில் சின்ன ஏமாற்றம்.

''எங்க போய்ட்டாங்களாம்?''

''அது தெரியலங்க...''

''அந்த பொண்ணு பேரு யாத்ராவா?''

''யாத்ரா இல்லங்க... வேற ஏதோ ஒரு பேரு... அந்த டிசைன் பேப்பரா பாத்தா தெரியும்'' என்றவர் எழுந்து பீரோவைத் திறந்து ஒரு ஃபைலை எடுத்தார். அதில் ஒரு பக்கத்தை பிரித்து அவனிடம் நீட்டினார். அதில் ஒரு ஃபோல்டரில், அந்த டிசைன் அழகாக ஸ்கெட்ச் பேனாவால் வரையப்பட்டு, கீழே ஒரு முகவரி எழுதப்பட்டிருந்தது. கௌதம் வேகமாக அந்த பெண்ணின் பெயர் இருக்கிறதா என்று பார்த்தான். இருந்தது. ஆனால் அந்த பெயர் யாத்ரா இல்லை. அனுராதா. முகவரி குமுளியிலேயே இருந்த 'வனம்' என்ற சமூக சேவை நிறுவனத்தின் முகவரி.

''இத ஜெராக்ஸ் எடுத்துக்கலாமா?''

''தாராளமா எடுத்துக்குங்க.''

15

அந்த சமூக சேவை நிறுவனம், ஒரு என்ஜிஓ அமைப்பு.. அப்பகுதியில் வனங்களில் வசிக்கும் பழங்குடியினருக்கு சேவை செய்வதற்காக இயங்கி வரும் நிறுவனம்.

அந்த நிறுவனத்தின் ப்ரஸிடென்ட் அறையில் கௌதமும், ஸ்ரவந்தியும் காத்துக்கொண்டிருந்தனர். உள்ளே வந்த அந்த பெண்மணிக்கு ஐம்பது வயதிருக்கும். நிறைய தொண்டு நிறுவன பெண்மணிகள் போல், கழுத்தில் நகையேதும் இல்லாமல், மிகவும் எளிமையாக இருந்தார். தலைமுடி முழுவதும் நரைத்திருந்தது.

எதிரேயிருந்து சேரில் அமர்ந்த அந்த பெண்மணி, ''சொல்லுங்க... நான் உங்களுக்கு என்ன செய்யணும்?'' என்றார்.

''இருபத்து நாலு வருஷத்துக்கு முன்னாடி, இங்க அனுராதான்னு ஒருத்தங்க வேலை செஞ்சுட்டிருந்தாங்களா?''

''ஏன் கேக்குறீங்க?''

''இந்த ஊரு மோதிர டிசைன் ஒண்ணு வெளிநாடெல்லாம் ஃபேமஸ். அத அனுராதாதான் டிசைன் பண்ணாங்கன்னு கேள்விப்பட்டோம். நாங்க ஒரு தமிழ் டிவி சேனல்ல ஒர்க் பண்றோம். அதான் அவங்கள இன்டர்வியூ எடுக்கலாம்னு ஒரு ஐடியா.''

''அப்படியா என்ன மோதிரம்?'' என்றவுடன், கௌதம் அந்த மோதிர டிசைனைக் காட்டினான்.

''ம்... நல்லாதான் இருக்கு. அனுராதா வரைஞ்ச டிசைனா? பேஸிக்கா அவ ஒரு நல்ல ஓவியர். அனுராதா இப்ப இங்க இல்லையே.''

''கேள்விப்பட்டோம். இப்ப அவங்க எங்கருக்காங்க?

''அதான் எங்களுக்கும் தெரியல. அவளுக்கு அம்மாப்பா யாரும் கிடையாது. ஒரு அனாதை இல்லத்துல வளர்ந்தவ. இங்க எங்க ஹெல்ப்புக்காக, நாங்க அழைச்சுட்டு வந்து வச்சிருந்தோம். படிச்சு, முடிச்சு எங்க கூடவே ஒர்க் பண்ணிட்டிருந்தா. திடீர்னு ஒரு நாள் லெட்டர் எழுதி வச்சுட்டு எங்கயோ போயிட்டா. எங்கன்னு தெரியல.''

''நீங்க விசாரிக்கலயா?''

''இல்லங்க. யாரையோ லவ் பண்ணான்னு கேள்விப்பட்டோம். அவன் கூடதான் போயிருப்பாள்ன்னு விட்டுட்டோம்.''

''யார லவ் பண்ணாங்க?''

''அதெல்லாம் தெரியாது.''

''அவங்க கூட ஒர்க் பண்ண ஃப்ரண்ட்ஸ கேட்டாத் தெரியுமா?''

''நானே கேட்டுட்டேன். யாருக்கும் தெரியல. அவளுக்கு ரொம்ப க்ளோஸ் ஃப்ரண்டுன்னா. பாலாமணிதான். ஆனா எனக்கு ஒண்ணும் தெரியாதுன்னு அவ அழுத்தமா சாதிச்சுட்டா.''

''அவங்கள பாக்கலாமா?''

''இப்ப அவளும் இங்க இல்ல. அவங்கப்பா இங்க குமுளி கவர்மெண்ட் ஸ்கூல்ல டீச்சரா இருந்தாரு. அவரு ரிடயர் ஆனவுடனே, அவங்க சொந்த ஊருக்கே போயிட்டாங்க.''

''அது என்ன ஊரு?''

''எங்கயோ மூணாறு பக்கம் கிராமம். சரியாத் தெரியல''

''அவங்கப்பா, இங்க எந்த ஸ்கூல்ல ஓர்க் பண்ணாரு.''

''ஸ்ரீநாராயணகுரு ஹைஸ்கூல்.''

''அவரு பேரு..''

''எங்கப்பா பேருதான் அவரு பேரும். அதனால ஞாபகமிருக்கு. அச்சுதன் நாயர்.''

''அனுராதாவோட ஃபோட்டோ ஏதாச்சும் இருக்குமா?''

''ம்... எதாச்சும் ஃபங்ஷன்ல, நாங்க எடுத்த ஃபோட்டோல இருக்கலாம். ஒரு நிமிஷம்...'' என்றவர் எழுந்து ஒரு அலமாரியில் சிறிது நேரம் தேடி அந்த ஃபோட்டோவை எடுத்து வந்தார்.

''இதுல என் பக்கத்துல நிக்கிறவதான் அனுராதா. ஒரு ப்ளட் டொனேஷன் ஃபங்ஷனப்ப எடுத்தது'' என்றார்.

அலட்சியமாக ஃபோட்டோவைப் பார்த்த கௌதமும், ஸ்ரவந்தியும் அசந்துவிட்டனர். அழகான பெண்கள் என்பதற்கு அதுவரையிலும் கௌதம் வகுத்து வைத்திருந்த இலக்கணத்தை அவன் உடனே மாற்றவேண்டியிருந்தது. பூக்களால் தொடுத்தது போல் மென்மையான, கனிவான முகம். அந்த புன்னகைக்கு இந்த பூலோகத்தையே எழுதி வைக்கலாம். அகன்ற, உயிர்த்துடிப்பான கண்கள்... அளவான உதடுகள்.

அவனின் பார்வையை புரிந்துகொண்ட ப்ரஸிடெண்ட் சிரிப்புடன், ''நல்ல அழகா இருப்பா'' என்றார்.

''ஆமாம்... ஷி இஸ் கில்லிங்.''

''ஓகே... இதை வச்சு கண்டுபிடிக்கமுடியுமான்னு ட்ரை பண்ணுங்க...'' என்ற ப்ரஸிடெண்ட், ''அப்ப கிளம்புறீங்களா?'' என்பது போல் பார்த்தார்.

காரில் ஸ்ரவந்தி மீண்டும், மீண்டும் அந்த ஃபோட்டோவையே பார்த்துக்கொண்டு வந்தாள்.

''தேவதைங்க நிஜமா இருந்தா, அனுராதா மாதிரிதாண்டா இருக்கும்'' என்றாள் ஸ்ரவந்தி.

''ஆமாம்... உன்னை விட அழகான பொண்ண, இப்பதான் ஸ்ரவந்தி முதமுதல்லா பாக்குறேன்.''

''ம்...'' என்று காரின் முன்புறத்திலிருந்த கண்ணாடியில் தன்னைப் பார்த்துக்கொண்டு, மீண்டும் ஃபோட்டோவைப் பார்த்துவிட்டு, ''நிஜம்தான்'' என்றாள்.

ஸ்ரீநாராயணகுரு பள்ளியில் சென்று விசாரித்தபோது, அச்சுதன் நாயர் ரிட்டயராகி பல வருடங்களுக்கு மேலாகிவிட்டதால் யாருக்கும் தொணீயவில்லை. தெரிந்தவர்களும் மூணாறு பக்கத்தில் ஏதோ கிராமம் என்று கூறினார்களே தவிர, அந்த கிராமத்தின் பெயரை அறிந்திருக்கவில்லை.

சோர்வுடன் பள்ளியை விட்டு வெளியே வந்த கௌதம், ''என்ன ஸ்ரவந்தி... இப்படி முட்டுச் சந்துல நிக்குதே...'' என்றான்.

''அதான்டா... எனக்கும் என்ன பண்றதுன்னு புரியல. அதுவும் அந்தஃபோட்டோல அவங்கள பாத்த பிறகு எப்படா நேர்ல பாப்போம்னு தவிச்சுகிட்டிருக்கேன்.''

''பொதுவா ஒரு காலத்துல அழகா பார்த்த தேவதைகள, மறுபடியும் பாக்காம இருக்கிறது நல்லதுன்னு சொல்வாங்க.''

''ஏன்?''

''இப்ப யாத்ரான்னவுடனே நம்ம மனசுல எவ்வளவு அழகான ஒரு உருவம் இருக்கு. இது இருபத்து நாலு வருஷத்துக்கு முன்னாடி இருந்த உருவம். இப்ப அவங்க குழந்தை பெத்து, சதை போட்டு, கண்ணுக்கு கீழ கருவளையம் விழுந்து... மைகாட்... நினைச்சுப் பாக்கவே முடியல.''

''அதுக்குன்னு பாதில விட்டுட்டு போமுடியுமா?''

''முடியாதுதான். இந்த பாலாமணியப் பிடிச்சு விசாரிச்சா, எல்லாம் தெரிஞ்சுடும். எப்படி கண்டுபிடிக்கிறது? ம்.........'' என்று யோசித்த கௌதம் தெருவில் ஓரமாக நடந்து சென்றுகொண்டிருந்த ஒரு வயதானவரைப் பார்த்தவுடன், ''ஐடியா... அந்த பாலாமணியோட அப்பா, கவர்மென்ட் ஸ்கூல்ல வேலை செஞ்சு ரிடயரானவர்தானே..'' என்றான்.

''ஆமாம்...''

''கடைசியா இங்க குமுளி ஸ்கூல்லதான் ரிடயராகியிருக்காரு. கவர்மென்ட் ஜாப்லருந்து ரிடயராவனவங்கள்லாம் பென்ஷன் வாங்குவாங்க. பென்ஷன் பேமென்ட்டுக்குன்னு ஒரு ஆபிஸ் இருக்கும். எப்படியும் பென்ஷன் வாங்குறவங்களோட அட்ரஸ் அங்க இருக்கும். இந்த மாதிரி கடைசியா குமுளி ஸ்கூல்ல வேலை செஞ்சு ரிடயரான அச்சுதன் நாயர், இப்ப எந்த அட்ரஸ்ல உக்காந்துகிட்டு பென்ஷன் வாங்குறாருன்னு கேட்டா தெரிஞ்சுடும்.''

''அவரு இன்னும் உயிரோட இருக்கணுமே.''

''உயிரோட இல்லன்னாலும், கடைசியா எந்த அட்ரஸ்ல இருந்தாருன்னு தெரியும்ல்ல...''

''அதை எப்படி கண்டுபிடிக்கிறது.''

''அது ரொம்ப சிம்பிள்... பொதுவா இந்த மாதிரி ஹெட் ஆபிஸ் எல்லாம் ஸ்டேட் கேபிட்டல்லதான் இருக்கும். நம்ம மலையாள சேனலோட ரிப்போர்ட்டர் பாலசந்திரன் திருவனந்தபுரத்துலதான் இருக்காரு. அவருகிட்ட சொன்னா, அவரு விசாரிச்சு சொல்லிடுவாரு. முதல்ல பாலச்சந்திரனுக்கு ஃபோன் அடிச்சுடுறேன்'' என்று மொபைலை எடுத்தான் கௌதம்.

16

மறுநாள் காலை பாலச்சந்திரன் கௌதமுக்கு ஃபோன் செய்து, பாலாமணியின் தந்தை அச்சுதன் நாயர், மூணாறுக்கருகில் பழத்தோட்டம் என்ற கிராமத்தில் இருப்பதாக கூறி முகவரியைத் தெரிவித்தார். உடனே கௌதமும், ஸ்ரவந்தியும் சூட்டைக் காலி செய்து கிளம்பினர். கௌதம் சற்று முன்பே கிளம்பி பில் செட்டில் செய்வதற்காக ரிசப்ஷன் வந்தான்.

''என்ன சார்... குமுளி, தேக்கடிய நல்லா எஞ்சாய் பண்ணீங்களா?'' என்றாள் வினிதா.

''எங்கங்க? தேக்கடில போட்டிங் போகக்கூட நேரமில்ல. நாங்க சுத்திப் பாக்க வரல. ஒரு தேவதையைத் தேடி வந்தோம்.''

''கண்டுபிடிச்சீங்களா?''

''எங்கங்க? ஆனா வந்ததுக்கு கவிதை எழுதினேன்.''

''நீங்க கவிதைல்லாம் எழுதுவீங்களா?''

''என்னன்னே தெரியலிங்க. இங்க வந்ததுலருந்து தினம் கவிதையா கொட்டுது.''

''ஏன்?''

''அது அப்படித்தான். வெயில்ல நடந்தா வேர்க்குற மாதிரி, அழகான பொண்ணுங்கள பாத்தா எனக்கு தானா கவிதை கொட்டும்.''

''இங்க எந்த அழகான பொண்ண பாத்தீங்க?'' என்றாள் வினிதா குறும்பாக சிரித்தபடி.

''என்னங்க நீங்க... இந்த ஊரின் அழகிய ஒரே பெண் நீங்கதான். உங்களப் பத்திதான் எழுதினேன். உங்கள ஒவ்வொரு தடவை பாக்குறப்பவும் ஒரு கவிதை வருதுங்க.''

''இப்ப கவிதை வந்துச்சா?''

''ம்...''

''என்ன கவிதை?''

''ஒரே எழுத்தில்
கவிதை சொல்லமுடியுமா என்றாள்.
'நீ'' என்றேன்.
ஒரு எழுத்து கூட இல்லாமல்
கவிதை சொல்லமுடியுமா என்றாள்
கண்ணாடியில்
அவள் முகத்தை காண்பித்தேன்''

''ம்... பரவால்ல... ஆனா கவிதைல மயங்கி காதலிக்கிற பொண் ணுங்க எல்லாம் செத்துப்போயிட்டாங்க. நீங்க வேற ஏதாச்சும் புதுசா ட்ரை பண்ணுங்களேன். என்ன மேடம்... நான் சொல்றது சரிதானே...'' என்று வினிதா கௌதமின் முதுகுக்குப் பின்னால் பார்த்துக் கூற... திரும்பிப் பார்த்த கௌதம் அதிர்ந்தான். பின்னால் முறைத்தபடி ஸ்ரவந்தி நின்றுகொண்டிருந்தாள்.

''என்ன வினிதா? கவிதை சொன்னானா?'' என்றாள் ஸ்ரவந்தி கௌதமை முறைத்துப் பார்த்தபடி.

''ஆமாம்...''

''ஒரே எழுத்தில் கவிதை சொல்லமுடியுமா? அந்த கவிதைதானே...''

''எப்படி மேடம் கரெக்டா சொல்றீங்க?''

''ரெண்டு வருஷமா பாக்குற பொண்ணுங்ககிட்ட எல்லாம் இதே கவிதைதான் சொல்லிகிட்டிருக்கான்'' என்ற ஸ்ரவந்தி கௌதமை நோக்கி, ''சீக்கிரம் பில் செட்டில் பண்ணிட்டு காருக்கு வந்து சேரு...'' என்று போர்ட்டிகோவை நோக்கி நடந்தாள்.

17

குமுளியிலிருந்து புறப்பட்டு 4 மணி நேரம் பயணித்து, மூணாறு வந்து சேர மதியமாகிவிட்டது. வரும் வழியில் திரும்பிய திசையெங்கும் தேயிலைத் தோட்டங்கள். மூணாறு சரவண பவனில் சாப்பிட்டுவிட்டு கிளம்பினர். கொடைக்கானல் ஹைவேயில் மாட்டுப்பெட்டி ஏரி, குண்டேல் அணைக்கட்டை கடந்து பழத்தோட்டம் என்ற கிராமத்தை வந்தடைந்து, முகவரி விசாரித்து, அச்சுதன் நாயரின் வீட்டை அடைந்தபோது, அவர் நன்கு ஆரோக்கியத்துடன் வீட்டு வாசலிலேயே உட்கார்ந்துகொண்டு ''நான்தான் அச்சுதன் நாயர். என்ன விஷயம் சொல்லுங்க?'' என்றார்.

கௌதம் அந்த சமூக சேவை நிறுவனத்தில் சொன்ன மோதிரக் கதையையே கூறி, அந்த மோதிரம் தொடர்பாக அனுராதாவை இன்டர்வ்யூ எடுக்கவேண்டும். அனுராதா எங்கிருக்கிறாள் என்பதைத் தெரிந்துகொள்ள அவருடைய மகள் பாலாமணியைக் காணவேண்டும் என்றான். அவளை அருகிலிலுள்ள ஒரு தேயிலைத் தோட்ட மேனேஜருக்கே கட்டிக்கொடுத்திருப்பதாக கூறிய அச்சுதன் நாயர், பாலாமாணியின் முகவரியை ஒரு பேப்பரில் எழுதிக்கொடுத்தார்.

பாலாமணியின் வீட்டுக்குச் சென்றபோது, வீட்டு வாசலில் ஒரு நாற்பது வயதைக் கடந்த பெண்மணி செடிகளுக்கு தண்ணீர் ஊற்றிக்கொண்டிருந்தார்.

கௌதம் அவரிடம், ''இங்க பாலாமணி...'' என்று விசாரிக்க... ''நான்தான்...'' என்றாள் அவள்.

''என் பேரு கௌதம். இது ஸ்ரவந்தி. சென்னைல ஒரு டிவி சேனல்ல ஒர்க் பண்றோம். ஒரு விஷயமா உங்களத் தேடி வந்துருக்கோம்'' என்றான்.

''என்னைத் தேடியா? உள்ள வாங்க...'' என்று பாலாமணி தயக்கத்துடன் கதவை நன்கு திறந்து வைத்தாள்.

அவர்கள் உள்ளே நுழைந்தவுடன், நாற்காலிகளின் மீது கிடந்த ஆடைகளை எடுத்துவிட்டு உட்காரச் சொன்னாள்.

''குமுளி போய் விசாரிச்சு, கஷ்டப்பட்டு உங்கள கண்டுபிடிச்சு வந்துருக்கோம்.''

''என்ன விஷயம்?''

''உங்க ஃப்ரண்டு அனுராதாவப் பத்தி விசாரிக்கணும்...'' என்று ஸ்ரவந்தி கூறியவுடன் பாலாமணியின் முகத்தில் சிறிய மாற்றம்.

''இப்ப எதுக்கு அவளப் பத்தி... நான் அவளப் பாத்தே 20 வருஷத்துக்கு மேல இருக்கும்.''

''ஒண்ணுமில்ல... அவங்க ஒரு ஹாட்டின் மோதிரம் டிசைன் பண்ணியிருந்தாங்க. அது இப்ப எக்ஸ்போர்ட் ஆவற அளவுக்கு ஃபேமஸ். அது சம்பந்தமா அவங்கள பேட்டி எடுக்கணும். அதுக்குதான் வந்தோம்.''

''இதுக்கு போயா இவ்வளவு தூரம் வந்தீங்க?''

''ஆமாம்... நீங்க பாக்குற ஒவ்வொரு ப்ரோக்ராமுக்கும் இப்படித் தான் நாங்க கடுமையா உழைக்கிறோம். இப்ப அனுராதா எங்க இருக்காங்க?''

''கடைசியா எனக்குத் தெரிஞ்சு கல்பேட்டாலதான் இருந்தா.''

''கல்பேட்டான்னா?''

''வயநாடு...''

''அங்க எப்படி போனாங்க?''

''அவ குமுளில ஜேமஸ்ன்னு ஒரு பையனை லவ் பண்ணிகிட்டிருந்தா. பையன் கிறிஸ்டியன்.. அதனால பையன் வீட்டுல ஒத்துக்கல. ஜேம்ஸோட அப்பா அனுராதாவ மிரட்டினாரு. அதுல ரெண்டு பே்ரும் பயந்துபோய், யாருக்கும் தெரியாம கல்பேட்டா போய்ட்டாங்க. அங்க ஜேம்ஸ் ஒரு டீ எஸ்டேட்டுல வேலை செஞ்சாரு. கரெக்டா எங்கருக்காங்கன்னு தெரியல.''

''அவங்க எப்ப கல்பேட்டாவுக்கு போனாங்க...''

''ம்... நாங்க 91ல குமுளிலருந்து வந்தோம். அதுக்கு ஒண்ணு... இல்ல... ரெண்டு வருஷத்துக்கு முன்னாடி போயிருப்பா.''

''இப்ப அவங்க கூட உங்களுக்கு தொடர்பில்லையா?''

''இல்ல... ஒரு வருஷம் லெட்டர்லாம் போட்டுகிட்டிருந்தா. அப்புறம் கொஞ்சம், கொஞ்சமா நின்னுடுச்சு. பொண்ணுங்க எல்லாம் கல்யாணம் ஆயிட்டா அப்படித்தானே... எல்லா உறவையும் மறக்கவேண்டியதுதானே...''

''இப்பயும் அங்கதான் இருப்பாங்களா?

''தெரியல. அங்க போய் விசாரிச்சாதான் தெரியும்.''

''அனுராதா எழுதின அந்த லெட்டர்ஸ் இருக்குமா?''

''இல்ல... கொஞ்ச நாள் இருந்துச்சு. அப்புறம் வீடு மாறினப்ப, தூக்கி போட்டுட்டேன்.''

''அப்புறம்... தமிழ்ல மேகம்ன்னு ஒரு படம் வந்துச்சு. நீங்க பாத்தீங்களா?''

''இல்லங்க...''

''தமிழ்ல நந்தகுமார்ன்னு ஒரு டைரக்டர் இருக்காரு தெரியுமா?''

நந்தகுமார் என்ற பெயரைக் கேட்டவுடன் பாலாமணியின் முகம் மாறியது. இருந்தாலும் தெரியாதது போல், ''எனக்கு மலையாள டைரக்டரே தெரியாது. தமிழ் டைரக்டர எல்லாம் எப்படிங்க தெரியும்?'' என்றாள்.

–நிச்சயம் இவளுக்கு நந்தகுமாரைத் தெரியும். இருப்பினும் தனது தோழி ஒருத்தனைக் காதலித்து, பிறகு அவனைக் கழட்டிவிட்டதைச் சொல்லி, தனது தோழிக்கு கெட்ட பெயர் ஏற்படுத்த விரும்பாமல் இருக்கலாம் என்று கௌதமின் மனதில் தோன்றியது. இருப்பினும் அதை வெளிக்காட்டிக்கொள்ளாமல், ''சரி... டைரக்டர விடுங்க. நந்தகுமார்ன்னு ஒருத்தர குமுளில தெரியுமா?'' என்றான்.

''ஏன் கேக்குறீங்க?''

''அந்த நந்தகுமார் மெட்ராஸ் போய் பெரிய டைரக்டராயிட்டாரு. அவரோட சொந்த காதல் கதைதான் மேகம். அதுல அவரு குழுளில அனுராதாவக் காதலிச்ச விஷயம்ல்லாம் வருது'' என்று படத்தின் கதையை கௌதம் விரிவாகக் கூற, அவளுடைய கண்களில் ஆச்சர்யம்.

''அதான் அந்த கதை நிஜமான்னு தெரிஞ்சுக்கிறதுக்காக கேக்குறேன்.''

சில வினாடிகள் யோசித்த பாலாமணி, ''பாதி நிஜம்ங்க... நந்தகுமார எனக்குத் தெரியும்ங்க. அனுராதா நல்லா படம் வரைவா. அடிக்கடி பாண்டிக்குழி காட்டுக்குப்போய், அந்த காட்சிகள எல்லாம் படமா வரைவா. அப்படி போனப்ப அங்க நந்தகுமாரோட பழகி லவ்வாயிடுச்சு. இதுக்கு நடுவுல தேயிலைத் தோட்டத்துல வேலை பாக்குற ஜேம்ச சந்திச்சா. அவன் இவள லவ் பண்றதா சொன்னான். ஆனா இவ ஏத்துக்கல. ஆனா நாளாவ, நாளாவ எந்த வேலை வெட்டிக்கும் போவாம, ஒரு ஆசிரமத்துல உக்காந்திருக்கிற நந்தகுமார் சரியா வருவானான்னு அவளுக்கு யோசனை. நந்தகுமார வேலைக்கு போகச் சொன்னா. ஆனா அவரு வேலைக்கு போகாம இங்கயே சுத்திகிட்டிருந்தாரு. 'என்னை விட்டுருன்னு'' சொல்லி நந்தகுமார்கிட்டயிருந்து விலகிகிட்டா... கொஞ்ச நாள்லயே நந்தகுமார் மெட்ராஸ் போயிட்டாரு. அப்புறம் அனுராதா ஜேம்ஸ லவ் பண்ணி, அவனையே கல்யாணம் பண்ணிகிட்டா.''

''அனுராதா ஜேம்ஸ லவ் பண்ணது நந்தகுமாருக்குத் தெரியுமா?''

''இல்ல... அவரு மெட்ராஸ் போனப்புறம்தான், அனுராதா மேம்ஸ லவ் பண்ணினா''

''ஆனா நந்தகுமார் மேகம் படத்துல, அனுராதா இன்னொருத்தன காதலிச்சதா சொல்லியிருக்காரே... தெரியாம எப்படி எடுத்துருப்பாரு?''

''அவருக்கு எப்படியோ தெரிஞ்சிருக்கு. அப்புறம் படத்துல வர்ற மாதிரி ஜேம்ஸ் கல்யாணமானவர் கிடையாது. கல்யாணமாகாதவர்தான். அப்புறம்... படத்துல வர்ற மாதிரி என்னை மன்னிச்சு ஏத்துக்குங்கன்னு நந்தகுமாரப் போய் மறுபடியும் பாக்கவே இல்ல.''

''ஏன் கௌதம்... நந்தகுமார் படத்துல நிறைய மாத்திட்டாரு?:'' என்றாள் ஸ்ரவந்தி.

''அதான் படைப்பாளிகளுக்கு கிடைக்கிற ரகசிய சந்தோஷம். உண்மை அது கிடையாது. அது அவருக்கு நல்லா தெரியும். ஆனா

தன்னை விட்டுட்டுப் போனவ, இன்னொருத்தனால ஏமாத்தப்பட்டு, யாரோடயும் சேராம போய்ட்டான்னு முடிக்கிறப்ப, அதுல அவருக்கு ஒரு அற்ப சந்தோஷம்.''

''இன்னொரு டவுட்டு. அனுராதா இன்னொருத்தன காதலிச்சது நந்தகுமாருக்கு எப்படி தெரியும்?''

''அதான் எனக்கும் தெரியல... விசாரிப்போம்...'' என்ற கௌதம் சில வினாடிகள் அமைதியாக அமர்ந்திருந்துவிட்டு பாலாமணியிடம், ''அனுராதாவோட ஃபோட்டோ கிடைச்சது. ஜேம்ஸோட ஃபோட்டோ உங்கள்ட்ட இருக்குமா?'' என்றான்.

''ம்... நாங்க மூணு பேரும் சேர்ந்து எடுத்துகிட்ட ஒரு ஃபோட்டோ இருக்கு...'' என்றவள் ஒரு பெட்டியில் தேடி எடுத்துக்கொண்டு வந்தாள். ஜேம்ஸ் மெலிதான மீசையுடன், கட்டுமஸ்தான உடலுடன் நன்றாகத்தான் இருந்தான்.

கௌதம் ஃபோட்டோவை ஸ்ரவந்தியிடம் கொடுத்துவிட்டு, ''கல்பேட்டாவுல அவங்க எங்க தங்கியிருக்காங்கன்னு எதாச்சும் ஐடியா இருக்குமா?'' என்றான்.

''இல்லங்க... நீங்க போய் அங்க எஸ்டேட்டுங்கள்லதான் விசாரிக்கணும். அனுவை கண்டுபிடிச்சு பாத்தீங்கன்னா, என் அட்ரசும், போன் நம்பரும் கொடுத்துட்டு வாங்க. எங்கிட்ட ஃபோன்ல பேசச் சொல்லுங்க.'' என்றாள்.

''கட்டாயம்...'' என்ற ஸ்ரவந்தி தனது ஃபோனை எடுத்துக்கொண்டு, ''உங்க போன் நம்பர் சொல்லுங்க'' என்றாள்.

18

கல்பேட்டா... கேரளா. வயநாடு மாவட்டத்தின் தலைநகரம். மூணாறிலிருந்து 200க்கும் மேற்பட்ட கிலோமீட்டர் தொலைவிலிருந்த கல்பேட்டாவை கௌதமும், ஸ்ரவந்தியும் வந்தடைந்தபோது இரவாகியிருந்தது. ஹோட்டல் அறைக்கு வந்து பொத்தென்று கட்டிலில் விழுந்ததுதான் தெரியும். மறுநாள் காலை கௌதம் எழுந்தபோது மணி 7. தனது ஜீன்ஸ் பேண்ட்டைக் கூட கழற்றாமல் உறங்கிக்கொண்டிருந்த ஸ்ரவந்தியின் மீது போர்வையைப் போர்த்தினான்.

ஒரு சிகரெட்டைப் பற்ற வைத்துக்கொண்டு மாடி பால்கனிக்கு வந்து நின்றான். லேசாக குளிரடித்தது. கீழே ஹோட்டல் கேம்பஸிலியே இருந்த பேட்மின்ட்டன் க்ரௌண்டில் இரண்டு ஹைசொசைட்டி இளம் பெண்கள் குதித்து, குதித்து, குதிக்க... குதிக்க... பேட்மின்ட்டன் ஆடிக்கொண்டிருந்தார்கள். கௌதம் பக்கத்து அறை பால்கனிகளைப் பார்த்தான். சொல்லி வைத்தாற் போல் அனைத்து பால்கனிகளிலும் ஆண்கள் நின்றுகொண்டிருந்தார்கள். அனைவரும் அந்த பாட்மின்ட்டன் ஆட்டத்தை(?)தான் பார்த்துகொண்டிருந்தார்கள்.

அந்த பெண்கள் மிக, மிக டைட்டாக ஷார்ட்ஸ் அணிந்திருந்தார்கள். மேலே லூசாக டீசர்ட். அவர்கள் கையை உயர்த்தியபோது, வியர்வை வடியும் இடுப்புகள் ஒரு மின்னல் போல் சட்டென்று தோன்றி மறைந்தன. அந்த பெண்கள் எகிறி அடித்தபோது, இங்கே ஆண்களின் ஹார்ட்பீட் எகிறியது. அவர்கள் குனிந்து அடித்தபோது, பால்கனி ஆண்கள் கீழ்தளத்தில் அறை கிடைக்காததற்காக வருத்தப்பட்டார்கள். அந்த பெண்கள் எதைப் பற்றியும் கவலைப்படாமல், மண்ணுக்கு போகும் உடம்பை மனுஷன் பார்த்தால் என்ன என்பது போல் அச்சால்ட்டாக ஆடிக்கொண்டிருந்தார்கள்.

''நினைச்சேன். ஒரு ஆண் எதுவுமே செய்யாம பத்து நிமிஷம் அமைதியா இருந்தா, எதிர யாரையோ பொண்ணப் பாத்துகிட்டிருக்கான்னு அர்த்தம்...'' என்று பின்னாலிருந்து ஸ்ரவந்தியின் குரல் கேட்க, கௌதம் திரும்பிப் பார்த்து அசடு வழிந்தான்.

''வழியாதடா...'' என்று எட்டிப் பார்த்தவள், அனைத்து பால்கனிகளிலும் ஆண்கள் நிற்பதைப் பார்த்துவிட்டு, ''அடப்பாவிகளா...'' என்றவள் ''எத்தனைப் பெண்களப் பாத்தாலும் உங்களுக்கு அலுக்கவே அலுக்காதா கௌதம்?'' என்றாள்.

''ஹி... ஹி... இது ஆணினத்தோட பிறவிக் குறைபாடு. இதுக்கு ட்ரீட்மென்ட் கிடையாது. அதை விடு... இந்தப் பொண்ணுங்க இவ்வளவு டைட்டா ஷார்ட்ஸ் போட்டுருக்காங்களே.... எப்படி ஷார்ட்ஸ் உடம்புல நுழைஞ்சிருக்கும். ஒருவேளை உடம்ப தையல் மெஷின்ல விட்டு, கால்ல ஷார்ட்ஸ் துணிய போட்டு அப்படியே தொடையோட தைச்சி அனுப்பியிருப்பாங்களோ?'' என்றவனின் தலையில் தட்டிய ஸ்ரவந்தி, ''கௌதம்... அனுராதாவ நெருங்கிட்டோம். இனிமே சைட்டடிக்கல்லாம் டைம் கிடையாது. சீக்கிரம் குளிச்சிட்டு வா... கிளம்பலாம்'' என்றாள்.

19

இன்டர்காமில் ஹோட்டல் மேனேஜரிடம் பேசிய கௌதம், ''சார்... இங்க கல்பேட்டா டீ எஸ்டேட்ல ஒர்க் பண்ற எங்க ரிலேடிவ் ஒருத்தரப் பாக்க வந்துருக்கோம். பேரு மட்டும்தான் தெரியும். எப்படி அவங்கள கண்டுபிடிக்கிறது?'' என்றான்.

''எந்த எஸ்டேட்டுல வேலை செய்றாங்க?''

''அது தெரியாதுங்க. ஃபோட்டோ மட்டும் இருக்கு.''

''அது போதாதுங்க. இங்க நூத்துக்கணக்குல டீ எஸ்டேட்டுங்க இருக்கு. எஸ்டேட் பேரு தெரியலன்னாலும் அட்லீஸ்ட் எந்த ஏரியாவுல இருக்கிற எஸ்டேட்ன்னாச்சும் தெரியணும்.''

''அதுவும் தெரியாதே...''

''அப்ப ரொம்ப கஷ்டமாச்சுங்களே...''

''வேற ஏதாச்சும் வழி?''

''தெரிலங்களே...''

''ம்...'' என்று சில வினாடிகள் யோசித்து கௌதம், ''ஏங்க... இங்க வேலை செய்ற தேயிலைத் தோட்ட தொழிலாளிங்களுக்கெல்லாம் சங்கம் இருக்குமே...'' என்றான்.

''ம் இருக்குங்க. ஒரு ஏழெட்டு சங்கம் இருக்கும். ஆனா காங்கிரஸ் தொழிலாளர் சங்கமும், கம்யூனிஸ்ட் தொழிலாளர் சங்கமும்தான் ஆக்டிவ்வா இருக்கு.''

''அவங்க அதுல மெம்பர் ஆயிருந்தாங்கன்னா, சங்கத்துக்காரங்களுக்கு தெரிஞ்சிருக்கும்ல?''

''ம்... ஆனா அவங்க அதுல மெம்பரா இருக்கணும். இங்க பாதிக்கு பாதி தொழிலாளருங்க மெம்பர்லலாம் ஆவறுதுல்ல. இருந்தாலும் கேட்டுப் பாருங்க.''

''அந்த சங்கங்களோட அட்ரஸ் கிடைக்குமா?''

''நான் விசாரிச்சு சொல்றேன். நீங்க கிளம்பிட்டிருங்க'' என்று மேனேஜர் ஃபோனை வைத்தார்.

முதலில் காங்கிரஸ் கட்சியின் தொழிலாளர் சங்க அலுவலகத்தில் விசாரித்தபோது யாருக்கும் தெரியவில்லை. பிறகு கம்யூனிஸ்ட் சங்க அலுவலகத்தில் அதன் பொருளாளரிடம் விசாரித்தபோது, அவர் ஃபோட்டோவை பார்த்தபடி, ''தெரியலையே... நான் அசோசியேஷன்ல பொறுப்புக்கு வந்து பத்து வருஷமாவுது. எனக்குத் தெரிஞ்சு இப்படி யாரையும் பாத்ததில்ல. கொஞ்சம் இருங்க. எங்க செகரட்டரி வந்துடட்டும். அவரு இருபது வருஷத்துக்கு மேல செகரட்டரியா இருக்காரு. அவருக்கு தெரியறதுக்கு சான்ஸ் இருக்கு'' என்றார்.

அரை மணி நேரக் காத்திருப்புக்கு பிறகு செகரட்டரி வந்து சேர்ந்தார். ஃபோட்டோவைப் பார்த்ததும் சட்டென்று முகம் மாறிய செகரட்டரி, ''நீங்க யாரு?'' என்றார்.

''நாங்க... இந்த லேடியோட சொந்தக்காரங்க. லவ் மேரேஜ் பண்ணிகிட்டு இங்க ஓடி வந்துட்டாங்க. ரொம்ப வருஷம் கழிச்சு, இப்பதான் இங்க இருக்கிறதா கேள்விப்பட்டு வந்தோம். இவங்கள தெரியுமா உங்களுக்கு?''

''ம்... இங்க மெம்பரா இருக்குற ஒவ்வொருத்தரையும் எனக்கு நல்லா தெரியும். இவரு பேரு ஜேம்ஸ்... அந்த பொண்ணு

பேரு...'' என்று அவர் தடுமாற... ''அனுராதா...'' என்றான் கௌதம் சந்தோஷத்துடன்.

''ஆமாம் அனுராதா. ஜேம்ஸ் இங்கதான் மூணாம்பாறா எஸ்டேட்ல வேலை செஞ்சுட்டிருந்தாரு. ஆனா இப்ப...'' என்று அவர் இழுக்க, ''இப்ப அங்க இல்லையா? பரவால்ல சார்... வேற எங்கயாச்சும் போயிருந்திருந்தாலும் கண்டுபிடிச்சுடலாம்'' என்றான் கௌதம்.

''இல்ல... வேற எங்கயும் நீங்க அவங்கள பாக்கமுடியாது.''

''ஏன்?''

''இவங்க ரெண்டு பேரும் இறந்துபோயிட்டாங்க. யாரோ கொலை பண்ணிட்டாங்க'' என்று செயலாளர் அமைதியாக கூற... ஸ்ரவந்தி ''ஆ...'' என்று வாய்விட்டு கத்திவிட்டாள். கௌதமுக்கு அவன் உட்கார்ந்திருந்திருந்த நாற்காலி நழுவி லேசாக மயக்கம் வருவது போல் இருந்தது.

19

பல வினாடிகள் கழித்தும் அதிர்ச்சியிலிருந்து விடுபடமுடியாத கௌதம் பேச்சு வராமல் அமர்ந்திருந்தான். ஸ்ரவந்திதான் சமாளித்துக்கொண்டு, ''நிஜமாத்தான் சொல்றீங்களா சார்?'' என்றாள்.

''ஆமாங்க. ஜேம்ஸ் எனக்கு நல்லாத் தெரியும். அவனாவே தேடி வந்து எங்க சங்கத்துல சேர்ந்தான். மத்தவங்ககிட்ட எல்லாம் சந்தா பணம் வாங்கணும்னா, தேடி தேடி போகணும். அப்பவும் இன்னைக்கி, நாளைக்கின்னு டிமிக்கி கொடுப்பாங்க. ஜேம்ஸ்தான் வருஷா வருஷம் தேடி வந்து சந்தா கட்டிட்டு போவான். அவன் ஒய்ஃப ரெண்டு, மூணு தடவை கல்பேட்டா கடைத்தெருவுல பாத்துருக்கேன். நல்ல அழகா இருப்பாங்க. குழந்தைங்க கிடையாது'' என்றார்.

''எப்படி சார் இறந்தாங்க?''

''எவனோ திருட்டுப் பய திருட வந்துருக்கான். இவங்க ரெண்டு பேரும் சண்டைப் போட்டிருப்பாங்க போல. அவன் கத்தியால குத்தி கொலை பண்ணிட்டான்.''

''இது எப்ப சார் நடந்ததுச்சு?''

''ம்... அது சரியா தெரியல. ஆனா அவங்க இறந்து இருபது வருஷத்துகிட்ட ஆயிருக்கும்.''

''அவ்ளோ நாளாயிடுச்சா? கொலைகாரன பிடிச்சாங்களா சார்?''

''அதுவும் சரியா ஞாபகமில்ல. பிடிச்சிருப்பாங்கன்னு நினைக்கிறேன். நீங்க கல்பேட்டா போலீஸ் ஸ்டேசன்ல கேட்டுப் பாத்தா தெரியும்.''

''அது எங்க இருக்கு?''

''இங்கருந்து பக்கம்தான். பிரைவேட் பஸ்டாண்ட் பக்கத்துல போய் யாரக் கேட்டாலும் சொல்வாங்க'' என்றார்.

அந்த சங்க அலுவலகத்திலிருந்து வெளியே வந்த கௌதமும், ஸ்ரவந்தியும் நீண்ட நேரம் பேசவே இல்லை. கௌதம் அடுத்தடுத்து இரண்டு சிகரெட்டுகளை புகைத்தவுடன்தான் அவன் பதற்றம் அடங்கியது. ஸ்ரவந்தி காருக்குள் தலையில் கை வைத்துக்கொண்டு அமர்ந்திருந்தாள். காரில் ஏறி அமர்ந்த கௌதம், 'நானும் 'உளவுத்துறை' ப்ரோக்ராம் ஆரம்பிச்சு, எத்தனையோ கேஸ் பாத்துருக்கேன். இந்த மாதிரி ட்விஸ்ட்ட பாத்ததே இல்ல'' என்றான்.

''ஹைலி அன்பிலீவபிள்.. கௌதம்... எனக்கொரு சந்தேகம்.''

''அவசரப்படவேண்டாம். முதல்ல போலீஸ் ஸ்டேசன்ல போய் விசாரிப்போம். ஒருவேளை அவங்க குற்றவாளிய அரெஸ்ட் பண்ணியிருந்தாங்கன்னா, எந்த சந்தேகத்துக்கும் இடமேயில்ல...'' என்ற கௌதம் காரை ஸ்டார்ட் செய்தான்.

கல்பேட்டா காவல் நிலையம், அந்த ஃபைலை அந்த இன்ஸ்பெக்டர் வேகமாக டேபிளில் போட தூசி பறந்தது.

''எந்த வருஷம்ன்னு சொன்னீங்க?''

''அவங்க குமுளில இருந்து, 1989 வாக்குல. இங்க வந்துருக்காங்க. வந்து ரெண்டு மூணு, வருஷத்துல கொலை செய்யப்பட்டிருக்காங்க. 1991... இல்ல 1992 வாக்குல இருக்கும்ங்க...''

''ம்...'' என்று வரிசையாக தாள்களை புரட்டிக்கொண்டு வந்த இன்ஸ்பெக்டர், ''ம்... ஜேம்ஸ்... அனுராதா...'' என்று கௌதமை நிமிர்ந்து பார்த்துவிட்டு, ''ஆமாங்க... 1991 ஆகஸ்ட்டு 12 ஆம் தேதி மர்டர் நடந்திருக்கு. ஆனா கேஸ் ஸால்வ் ஆவவே இல்லங்க.''

''புரியல...''

''குற்றவாளி யாருன்னே தெரியல...'' என்று இன்ஸ்பெக்டர் கூறியதும் ஸ்ரவந்தி, கௌதமின் கையை இறுகப் பற்றிக்கொண்டாள். தொடர்ந்து இன்ஸ்பெக்டர், ''ஃபைல் அப்படியே க்ளோஸ் ஆவாம இருக்கு. இதோ பாடியோட ஃபோட்டோ...'' என்று ஃபைலிலிருந்து இரண்டு ஃபோட்டோக்களை எடுத்து நீட்டினார். அது மார்ச்சுவரியிலிருந்தபோது பிணமாக எடுக்கப்பட்ட புகைப்படங்கள்.

''ஃபோட்டோவ லோக்கல் பேப்பர்ஸ்ல போட்டு விளம்பரம் பண்ணியிருக்காங்க. ஆனா பாடிய யாரும் க்ளெய்ம் பண்ணலன்னு, டிபார்ட்மென்ட்லயே அடக்கம் பண்ணிட்டாங்க.''

''யாரு மேலயாச்சும் சந்தேகம் வந்துச்சாங்க...''

''தெரியலயே... அவ்ளோ டீடெய்ல் எல்லாம் ஃபைல்ல இருக்காது. வேணும்னா ஒண்ணு பண்ணுங்க. கிருஷ்ணன் நாயர்ன்னு ஒரு சப்இன்ஸ்பெக்டரு... அவரு இந்த ஸ்டேசன்லயே 25 வருஷம் இருந்துட்டு, போன வருஷம்தான் ரிடயர் ஆனாரு. அவரப் பாத்தா அவருக்கு ஏதும் தெரிஞ்சிருக்கலாம்.''

''அவரு அட்ரஸ் தெரியுமா?''

''ம்... ஆனா இந்த ஊருல இல்ல.''

''எங்கருக்காரு?''

''அவரு திருநெல்லி விஷ்ணு கோயில் வாசல்ல ஃபேன்ஸி கடை வச்சிருக்காரு. அவரப் பாருங்க.''

''திருநெல்லி எங்க சார் இருக்கு?''

''இங்கருந்து 60, 70 கிலோமீட்டர் இருக்கும். காருல வேகமாக போனீங்கன்னா ரெண்டவர்ல போயிடலாம்.

''ஓகே சார்... தேங்க் யூ...'' என்று கைகொடுத்து விட்டு எழுந்தான் கௌதம்.

20

திருநெல்லியை நோக்கி காரை செலுத்திக்கொண்டிருந்த கௌதம் ஆழ்ந்த சிந்தனையில் இருந்தான். காருக்கு வெளியே திடீரென்று பனிப்புகை அடர்த்தியாக சூழ்ந்துகொள்ள கௌதம் ஹெட் லேம்ப்பையும், ஃபாக் லைட்டையும் போட்டுவிட்டு, ஹாரன் அடித்த படி ஸ்பீடைக் குறைத்தான்.

''யாரு கௌதம் கொலை பண்ணியிருப்பாங்க? நந்தகுமாரா?''

''எனக்கும் சட்டுன்னு அதான் தோணுச்சு. ஆனா சில விஷயங்கள் இடிக்குது. அனுராதா, நந்தகுமார கழட்டி விட்டவுடனே ஆத்திரத்துல நந்தகுமார் கொலை செஞ்சிருந்தா ஓகே. அனுராதா குமுளிய விட்டு வந்தது 1989. அதுக்கு பிறகு கல்யாணமாயி ரெண்டு, மூணு வருஷம் கழிச்சு கொலை செய்யப்பட்டிருக்காங்க. அப்ப நந்தகுமார் சென்னைல டைரக்டர் சூர்யபிரகாஷ்கிட்ட அசிஸ்டென்ட் டைரக்டரா இருக்காரு. அதான் இடிக்குது.''

''அங்கருந்து இங்க வந்து கொலை பண்ணியிருக்கலாம்ல?''

''ரைட்டு... மூணு வருஷம் கழிச்சு திடீர்னு வந்து ஏன் கொலை பண்ணணும்? அவங்க இங்கருக்காங்கன்னு அவருக்கு எப்படித் தெரியும்? அவங்க இங்கருக்கிறது பாலாமணிக்கு மட்டும்தான் தெரியும். அவங்க நந்தகுமார் சென்னை போன பிறகு, நந்தகுமாரப் பாக்கவே இல்லங்கிறாங்க... ம்... ஒண்ணும் புரியலையே...''

என்ற கௌதம் மேற்கொண்டு ஒன்றும் பேசாமல் யோசனையுடன் காரைச் செலுத்திக்கொண்டிருந்தான். லேசாக குளிர்காற்றடிக்க... ஜன்னலை சாத்திய ஸ்ரவந்தி அவன் காதோர முடியை கோதிவிட.... சிந்தனையிலிருந்த கௌதம், ''ச்சு... சும்மாரு ஸ்ரவந்தி...'' என்று கையைத் தள்ளிவிட்டான்.

''அடப்பாவி... முந்தாநேத்து நைட்டு தேக்கடி ஹோட்டல்ல, காலம் முழுசும் உன் கட்டை விரல் நக அழுக்கா இருக்கன்னு டயலாக் விட்டே. இப்ப மேல கைய வச்சாலே எரிச்சலா இருக்கா?''

''கட்டைவிரல் அழுக்கா இருக்கேன்னா சொன்னேன். ரொம்ப கேவலமா இருக்கே... அது ஒரு மயக்கத்துல சொல்லியிருப்பேன். ஆம்பளைங்க ராத்திரி லைட்டணைச்ச பிறகு சொல்றத எல்லாம், மறுநாள் விடிஞ்சவுடனே மறந்துடணும்...'' என்று புன்னகையுடன் ஸ்ரவந்தியின் கன்னத்தில் கிள்ளினான் கௌதம்.

''ஆனா மறுபடியும் ராத்திரி வரும்ல்ல...''

''அப்ப எப்படி வழிக்கு கொண்டு வர்றதுன்னு எங்களுக்கு தெரியும்ல்ல?''

''பாப்போம் அதையும்...'' என்று ஜன்னலோரம் நகர்ந்தமர்ந்த ஸ்ரவந்தியின் தோளில் கௌதம் கை வைக்க... ஸ்ரவந்தி தள்ளிவிட்டாள். கௌதம் அதை பொருட்படுத்தாமல் மீண்டும் சிந்தனையில் ஆழ்ந்தான்.

திருநெல்லி மகாவிஷ்ணு கோயில் பார்க்கிங்கில் காரை விட்டுவிட்டு கௌதமும், ஸ்ரவந்தியும் இறங்கினர். பசுமையாக விரிந்திருந்த மலைகளுக்கு நடுவே கேரள பாணியில் அமைந்திருந்த அந்தக் கோயிலைக் காண அற்புதமாக இருந்தது. கோயிலுக்குச் செல்ல சில படிகளேறிச் செல்லவேண்டும். படிகளுக்கு கீழேயே கடைகள் இருந்தன. கௌதம் எதிர்பார்த்தது போல் நிறைய கடைகள் இல்லை. பெரிதாக கும்பலும் இல்லை. ஏழெட்டு கடைகளில் ஒன்றே ஒன்றுதான் ஃபேன்ஸி கடை. அங்கும் ஒரு சிறுவன்தான் இருந்தான். இப்போதுதான் மீசை முளைக்க ஆரம்பித்திருந்த அந்தப் பையன் ஸ்ரவந்தியையே உற்றுப் பார்க்க... ''நாங்க சென்னைலருந்து வர்றோம். இங்க கிருஷ்ணன் நாயர்ன்னு...'' என்று இழுத்தாள் ஸ்ரவந்தி.

''எங்க தாத்தாதான். கோயிலுக்கு போயிருக்காரு... அங்க அவரு ஃப்ரண்ட்ஸ்ஸெல்லாம் இருப்பாங்க. கதை பேசிட்டு லேட்டாத்தான் வருவாங்க.''

''அவரப் பாத்துக் கொஞ்சம் பேசணுமே?''

''நீங்க வாங்க... நான் அழைச்சுட்டுப் போறேன்.'' என்று பக்கத்து கடையில் கடையைப் பார்த்துக்கொள்ளச் சொல்லிவிட்டு எழுந்தான்.

''பொம்பளையா பிறக்கறதுல பல சௌகர்யம் இருக்கு ஸ்ரவந்தி. இதே நான் கேட்டிருந்தா வந்திருக்கமாட்டான்...'' என்றபடி படிகளில் ஏறினான் கௌதம். படிகள் ஏறியவுடன் எதிர்ப்பட்ட கோயிலைத் தாண்டி, கீழே இறங்கிய படிக்கட்டுகளில் இறங்கிய சிறுவன், ''கோயில்ல இருக்கமாட்டாரு. இங்க பாபநாசினி போற வழில உக்காந்து பேசிட்டிருப்பாரு...'' என்றான்.

படிக்கட்டுக்கு அருகிலிருந்த ஹோட்டலிலிருந்த வந்த தோசை வாசனை பசியைக் கிளப்பிவிட்டது. சிறிது தூரம் சென்றவுடன், ஒரு மரத்தடியின் கீழிருந்த மேடையில் நான்கைந்து பேர் பேசிக்கொண்டிருந்தனர்.

''முத்தச்சா...'' அந்த பையன் அழைத்தவுடன் நிமிர்ந்த ஒரு பெரியவர், இவர்களைப் பார்த்துவிட்டு உடனே எழுந்து வந்தார்.

''முத்தச்சா... உங்கள தேடிகிட்டு சென்னைலருந்து வந்துருக் காங்க.''

''நமஸ்காரம்...'' என்று கைகுவித்து வணக்கம் சொன்னவர், ''மெட்ராஸ்லருந்து பாலன் நாயர் அனுப்பினாரா?'' என்றார்.

''இல்ல... நாங்க வேற ஒரு விஷயமா வந்தோம். உங்கள்ட்ட கொஞ்ச நேரம் பேசலாமா?''

''தாராளமா பேசலாம். ஒரு அஞ்சு நிமிஷம்... இவங்கள அனுப்பிச்சுட் டு வந்துடுறேன். ஒரு பஞ்சாயத்து ஓடிகிட்டிருக்கு. நீங்க வேணும்னா கோயிலுக்கு போயிட்டு வந்துடுங்களேன். இந்த விஷ்ணு கோயில் ரொம்ப விசேஷம். பிரம்மன் உலகை வலம் வந்துட்டுருந்தப்ப, இங்க பிரம்மஹிரி மலையோட அழகைப் பாத்துட்டு கீழ இறங்கியிருக்காரு. இங்க ஒரு நெல்லிக்காய் மரத்தடில, விஷ்ணுவோட விக்கிரகத்த பாத்து ஆச்சர்யப்பட்டு, அந்த விக்கிரகத்த பிரம்மனே பிரதிஷ்டை பண்ணதா ஐதீகம். போய் விஷ்ணுவ தரிச னம் பண்ணிட்டு வந்துடுங்க...'' என்று கூறிவிட்டு மீண்டும் மரத்தடி மேடைக்குச் சென்றார்.

கோயிலில் அவர்கள் நுழைந்தபோது செண்டை மேளம் வாசித்துக்கொண்டிருந்தார்கள். சிறிய விஷ்ணு விக்கிரகம்தான். ஆனாலும் அழகாக இருந்தது. வணங்கிவிட்டு வெளியே வந்தபோது, கிருஷ்ணன் நாயர் இவர்களுக்காக கோயில் வாசலில் காத்துக்கொண்டிருந்தார்.

''சொல்லுங்க... என்ன விஷயம்?'' என்றார் வேட்டியை மடித்துக்கட்டியபடி.

''நீங்க கல்பேட்டா ஸ்டேசன்ல இருந்தப்ப, 20 வருஷத்துக்கு முன்னாடி ஜேம்ஸ், அனுராதான்னு ரெண்டு பேரு கொலை செய்யப்பட்டாங்கள்ல...''

''ஆமாம்... தேயிலைத் தோட்டத்துல வேலை செஞ்சவங்க. அதுக்கென்ன இப்ப?''

''நான் அந்த அனுராதாவோட சொந்தக்காரன். அவங்க சின்ன வயசுல, ஜேம்ஸ் கூட இங்க ஓடி வந்துட்டாங்க. இப்பதான் இங்க இருக்காங்கன்னு கேள்விப்பட்டு வந்தோம். வந்து பாத்தா, இப்படி மர்டர் ஆயிட்டாங்கன்னு கேள்விப்பட்டேன்.''

''ஆமாம் தம்பி. அந்த பொண்ணு அவ்ளோ அழகா இருக்கும்னு அக்கம் பக்கம்ல்லாம் சொல்லி, சொல்லி மாஞ்சுபோனாங்க.''

''கல்பேட்டா ஸ்டேசன்ல விசாரிச்சேன். கொலையாளி யாருன்னு கண்டுபிடிக்கமுடியலன்னு சொன்னாங்க. நீங்கதான் இந்த கேஸ டீல் பண்ணீங்கன்னு சொன்னாங்க. அதான் மேற்கொண்டு உங்கள்ட்ட விசாரிச்சா, தகவல் ஏதும் கிடைக்குமான்னு வந்தோம்.''

''என்ன புதுசா தகவல்? கொலை பண்ணவன கண்டு பிடிக்கமுடியல. நாங்களும் லோக்கல் திருட்டுப் பசங்கள எல்லாம் அடிச்சு உதைச்சு விசாரிச்சோம். அவ்ளோ அடி வாங்கியும் ஒருத்தனும் ஒத்துக்கல. அவனுங்கள்லாம் வெறும் நகைக்காக கொலை பண்ற அளவுக்கு போகுற பசங்க கிடையாதுன்னு தெரியும். சரின்னு அப்படியே விட்டுட்டோம்.''

''இன்னும் கொஞ்சம் டீடெய்லா சொல்லமுடியுமா?''

''டீடெய்லான்னா.... அப்ப ஓணம் சமயம். திடீர்னு மூணாம்பாறா எஸ்டேட் ஆபிஸ்லருந்து ஃபோனு, இந்த மாதிரி மர்டராயிடுச்சுன்னு. அவங்க வீடு ஊர்லருந்து கொஞ்சம் தள்ளிதான். நாங்க போய் பாத்தப்ப... ரெண்டு பாடியும் ரத்த வெள்ளத்துல கிடந்துச்சு. அந்த பொண்ணோட கழுத்து, காதுல கிடந்த நகைங்கள காணோம். பீரோவையும் திறந்து போட்டிருந்தாங்க. அக்கம் பக்கம் விசாரிச்சோம். அந்த பொண்ணு பத்திருபது பவுன் நகை வச்சிருந்துச்சுன்னாங்க... சரி... நகை திருட வந்தவன், சண்டைல குத்திட்டுப் போயிருப்பான்னு முடிவு பண்ணி ஆயுதத்த தேடினோம். மோப்ப நாய் விட்டுப் பாத்தோம். அது அவங்கள குத்தின கத்திய கண்டுபிடிச்சது, அத தூரத்துல ஒரு தேயிலைத் தோட்டத்துல புதைச்சிருந்தாங்க.''

''நீங்க சந்தேகப்பட்டவங்க கைரேகையோட, கத்தில கிடைச்ச கைரேகைய கம்பேர் பண்ணி பாத்தீங்களா?''

''அதக் கூட பண்ணாம இருப்போமா தம்பி. யார் கைரேகையோடயும் ஒத்துப்போகல. அது அவங்க வீட்டு கத்திதான். அதுல ஜேம்ஸ், அனுராதா கைரேகைல்லாம் இருந்துச்சு. கூடவே இன்னொரு புது கைரேகையும் இருந்துச்சு. அத நாங்க சந்தேகப்பட்டவங்க, அக்கம் பக்கத்துல இருக்கறவங்க கைரேகையோட எல்லாம் ஒப்பிட்டு பாத்தோம். பொருந்தல.''

''உங்க கவனத்த திசைதிருப்பறதுக்காக நகையை திருடியிருக்கலாம். உண்மையான மோட்டிவ் வேற ஏதாச்சும் கூட இருக்கலாம்ல?''

''அதையும் விசாரிச்சோம். ரெண்டு பேரும் ஊர விட்டு ஓடி வந்தவங்க. அதனால அவங்க சொந்தக்காரங்களுக்கு விஷயம் தெரிஞ்சு, இங்க வந்து கொலை பண்ணியிருக்கலாம்னு நினைச்சோம். ஆனா அவங்க சொந்த ஊர கடைசி வரைக்கும் எங்களால கண்டுபிடிக்கவே முடியல. அவங்க யாருகிட்டயும் தாங்க எந்த ஊருன்னு சொல்லிகிட்டதே இல்லை. அப்பயும் ஸ்டேட் முழுசும் பேப்பர்ல ரெண்டு பேரு பிணத்து ஃபோட்டோவையும் போட்டு விளம்பரம் பண்ணினோம். ஒருத்தரும் வரல.''

''நீங்க போலீஸ்ல பல வருஷம் இருந்தவரு. உங்க எக்ஸ்பீரியன்ஸ்ல சொல்லுங்க. இது திருட்டுக்காக நடந்த கொலைதானா?''

''நிச்சயமா சொல்லமுடியாது.''

கௌதம் ஏதோ சிந்தனையுடன், ''தேங்க் யூ சார்... மறுபடியும் தேவைப்பட்டா உங்கள கான்டாக்ட் பண்றோம்'' என்று அவரிடம் கைகுலுக்கி விடைபெற்றான்.

21

காரில் ஏறி அமர்ந்ததும் கௌதம் தனது லேப்டாப்பை எடுத்தான்.

''என்ன கௌதம்... நந்தகுமார்தானா?''

''மோஸ்ட் ப்ராபப்ளி... சில விஷயங்கள கன்ஃபார்ம் பண்ணிகிட்டா ஒரு முடிவுக்கு வந்துடலாம்'' என்ற கௌதம் தனது லேப்டாப்பை எடுத்து, இன்டர்நெட் கனெக்ஷன் கொடுத்தான்.

''என்ன பாக்கப்போற?''

''ஒரு அஞ்சு நிமிஷம் டிஸ்டர்ப் பண்ணாம இரு'' என்றவுடன் ஸ்ரவந்தி டிஜிட்டல் கேமிராவை எடுத்துக்கொண்டு கிழே இறங்கி கோயிலை புகைப்படம் எடுக்க ஆரம்பித்தாள்.

சில நிமிடங்கள் கழித்து காரிலிருந்து, ''ஸ்ரவந்தி...'' என்று அழைத்த கௌதமின் குரல் பரபரப்பாக இருந்தது. வேகமாக வந்த ஸ்ரவந்தியிடம், ''ஸ்ரவந்தி... நம்ம ஆல்மோஸ்ட் முடிவ நெருங்கிட்டோம்'' என்றான் கௌதம்.

''என்ன முடிவு?''

''நம்ம டவுட் நந்தகுமார் மேலதான். அப்ப நந்தகுமார் சென்னைல இருந்தாலும், ஏதாச்சும் ஷூட்டிங்குக்காக இங்க வந்திருக்கலாம்ல? நந்தகுமார் தனியா படம் எடுக்க ஆரம்பிச்சது 1992லதான். அதுக்கு

முன்னாடி சூர்யபிரகாஷ்கிட்டதான் அசிஸ்டென்ட்டா இருந்துருக்காரு. கொலை நடந்தது 1991 ஆகஸ்ட் 12. சூர்யபிரகாஷ் டைரக்ட் பண்ண படங்களோட லிஸ்ட்ட விக்கிபீடியாவுல பார்த்தேன். 1991 தீபாவளிக்கு சூர்யபிரகாஷோட 'ஒன்று'ங்கிற படம் ரிலீசாயிருக்கு. நிறைய பழைய படம் பாக்குற என் ஃப்ரண்டு ஒருத்தனுக்கு ஃபோன் பண்ணி விசாரிச்சேன். அந்த படத்தோட முக்காவாசி கதை வயநாட்டுல நடக்கிற மாதிரிதான்னான். ஸோ... அந்த படத்தோட ஷூட்டிங் இங்க நடந்தப்ப, நந்தகுமாரும் நிச்சயம் இங்க வந்திருப்பாரு. இப்ப ஒரே ஒரு ஃபோன் பண்ணிட்டன்னா கன்ஃபர்மாயிடும்.''

''யாருக்கு ஃபோனு...''

''நந்தகுமாரோட சூர்யபிரகாஷ்கிட்ட அசிஸ்டென்ட்டா வேலை செஞ்ச அன்புச்செல்வனுக்கு.''

''அன்புச்செல்வன்?''

''நம்ப மொதல்ல போய் விசாரிச்சோம்ல...''

''எஸ்... எஸ்... பண்ணு...''

''அதான் யோசனையா இருக்கு.''

''என்ன யோசனை?''

''நான் கேட்ட கேள்விக்கு அவரு எஸ்ன்னு சொல்லிட்டா ருன்னா?''

''ஏய்... ஏன் இவ்ளோ சென்ட்டிமென்ட்டாயிட்ட... சில உண்மைகள் கசக்கதான் செய்யும். பண்ணு...'' என்று அவன் மொபைலை எடுத்து நீட்டினாள்.

சில வினாடிகள் மொபைலை உற்று பார்த்துக்கொண்டிருந்த கௌதம் ஒரு பெருமூச்சுடன், அன்புச்செல்வனுக்கு டயல் செய்தான்.

''சார்... நான் கௌதம் பேசறேன். உங்கள்ட்ட கூட டைரக்டர் நந்தகுமாரப் பத்தி விசாரிச்சேனே...''

''ஆமாம்... சொல்லுங்க.''

''டைரக்டர் சூர்யபிரகாஷ், கேரளா வயநாடு பேக்ரவுண்ட்ல ஏதாச்சு ம் படம் எடுத்தாரா?''

''வயநாடுன்னா?''

''கோழிக்கோடு பக்கத்துல ஹில் ஸ்டேசன். நிறைய டீ ப்ளான்ட் டேஷன்ல்லாம் இருக்கும்...''

''ஆமாம்... எடுத்துருக்காரு. 'ஒன்று'ன்னு ஒரு படம்... ஏதோ ஒரு ஊர்ல எடுத்தோமே... ஏதோ பேட்டைன்னு வரும்.''

''கல்பேட்டா...''

''ஆமாம்... ஆமாம்... ஏன் கேக்குறீங்க?''

''சூர்யபிரகாஷோட அந்த படத்துக்கு நீங்க அசிஸ்டென்ட்டா இருந்தீங்களா?''

''ஆமாம்...''

''அந்தப் படத்துக்கு நந்தகுமாரும் அசிஸ்டென்ட்டா?''

''ஆமாங்க. அதான் நாங்க கடைசியா சூர்யபிரகாஷ்கிட்ட ஒர்க் பண்ணின படம். அதுக்கு பிறகு நந்தகுமார் தனியா படம் எடுத்தான். நான் நந்தகுமாரோட வந்துட்டேன்.''

''அந்த பட ஷூட்டிங்குக்கு நந்தகுமாரும், நீங்களும் கல்பேட்டா வந்திருந்தீங்களா?''

''ஆமாம்... நானும் அவரும் ஒரே ரூம்லதான் தங்கியிருந்தோம்.''

''நடுவுல அவரு எங்கயாச்சும் தனியா போய்ட்டு வந்தாரா?''

''அதெல்லாம் ஞாபகமில்லையே... என்ன விஷயம் சார்?''

'''ஒரு மேட்டரு... நான் கன்ஃபர்ம் பண்ணிட்டு, அப்புறம் ஃபோன் பண்றேன்'' என்று மொபைல கட் செய்த கௌதம், ''ஆல் இஸ் ஓவர் ஸ்ரவந்தி... இப்ப நான் ஒரு தியரிசொல்றேன். குறுக்க பேசாம கேளு. 1988ல நந்தகுமாரும், அனுராதாவும் பிரிஞ்சுட்டாங்க. நந்தகுமார் மெட்ராஸ் வந்து அசிஸ்டென்ட் டைரக்டாவுறாரு. 1989ல அனுராதா ஜேம்ஸ கல்யாணம் பண்ணிகிட்டு கல்பேட்டா வந்துட்டாங்க. ரெண்டு வருஷம் கழிச்சு, கல்பேட்டாவுக்கு சூர்யபிரகாஷ் ட்ரூப்போட, நந்தகுமாரும் ஷூட்டிங் வராரு. வந்த இடத்துல எங்கயோ அவரு அனுராதாவ பாத்திருக்காரு. இன்னொருத்தனோட அனுராதாவப் பாத்தவுடனே, அவருக்கு ஆத்திரம் வந்து அனுராதாவப் பாக்க போயிருக்கலாம். அங்க என்ன நடந்துச்சுன்னு நமக்கு தெரியாது. ஏதோ பிரச்னையாகி ஆத்திரத்துல அவரு அனுராதாவையும், ஜேம்ஸையும் குத்தி கொன்னுருக்காரு.''

''சரி... இதுக்குல்லாம் எவிடென்ஸ்...''

''சிம்பிள்... போலீஸ்கிட்ட யாருதுன்னு அடையாளம் தெரியாம கத்தில ஒரு கைரேகை கிடைச்சுதல்ல? அத நந்தகுமாரோட கைரேகையோட ஒப்பிட்டுப் பாத்தா, தெரிஞ்சுடும். ஆனா எனக்கு சந்தேகமில்ல. அது நந்தகுமார்தான்.''

''எப்படி அவ்வளவு கன்ஃபர்மா சொல்ற?''

''அன்னைக்கி இன்டர்வ்யூ பண்ணப்ப, அவரு கண்ணுல தொரிஞ்ச கோபத்துக்கு பின்னாடி, ஒரு சின்ன பயத்தப் பாத்தேன். அது எனக்கு இடறுச்சு... என்னைப் பத்தி அவருக்கு தெரியும். பல சிக்கலான கேஸ்ங்கள நான் ஸால்வ் பண்ணியிருக்கேன். எங்க கண்டுபிடிச்சு டுவனோன்னு ஒரு பயம்... அவரு பயந்தபடியே நடந்துடுச்சு...''

''சரி... நந்தகுமாருக்கு அப்படி பயம் இருந்துச்சுன்னா, அதைத் தடுக்குற முயற்சில ஏன் அவர் இறங்கல?''

''முயற்சின்னா?''

''நம்பள மிரட்டலாம். ஆள் வச்சு தாக்கலாம்.''

''ஏய்... அந்த மாதிரி வேலைல்லாம் செய்ய, அவர் ஒண்ணும் புரொஃபஷனல் கிரிமினல் கிடையாது. நடக்கிறது நடக்கட்டும்னு விட்டுருப்பாரு. இல்ல... நம்ம இவ்ளோ தூரம் வருவோம்னு அவர் எதிர்பாக்காம இருந்திருக்கலாம். ப்ச்... மனசே சரியில்ல.''

''ஏன் கௌதம்?''

''தமிழ் சினிமாவோட தலைசிறந்த டைரக்டர்... தமிழுக்கு முதமுதல்ல ஆஸ்கார் அவார்டு வாங்கி கொடுத்த டைரக்டர ஒரு கொலை கேஸ்ல நம்ம உள்ள தள்ளப்போறோம்.''

''வேற வழியில்ல... நம்ம கடமைய நம்ம செஞ்சுதான் ஆவணும்... அடுத்து என்ன பண்ணப்போற?''

''கேசு கல்பேட்டா ஸ்டேசன்லதான் பெண்டிங். அவங்கள அழைச்சு கிட்டு நந்தகுமாரப் போய் பாக்கலாம். நம்ம போனவுடனேயே, அநேகமா அவர் உண்மையை ஒத்துக்குவாருன்னு நினைக்கிறேன். இல்லன்னாலும் கைரேகை எடுத்து பாத்தா தெரிஞ்சுடும்'' என்ற கௌதமின் முகத்தில் தெரிந்த சோகத்தைப் பார்த்த ஸ்ரவந்தி, ''என்னடா... ரொம்ப டல்லாயிருக்க?'' என்றாள்.

''பாவம்... என்னால ஒரு நல்ல கலைஞன்...''

''ஏய்... விடுரா... டேக் இட் ஈஸி மேன்...'' என்ற ஸ்ரவந்தி கௌதமின் தலைமுடியை கோதிவிட்டாள்.

22

இரண்டு நாட்கள் கழித்து கல்பேட்டா காவல் நிலைய இன்ஸ்பெக்டர், எஸ்ஐ, தமிழ்நாடு போலீஸ் ஆகியோரை அழைத்துக்கொண்டு கௌதமும், ஸ்ரவந்தியும் நந்தகுமாரின் கொட்டிவாக்கம் பங்களா முன்பு சென்று இறங்கியபோது, அவர்களுக்கு முன்பாகவே எப்படியே விஷயம் கசிந்து, மீடியாக்கள் கேமிராவோடு குழுமியிருந்தனர்.

''எப்படி ஸ்ரவந்தி... நமக்கு முன்னாடி வந்துட்டாங்க.''

''தமிழ்நாட்டு போலீஸ்க்கு இன்ஃபார்ம் பண்ணோம்ல்ல... அங்கருந்து கசிஞ்சிருக்கும்'' என்றாள் ஸ்ரவந்தி.

காரிலிருந்து இறங்கிய கௌதமை பத்திரிகையாளர்கள் சூழ்ந்துகொண்டனர். பாதிக்கு பாதி தெரிந்த நண்பர்கள்.

''கௌதம்... என்ன கேஸ்?''

''அது இன்னும் உங்களுக்குத் தெரியலையா?''

''தெரியாது. ஏதோ போலீஸ் என்கொயரின்னு மட்டும் தெரியும். என்ன கேஸ்ன்னு தெரியாது.. என்ன கேஸ் கௌதம்?''

''இன்னும் அரை மணி நேரத்துல உங்களுக்கு தெரிஞ்சுடும்'' என்ற கௌதம் அவர்களை விலக்கிக்கொண்டு நடந்தான்.

அவர்கள் உள்ளே நுழைந்தவுடன், கதவுகள் சாத்தப்பட்டன. வேலைக்காரன், ''நான் சொல்லியிருக்கன் சார்.... இப்ப சார் வந்துடுவாரு. சார் உங்களுக்கு காபி கொடுக்கச் சொன்னாரு'' என்றான்.

''அதெல்லாம் ஒண்ணும் வேணாம்ப்பா...''

கௌதம் பதட்டத்துடன் நகத்தை கடித்தபடி அமர்ந்திருக்க... சில நிமிடங்களில் மாடிப்படிகளில் இறங்கி வந்த நந்தகுமார் ஒரு செக்டு சர்ட்டும், கறுப்பு நிற ஜீன்சும் அணிந்திருந்தார். இவனைப் பார்த்து சிரித்தபடி எதிரேயிருந்த சோஃபாவில் அமர்ந்தார். சில நிமிடங்கள் ஒன்றும் பேசாமல் நந்தகுமாரும், கௌதமும் ஒருவரை ஒருவர் பார்த்துக்கொண்டிருந்தனர். ஒரு பெருமூச்சுடன் நந்தகுமார், ''நான் ஸ்மோக் பண்ணலாமா?'' என்றார்.

''ம்...''

சிகரெட்டைப் பற்ற வைத்துக்கொண்டு ஒன்றும் சொல்லாமல் அனைவரையும் பார்த்துக்கொண்டிருந்தார் நந்தகுமார்.

கல்பேட்டா இன்ஸ்பெக்டர் தொண்டையை கனைத்துக்கொண்டு, ''கல்பேட்டாவுல 20 வருஷத்துக்கு முன்னாடி...'' என்று ஆரம்பிக்கும்போதே குறுக்கிட்ட நந்தகுமார், ''நீங்க ஒண்ணும் சொல்லவேண்டாம். கௌதம், கேரளா போலீசோட வந்துருக்காருன்னு சொன்னப்பவே எனக்கு ஃபுல் ஸ்க்ரிப்ட்டும் தெரிஞ்சுடுச்சு. வெல்டன் கௌதம். அன்னைக்கி நான் ஏன் அவ்வளவு கோபபட்டேன்னு உனக்கு புரிஞ்சிருக்கும். கில்லாடிய்யா நீ... எப்படிய்யா அவ்ளோ தூரம் போன?'' என்றதற்கு கௌதம் ஒன்றும் பதில் சொல்லவில்லை.

''நீ குமுளி வரைக்கும் போயிடுவன்னு கெஸ் பண்ணினேன். ஆனா என் காதலி அனுராதாதான்னு கண்டுபிடிச்சு, கல்பேட்டா வரைக்கும் போவன்னு நான் எதிர்பாக்கல. ஏன்னா எனக்கே அவ அங்கருக்கான்னு தெரியாது. கல்பேட்டாவுக்கு ஷூட்டிங் போனப்ப தற்செயலாத்தான் நான் அனுராதாவப் பாத்தேன். ஆனா நீ கரெக்டா கல்பேட்டாவுல போய் இறங்கியிருக்க... மன்னன்ய்யா நீ.''

''எல்லாம் ஓகே... ஒரு விஷயம்தான் சார் எனக்கு புரியல. மூணு வருஷம் கழிச்சு திடீர்னு ஏன் கொலை பண்ணணும்?''

''சொல்றேன்... நான் குமுளி ஆசிரமத்துக்குப் போய் நாலே மாசத்துல நானும், அனுராதாவும் சந்திச்சு லவ் பண்ண ஆரம்பிச்சுட்டோம். என் அம்மாவால காயப்பட்ட மனசுக்கு, அவ பெரிய ஆறுதலா இருந்தா. அதனால நான் அவ மேல உயிரையே வச்சிருந்தேன். ஆரம்பத்துல ரொம்ப பிரியமா இருந்தா. திடீர்னு அவ நடவடிக்கைகள்ல ஒரு மாற்றம். என்னை உருப்படியா ஒரு வேலைக்கு போகச் சொன்னா. எனக்கு என்ன பண்றதுன்னு புரியல. அப்ப டைரக்டர் சூர்யபிரகாஷ் எங்க ஆசிரமத்துக்கு வந்து அங்க பத்து நாள் தங்கியிருந்தாரு. நான் நிறைய உலக இலக்கிய புத்தகம்ல்லாம் படிச்சுகிட்டிருக்கிறதப் பாத்துட்டு எங்கிட்ட பேசுனாரு. திடீர்னு ஒரு நாள், ''உனக்கு நிறைய விஷயம் தெரிஞ்சுருக்குய்யா. எங்கிட்ட அசிஸ்டென்ட்டா சேந்துடு''ன்னாரு. நிறைய படிச்சு, படிச்சு எனக்கும் க்ரியேட்டிவ் சைடுல ஒரு இன்ட்ரெஸ்ட் இருந்துச்சு. அனுராதாவும் எதாச்சும் வேலைக்கு போகச்சொல்றா. பேசாம சூர்யபிரகாஷ்கிட்ட சேந்துடலாம்னு முடிவெடுத்தேன். சென்னை கிளம்பறதுக்கு முன்னாடி, அனுராதாவ சந்திச்சு இந்த மாதிரி மெட்ராஸ் போறேன். உருப்படியா ஒரு பொஸிஷன்க்கு வந்தவுடனே உன்னை வந்து கல்யாணம் பண்ணிக்கிறேன்னேன். அது வரைக்கும் காத்திருன்னேன். அவளும் சரின்னு ஒத்துகிட்டா...''

''இதெல்லாம் பாலாமணி எங்ககிட்ட சொல்லவே இல்லையே...''

''ப்ரண்டு பண்ணது தப்புன்னு அவளுக்குத் தெரியும். அதை உங்ககிட்ட சொல்லவேண்டாம்னு நினைச்சிருக்கலாம். நான் இங்க மெட்ராஸ்ல ரொம்ப கஷ்டப்பட்டுகிட்டிருந்தேன். பாதி நாள் படம் இருக்கும். அப்புறம் டைரக்டருக்கு படம் இல்லன்னா, சும்மாவே உக்காந்திருப்போம். சாப்பாட்டுக்கே கஷ்டம். இதுல எங்க அனுராதாவ அழைச்சுட்டு வர்றது. அதனால தனியா படம் பண்ண ஆரம்பிச்சப்புறம் அனுராதாவ அழைச்சுட்டு வரலாம்னு இருந்தேன்.''

''நடுவுல உங்க ரெண்டு பேருக்கும் கான்டாக்ட் இருந்துச்சா?''

''ம்... லெட்டர் போட்டுகிட்டிருந்தா. அப்புறம் திடீர்னு லெட்டர் வர்றது சுத்தமா நின்னு போச்சு. குமுளிப் போய் பாத்தா அனுராதாவக் காணோம். பாலாமணிகிட்ட விசாரிச்சேன். அப்பதான் அவ ஜேம்ஸ் கூட ஓடிப்போனதச் சொன்னா. எனக்கு பயங்கர ஆத்திரம். நான் எவ்ளவோ கேட்டும் பாலாமணி, அனுராதா எங்க போயிருக்கான்னு சொல்லவே இல்ல. பாலாமணிதான் உங்ககிட்ட அனுராதா கல்பேட்டாவுக்கு போனதாச் சொன்னாங்களா?''

''ஆமாம். ஆனா நீங்க திரும்பி வந்து அனுராதாவ தேடினத எல்லாம் சொல்லவே இல்ல. நீங்க மெட்ராஸ் போனப்புறம், உங்கள பாக்கவே இல்லன்னுட்டாங்க.''

''ஒரு காதலன்கிட்ட, எத்தனை வருஷமானாலும் காத்திருக்கேன்னு சொல்லிட்டு, நடுவுல வேற ஒருத்தனோட போய்ட்டான்னு சொன்னா, நீங்க அவளப் பத்தி அசிங்கமா நினைப்பீங்கள்ல? ம்ஹ்ம்... இத்தனை வருஷம் கழிச்சும் ஃப்ரண்ட யாரும் தப்பா நினைக்கக்கூடாதுன்னு பாலாமணி நினைச்சுருக்காங்க.''

''ஆமாம்...''

''எனக்கு வாழ்க்கையே ரொம்ப வெறுத்துடுச்சு. திரும்பி மெட்ராஸ் வந்தேன். ஆனாலும் உள்ளுக்குள்ள அனுராதா செஞ்ச துரோகம் அரிச்சுகிட்டேயிருந்துச்சு. ரெண்டு வருஷம் கழிச்சு, கல்பேட்டாவுக்கு 'ஒன்று' படம் ஷூட்டிங் போனோம். அங்க ஒருநாள் கல்பேட்டால ஒரு ஹோட்டல்ல, அனுராதாவ அவ புருஷனோடப் பாத்ததும் பயங்கர ஷாக். அவள நேர்ல பாத்து நாக்க பிடுங்கிக்கிற மாதிரி நாலு கேள்வி கேக்கணும்னு நினைச்சேன். முதல்ல அவள ஃபாலோ பண்ணி அவ வீட்டக் கண்டுபிடிச்சேன். ரெண்டு நாள் வாச் பண்ணினேன். அவ புருஷன் தினம் சாயங்காலம் எட்டு மணிக்கு கள்ளுக்கடை போறதப் பாத்தேன். அதனால ஒரு நாள் எட்டு மணிக்கு மேல அவ வீட்டுக்குப் போனேன். போறதுக்கு முன்னாடி நிறைய ட்ரிங்க்ஸ் சாப்பிட்டிருந்தேன். அனுராதாவுக்கு என்னைப் பார்த்தவுடனே அதிர்ச்சி. அவளக் கொலை பண்ற ஐடியால எல்லாம் நான் அங்க போகல. ஆனா அங்க போயி...'' என்று இழுத்தார் நந்தகுமார்.

''என்ன நடந்துச்சு? சொல்லுங்க.?''

''என்னை கழட்டி விட்டுட்டு, இன்னொருத்தன கல்யாணம் பண்ணிகிட்டு குற்ற உணர்ச்சி இல்லாம வாழ்றியே... உனக்கு வெக்கமா இல்லையான்னு கத்தினேன்... ரெண்டு பேருக்கும் பயங்கர ஆர்க்யூமென்ட். அவ நீ ஒண்ணுக்கும் லாயக்கில்லாதவன், அதனாலதான் ஜேம்ஸ கல்யாணம் பண்ணிகிட்டன்னு கத்தினா. யாருடி ஒண்ணுத்துக்கும் லாயக்கில்லாதவன்னு...'' என்ற கௌதம் ஸ்ரவந்தியைப் பார்த்து தயங்கினார்.

ஸ்ரவந்தி, ''பரவால்ல... சொல்லுங்க...'' என்றாள்.

''அப்ப குடிச்சிருந்தேன். குடி... மனுஷன் மனசுக்குள்ள இருக்கிற சைத்தான எல்லாம் வெளிய கொண்டு வந்துடும். எனக்கும் சைத்தான் வெளிய வந்துடுச்சு. யாருடி ஒண்ணுக்கும் லாயக்கில்லாதவன்னு சொன்ன... நான் எவ்ளோ லாயக்குன்னு பாருன்னு அவள இழுத்து...'' என்று தலையைக் குனிந்துகொண்டார்.

''புரியுது...''

''அவ எதிர்த்து போராடினா. அந்த போராட்டத்துல அவங்க வீட்டுல இருந்த கத்திய எடுத்து என்ன குத்தப் பாத்தா. பதிலுக்கு நான் கத்திய பிடுங்கி அவளக் குத்திட்டேன். குத்திட்டு நிமிர்றேன். சரியா அவ புருஷன் வீட்டு வாசல்ல நிக்கிறான். எனக்கு என்ன

பண்றதுன்னே தெரியல. அவன விட்டா மாட்டிக்குவோம்ன்னு அவனையும் குத்தினேன். திருட்டு மாதிரி இருக்கட்டும்னு நகைங்கள எடுத்துகிட்டேன். கத்திய எடுத்துப் போய் கொஞ்ச தூரத்துல புதைச் சேன். மோப்ப நாய் வந்தா பிரச்னைன்னு... நேரா ஹோட்டலுக்கு போகாம, லாரியேறி மானாந்தாவடி வரைக்கும் போய்ட்டு, திரும்பி வேற வண்டி பிடிச்சு காலைல கல்பேட்டா வந்துட்டேன். மறுநாள் பேப்பர்ல நியூஸ் படிச்சேன். யாரும் என்னை பாத்ததுக்கு சாட்சியில்ல. ஷூட்டிங் முடிஞ்சு நிம்மதியா சென்னை திரும்பிட்டேன். கிட்டத்தட்ட எல்லாம் முடிஞ்சிருச்சுன்னு இருந்தேன். இத்தனை வருஷம் கழிச்சு, எதிர்பாராத திருப்பம்... கௌதம் அந்தப் பொண்ணத் தேடி கிளம்பினதுதான்.''

''நீங்க உங்க லவ் ஸ்டோரிய படமா எடுக்காம இருந்திருந்தா, நான் போயிருக்கவேமாட்டேன்...''

''எஸ்... ஏன் எடுத்தேன்? என்ன சொல்றது... விதின்னுதான் சொல்லணும். அந்த காட்டுல நானும், அனுராதாவும் கழிச்ச காதல் நாட்கள், ரொம்ப அற்புதமான, அழகான பீரியட்... நிறைய சுவாரஸ்யமான சம்பவங்கள். அதையெல்லாம் திரைல பதிவு பண்ணி பாக்கணும்னு ஆசைப்பட்டேன். செகண்ட் ஆஃப்ல மட்டும் கற்பனை சேர்த்து எடுத்தேன். ஆனா கடைசில அந்த படம் மூலமாவே மாட்டிக்கிட்டேன். நிச்சயமா கடவுள்ன்னு ஒருத்தர் இருக்காரு கௌதம்.''

''ஸாரி சார்... உங்களோட பெரிய ஃபேன் நான். நானே...'' என்று இழுத்தான் கௌதம்.

''பரவால்ல கௌதம்... உள்ளுக்குள்ள நான் செஞ்ச குற்றம் என்னை அரிச்சுகிட்டேயிருந்துச்சு. எந்நேரமும் மனசுக்குள்ள நீ ஒரு கொலைக்காரன்னு ஒரு குரல் கத்திகிட்டேயிருக்கும். கடந்த 20 வருஷத்துல, ஒரு நாள் கூட நான் உங்கள மாதிரில்லாம் மனசு விட்டு சிரிச்சு சந்தோஷமா இருந்ததுல்ல... குடிக்காம ராத்திரி என்னால தூங்கவே முடியாது. இன்னைக்கிதான் நிம்மதியா லாக்கப்ல, குடிக்காம தூங்கப்போறேன். இன்ஸ்பெக்டர்... போலாமா?'' என்று எழுந்தான் நந்தகுமார்.

– பாக்கெட் நாவல்–2012

•••

அழகிய
பெண்ணே

1

எத்தனை முறை நினைத்துப் பார்த்தாலும், என் வாழ்க்கையின் மகத்தான ஆச்சர்யம் தேவியக்காதான். தேவியக்கா, சிறுவயதிலேயே எங்கள் பக்கத்து வீட்டிற்கு குடிவந்த ஜோசியரின் மகள். என்னை விட பத்து மாதம்தான் பெரியவள். இருப்பினும், தேவியின் அம்மா ஒரு முன்னெச்சரிக்கை உணர்வுடன், ''உன்னைவிட வயசுல பெரியவடா அவ. அக்கான்னு கூப்பிடு'' என்று சின்ன வயதிலிருந்தே பழக்கப்படுத்தி, ஒரு அழகான பெண்ணை, 'அக்கா' என்று அழைக்க நேர்ந்துவிட்ட துரதிருஷ்டசாலி நான்.

நிற்க, இந்த கதையில் நான் ஒரு துணைபாத்திரம் மட்டுமே என்பதால், சுயபுராணத்தை தவிர்த்துவிட்டு, தேவியக்காவிற்கு வருகிறேன்.

தேவியக்கா, பனிரெண்டு வருடங்களுக்கு முன்பு, தன் அபார அழகால், எங்கள் ஊர் வயசுப் பையன்களை பைத்தியமாக்கியவள். தெற்குரத வீதியில், கலகலவென்று பேசிக்கொண்டிருக்கும் பையன்கள் அமைதியானோல், தேவி கடந்துகொண்டிருக்கிறாள் என்று அர்த்தம். அம்மன் கோயில் பூசாரி மகன், ''மறைக்காதீங்க. பின்னாடி இருக்குறவங்களும் அம்மனைப் பார்க்க வேண்டாமா?'' என்றால், பின்னால் தேவியக்கா நிற்கிறாள் என்று அர்த்தம். தேவியின் அழகைக் கண்டு பிரமித்தார்கள். அரசு பொது மருத்துவமனை

சுவர்களிலும், ஆயிரங்கால் மண்டபத்திலும் ஆளாளுக்கு அபத்தமாக கவிதை எழுதினார்கள். சாம்பிளுக்கு ஒன்று:

என்னுயிர் தேவி

நீயே என் ஆவி

ஓடிவந்து தாவி

உன்னை அணைக்கமுடியாத பாவி

இந்த ரேஞ்சில் பல கவிதைகள். அவற்றையெல்லாம் கூறினால், நீங்கள் என்னை ஆள் வைத்து அடிக்கக்கூடிய சாத்தியக் கூறுகள் பலமாக உள்ளதால், இத்துடன் நிறுத்திக்கொள்கிறேன்.

அப்பொழுதெல்லாம் எங்கள் ஊர் இளைஞர்கள், ஊரிலுள்ள எல்லா ஃபிகர்களுக்கும், ஏதேனும் ஒரு சினிமா நடிகைப் பெயரை இணைத்து பட்டப்பெயர் வைத்திருப்பார்கள். ‘சில்க்’ ஸ்மிதா போல் கவர்ச்சியாக, அதே சமயத்தில் சில்க்கை விட சிகப்பான ஜோதியை, ‘சிகப்பு சில்க்கு’ என்பார்கள். கௌதமியைப் போன்ற தோற்றத்துடன், ஆனால் குள்ளமாக இருக்கும் உமாவை, ‘குள்ளி கௌதமி’ என்பார்கள். இந்த வரிசையில் தேவியக்காவிற்கு, ‘‘தேரடித் தெரு குஷ்பு’’ என்று பெயர் வைத்திருந்தார்கள்.

தொண்ணூறுகளில், நடிகை குஷ்பு தனது அழகால், தமிழ் தேசத்து இளைஞர்களை மயக்கி வைத்திருந்த காலமது. தேவியக்கா ஏறத்தாழ குஷ்புவின் சாயலில் இருப்பாள். இருப்பினும் மேலவீதி கவிதாவும் குஷ்பு போலவே இருந்ததால், மேலவீதியில் வசித்து வந்த கவிதாவை ‘மேலவீதி குஷ்பு’ என்றும் தேரடித் தெருவில் வசித்து வந்த தேவியை தேரடித்தெரு குஷ்பு’ என்றும் அழைப்பார்கள்.

அப்போது தேவியக்கா ப்ளஸ் ஒன் படித்துக்கொண்டிருந்தாள். நான் பத்தாவது. சிறு வயதிலிருந்தே நல்ல பழக்கம் என்பதால், நான் சகஜமாக அவர்கள் வீட்டுக்கு சென்று வருவேன். ஒரு நாள் தேவியக்கா, என்னிடம் கேட்டாள்.

‘‘ஏன் பாபு... பசங்கள்லாம் எனக்கு ஏதோ பேரு வச்சிருக்காங் களாமே...’’ என்றாள்.

‘‘ஆமாம்க்கா.’’

‘‘என்ன பேரு?’’

‘‘தேரடித்தெரு குஷ்பு’’

‘‘நிஜமாலுமே நான் குஷ்பு மாதிரியா இருக்கேன்?’’ என்றாள் பெருமையுடன்.

‘‘ம்... ஒரு சாயல்ல அப்படிதான் இருக்க. ஆனா குஷ்புவை விட கலரும் ஜாஸ்தி களையும் ஜாஸ்தி’’ என்றேன். தேவியக்காவின் முகம் முழுவதும் சந்தோஷத்தால் பூரிக்க, ‘‘நிஜமாவாடா சொல்ற?’’ என்றாள்.

''ஆமாம்க்கா. குஷ்பு மேல சத்தியமா'' என்று நான் கூறிய வுடன், தேவியக்கா கண்ணாடி முன் நின்று, தன் முகத்தைப் பார்த்துக்கொண்டாள். திரும்பி என்னைப் பார்த்து, குஷ்பு பல படங்களில் செய்வது போல், இரண்டு கண்களையும் இறுக்கமாக மூடித் திறந்து, அழகாக சிரித்தாள்.

ஒருநாள் நான் கடைத்தெருவிற்கு சென்றுகொண்டிருந்த பொழுது, ரைஸ் மில் நாயுடுவின் மகன் பிரபாகர், டீக்கடையிலிருந்து என்னைக் கூப்பிட்டான்.

''டேய் பாபு... இங்க வாடா.''

''என்னண்ணன்...'' என்று அருகில் சென்றேன்.

''மாஸ்டர்... பாபுவுக்கு ஒரு ஸ்பெஷல் மசாலா டீ போடுங்க. டேய்... ரெண்டு வடை எடுங்கடா'' என்று பிரபாகர் கூற, பெஞ்சில் அமர்ந்திருந்த பிரபாகரனின் நண்பர்களில் ஒருவன், இரண்டு வடையை எடுத்து என் கையில் திணித்தான்.

''எத்தனாவது படிக்கிற பாபு?''

''பத்தாவது'' என்றபடி வடையைக் கடித்தேன்.

''எத்தனாவது ரேங்க் வாங்குற?''

''செகண்ட் ரேங்க்.''

''வெரிகுட். நான் ஒரு லெட்டர் தரேன். தேவிகிட்ட கொடுத்துடுறியா?''

''லவ் லெட்டரா? நான் கொடுக்கமாட்டேன்.''

''இங்க பார்றா... பையன் விவரமாதான் இருக்கான். லவ்வுன்னா என்னான்னு தெரியுமா?''

''ம்... எத்தனை சினிமா பாத்துருக்கேன்... ஒரு அக்காவும், அண்ணனும் லவ் பண்ணுவாங்க. அப்புறம் மரத்துக்கு பின்னாடி போய்ட்டு, உதட்ட தொடச்சிகிட்டே வெளிய வருவாங்க. மரத்துக்கு. மரத்துக்கு பின்னாடி என்னா பண்ணுவாங்க?'' என்றேன் தெரியாதது போல்.

''ம்... கோயில் கட்டி, கும்பாபிஷேகம் பண்ணுவாங்க'' என்று பிரபாகர் கூற, அனைவரும் சத்தமாக சிரித்தனர்.

''ஏய்... சும்மா இருங்கடா. பாபு...அதெல்லாம் அப்புறம் சொல்றேன். நீ போய் இந்த லெட்டரை குடுத்தீன்னா, ராத்திரி முனியாண்டி விலாஸ்ல பிரியாணி வாங்கித் தருவேன்.''

முனியாண்டி விலாஸ் பிரியாணி எனது மூன்று வருடக் கனவு. யோசிக்காமல் உடனே, ''சரி...'' என்றேன்.

நான் தேவியின் வீட்டினுள் நுழைந்தபொழுது, தேவி அப்பா ஒரு பெரியவரிடம், '' உங்க பையன் ஜாதகத்துல அஷ்டமத்துல சனி இருக்கு. ஒரு ஸ்பெஷல் பூஜை பண்ணலன்னா, உங்க பையன் ஜெயிலுக்கு போயிடுவான். இல்லன்னா பிச்சைக்காரனாயிடுவான்'' என்று பயமுறுத்திக் கொண்டிருந்தார். பெரியவர் மிரண்டு போய் உட்கார்ந்திருந்தார்.

நான், ''அக்கா...'' என்று அழைத்தபடி தேவியக்காவின் அறையினுள் நுழைந்தேன்.

''என்னடா?'' என்று வரவேற்றாள் தேவி.

''நம்ப பிரபாகரண்ணன் இருக்காங்கள்ல?''

''எந்த பிரபாகர்?''

''ரைஸ் மில் நாயுடு மகன். உன்கிட்ட இதை கொடுக்கச் சொன்னாரு''என்று கடிதத்தை நீட்டினேன்.

தேவியக்கா கோபத்துடன் கடிதத்தை பிரித்துப் படித்தாள். நானும் பின்னாலிருந்து படித்தேன்.

''என் இனிய தேரடித்தெரு குஷ்புவிற்கு,

ஐ லவ் யூ. உனக்காக ராத்திரி எட்டு மணிக்கு பெருமாள்கோயில் வாசலில் காத்துக்கொண்டிருப்பேன். சம்மதம் என்றால், எனக்குப் பிடித்த கருப்புக் கலர் தாவணி போட்டுக்கொண்டு வா. இல்லன்னா ஒரு விஷபாட்டிலோடு வா. நீ இல்லன்னா நான் செத்துடுவேன். இது எங்கம்மா மேல சத்தியம்.

இப்படிக்கு

உன் அடிமை
பிரபாகர்.''

பிரபாகர் ஓரளவு அழகாக இருப்பான், வசதியான குடும்பமும் கூட, தேவியக்கா பிரபாகரின் காதலை ஏற்றுக்கொள்வாள் என்று தான் நினைத்தேன். ஆனால் தேவியக்கா ஏளனமாக புன்னகைத்தபடி, பிரபாகரின் கடிதத்தை கிழித்துக்கொண்டே, ''ஏன் பாபு... நான் எவ்ளோ அழகா இருக்கேன்?''என்றாள்.

''ரொம்ப அழகு.''

''ரொம்ப அழகுன்னா?''

''நான் பாத்த பொன்னுங்கள்லயே நீதான் ரொம்ப அழகு.''

''ம்... இவ்ளோ அழகா இருந்துகிட்டு, இவனை கட்டிகிட்டு, ரைஸ்மில்ல கூட்டிகிட்டிருக்கனுமா?''

''ஏன்க்கா... பிரபாகர் அழகாதானே இருக்காரு?''

''என்னத்த அழகு... கொஞ்சம் சிவப்பா இருக்கான். ஹைட்டு கூட கம்மிதான். நான் கட்டிக்கப் போறவன் எப்படி இருக்கணும் தெரியுமா?'' என்றபடி ஜன்னலுக்கு வெளியே தெரிந்த வானத்தை கனவுடன் பார்த்தாள்.

''எப்படி?''

''நல்ல சிவப்பா, ஆறடி வரைக்கும் உயரமா, முகம் நல்லா பளிச் சுன்னு எண்ணெய் வடியாம, அடர்த்தியா தலைமுடி வச்சுகிட்டு தெத்துப்பல்லெல்லாம் இல்லாம ரொம்ப அழகா இருக்கணும்.''

''அரவிந்தசுவாமி மாதிரி இருக்கணும்னு சொல்லு.''

''ம்ஹ்ம்... அரவிந்தசுவாமி முகம் கூட குழந்தைத்தனமா இருக்கு. இன்னும் நல்லா இருக்கணும்.''

எனக்கு தலை சுற்றியது. சமாளித்துக்கொண்டு,'' அந்த மாதிரி கிடைப்பாங்களாக்கா?'' என்றேன்.

''என் அழகுக்கு கிடைப்பாங்க,'' என்ற தேவியக்காவைப் பார்த்து, சந்தேகத்துடன் தலையை ஆட்டினேன்.

2

தேவியக்கா தனக்கு வரும் மாப்பிள்ளை எப்படி இருக்க வேண்டும் என்று கூறியபொழுது, எனக்கு பெரிதாக ஒன்றும் தோன்றவில்லை. ஆனால் இப்போது நினைத்து பார்க்கும்பொழுது ஒன்று புரிந்தது. பதினெட்டு வயது என்பது, கனவுகளால் நெய்யப்பட்ட வயது. தனது வாழ்க்கைத்துணை குறித்து, ஆயிரமாயிரம் கனவுகளுடன் வளைய வரும் வயது அது. எல்லோரும் கனவு காண்பார்கள். ஆனால் கனவில் ஒரு உறுதி வேண்டும். அந்த உறுதி தேவியக்காவிற்கு இருந்தது.

எனவே தேவியக்கா, தனது கல்லூரிப் படிப்பை முடிக்கும் வரையில், அவளை வீழ்த்த நினைத்த எந்த ஒரு ஆணுக்கும் மயங்கவில்லை. அந்த காலகட்டத்தில் எங்கள் ஊரில் வீட்டிற்கு மிகவும் பயப்படும் பல பெண்களும், பசங்களின் மிகச் சுலபமான உத்திகளுக்கு எல்லாம் வீழ்ந்துகொண்டிருந்தனர்.

வீட்டு வாசலிருந்து, கல்லூரி வாசல்வரை, குனிந்த தலை நிமிராமல் செல்லும் கீழவீதி உமாவை, கவர்ச்சியான தோற்றமேதும் இல்லாத செந்தில், அதிக சிரமமெல்லாம் படாமல், 14 மாதங்கள்வரை சலிக் காமல், ஒரு விசுவாசமான நாய் போல, அமைதியாக பின் தொடர்ந்து சென்றே வீழ்த்தினான்.

இத்தனை பேருக்கு மத்தியிலும் தேவியக்கா மட்டும் தெளிவாக இருந்தாள். தனது கனவு ஆணுக்கு நிகரில்லாத எந்த ஒரு ஆணையும், திரும்பி கூட பார்க்கவில்லை.

யாராரோ, எப்படி எப்படியோ முயற்சித்தார்கள். எனது அண்ணன் கூட அவளுக்கு ஒரு காதல் கடிதம் கொடுத்து பார்த்தான். தேவியக்கா, அந்த கடிதத்தை எனது அப்பாவிடம் காண்பிக்க... அப்பா விட்ட ஒரே ஒரு அறையில் மிரண்டு போன அண்ணன், கொஞ்ச நாளைக்கு சந்திக்கும் பெண்களையெல்லாம் ''வாங்க சிஸ்டர்'' என்றுதான் அழைத்துக்கொண்டிருந்தான்.

கல்லூரி படிப்பை முடித்த தேவியக்காவிற்கு, அவர்கள் வீட்டில் மாப்பிள்ளை தேட ஆரம்பித்தார்கள். ஒரே மகள் என்பதால் தேவியின் அப்பா அலசி, ஆராய்ந்து ஒரு எஞ்சினியர் மாப்பிள்ளையை பார்த்தார். ஒரு தனியார் கம்பெனியில் அப்போதே எட்டாயிரம் ரூபாய் சம்பளம்.

எஞ்சினியர் மாப்பிள்ளை, தேவியக்காவை பெண் பார்க்க வந்தபோது, நானும் சென்றிருந்தேன். மாப்பிள்ளை ஒன்றும் குறை சொல்லும்படியாக இல்லை. ஏறத்தாழ அக்காவின் எதிர்பார்ப்புக்கு ஏற்றாற்போல்தான் இருந்தார். அதனால் தேவியக்காவிற்கும் பிடித்திருக்கும் என்றுதான் நினைத்தேன். ஆனால் தேவியக்காவிற்கு பிடிக்கவில்லை.

''ஏன்டி பிடிக்கலங்கற? மாப்பிள நல்லாதானே இருக்காரு'' என்றார் தேவியின் அம்மா.

''லேசா தெத்துப்பல்லு.''

''நாங்க பாக்கவே இல்ல...''

''சிரிக்கறப்ப தெரியுது.''

''அவ்ளோதானே... மாப்பிள்ளய சிரிக்காம இருக்கச் சொல்லிடலாம்'' என்று ஜோக்கடித்தார் என் அம்மா.

''எஞ்சினியர் மாப்பிளம்மா. மாசம் எட்டாயிரம் சம்பாரிக்குறாரு'' என்றார் தேவியின் அப்பா.

''கொஞ்சம் தெத்துப்பல்லு. அவ்வளவுதானே...மத்தபடி நல்லா தானே இருக்காரு'' என்றார் தேவியின் அம்மா.

''எனக்கு பிடிக்கல, வேண்டாம்னா வேண்டாம்'' என்று தேவியக்கா முடிவாக கூறிவிட்டு செல்ல, அனைவரும் அமைதியானார்கள். பிறகு எஞ்சினியர் மாப்பிள்ளை, எங்கள் தெருவையே சேர்ந்த வாத்தியார் மகனை கல்யாணம் செய்துகொள்ளும் வரை, தேவியின் அம்மா, தனது மகளிடம் எவ்வளவோ கேட்டு பார்த்தார். தேவி அசைந்து கூட கொடுக்கவில்லை.

இது போல் தேவியக்கா பல மாப்பிள்ளைகளை வழுக்கை, குள்ளம்... என்று நிராகரித்துக்கொண்டே வந்தாள். ஒரே பெண் என்று செல்லம் கொடுத்து வளர்த்ததால், தேவியின் வீட்டிலும், மகளுக்கு பிடிக்கும் மாப்பிள்ளையைதான் மணம் முடித்து வைக்க வேண்டும் என்பதில் உறுதியாக இருந்தனர்.

இதற்கிடையே, சீரியஸான சினிமாவிற்கிடையே, திடீரென்று வந்து செல்லும் நகைச்சுவை காட்சி போல வந்து சேர்ந்தார் என் பெங்களூர் மாமா. என் அம்மாவின் கடைசித் தம்பி. சிறுவயதிலேயே பெங்களூருக்கு பிழைக்கச் சென்றவர், படிப்படியாக முன்னேறி, ஹோட்டல்... டிராவல்ஸ்... சினிமா தியேட்டர்... என்று நல்ல காசு. பெங்களூர், மல்லேஸ்வரத்தில் சொந்த வீடு... கார்...என்று எங்களுக்கெல்லாம் எட்டாத உயரத்தில் இருந்தார். வியாபாரத்தில் நன்கு கால் ஊன்றிய பிறகு, முப்பத்திரண்டு வயதிற்கு மேல்தான் திருமணத்தைப் பற்றியே சிந்திக்க ஆரம்பித்தார்.

ஒருமுறை அப்பாவுக்கு உடம்பு சரியில்லை என்று அவரைப் பார்க்க வந்த மாமா, தேவியை பார்த்துவிட்டு, ''ஏன்க்கா... பக்கத்து வீட்டு ஜோசியரு... என்ன ஜாதி?''என்றார் அம்மாவிடம்.

''ஏண்டா.... நம்மாளுங்கதான்.''

''நினைச்சேன்..... ஒரு யோசனை...''

''என்ன?''

''அந்த பொண்ணுபேரு என்ன?''

''ம்...தேவி.''

''அதை எனக்கு கட்டித் தருவாங்களான்னு கேட்டுப் பாரேன்'' என்று மாமா கூற, அம்மா என் முகத்தைப் பார்த்தாள். நான் கஷ்டப்பட்டு சிரிப்பை அடக்கிக்கொண்டேன். மாமா ஐந்தடி உயரம் கூட இருக்கமாட்டார். வழுக்கைத் தலை. கூடவே நல்ல தொப்பை. நடக்கும்போது ஒரு மாதிரியாக காலை விரித்துக்கொண்டு நடப்பார்.

அம்மா நாசூக்காக, ''அவ வர்ற மாப்பிள்ளைய எல்லாம் ஒதுக்கிட்டிருக்கா. உன்னை கட்டிக்க ஒத்துக்குவாளோ, மாட்டாளோ?'' என்றார் மாமாவிடம்.

''நம்ப வசதியைப் பத்தி எடுத்துச் சொல்லு. ஒத்துக்குவாங்க.''

''அவங்களும் வசதில ஒண்ணும் குறைச்சல் இல்லடா, பேருக்கு ஜோசியம் பாக்குறாரு. இந்த வீட்டையே சொந்தமா வாங்கிதான் வந்தாங்க. கடைத்தெருவுல ஏழெட்டு கடைங்க வாடகைக்கு விட்டுருக்காங்க. ஒரு காலனி வீடு இருக்கு. எல்லாம் சேத்து வாடகையே பதினஞ்சாயிரத்த தொட்டுடும். அப்புறம் வயக்காடு வேற இருக்கு.''

''ம்ஹ்ம்.... பதினஞ்சாயிரம். நான் மாசம் எவ்ளோ சம்பாரிக்கிறேன் தெரியுமா? ஒரு லட்சத்தை தாண்டிடும். என்ன சொல்ற? கேக்கலாமா?''

''டேய்....என்னடா? எப்படி.... திடீர்னு போயி....''

''இங்க பாரு. எனக்கு எல்லாமே பிசினஸ்தான். வெட்டு ஒண்ணு, துண்டு ரெண்டுன்னு பேசிடணும். ஒத்துக்கறாளான்னு பார்ப்போம். இல்லன்னா வேறு பொண்ணு'' என்று எழுந்தார் மாமா.

அம்மாவுடன், ஜோசியர் வீட்டுக்குச் சென்று திரும்பிய மாமாவின் முகம் இருண்டு போயிருந்தது.

''கொஞ்சம் அழகா இருக்கோம்னு திமிரு. இங்க பாருக்கா... இன்னும் மூணே மாசத்துல, இவளை விட அழகானவள கல்யாணம் பண்ணி காட்டுறேன் பாரு'' என்று சவால் விட்டுவிட்டு, உடனடியாக பெங்களூர் கிளம்பினார் மாமா.

''என்னாச்சும்மா?''என்றேன்.

''இவனுக்கு நல்லா வேணும். வேண்டாம்னு சொன்னா கேட்டா தானே... தேவி வீட்டுல, ''தம்பி, பெங்களூர்ல நல்லா சம்பாரிச்சுக்கிட்டுருக்கான். வீடு, காருல்லாம் வாங்கிட்டான். தேவியை கட்டிக்க பிரியப்படறான்னேன், அவங்களுக்கும் ஆசைதான். தேவி ஒத்துக்குவாளான்னு தெரியல. கேட்டுச் சொல்றோம்னு உள்ள போனாங்க. அவ, இவன் காது படவே, வேற இடம் பாக்கச் சொல்லுங்கன்னு சத்தமா சொன்னா. இவன் விர்ருன்னு கிளம்பி வந்துட்டான்'' என்றாள் அம்மா.

சொன்னபடியே மூன்றே மாதத்தில், பெங்களூரிலேயே ஒரு அழகான பெண்ணைப் பார்த்து திருமணம் செய்துகொண்டார் மாமா.

பெங்களூரில் நடந்த மாமா கல்யாணத்துக்கு சென்றுவிட்டு வந்த நான், தேவியக்காவிடம் வருத்தமாக கூறினேன். ''பேசாம நீயே கல்யாணம் பண்ணியிருக்கலாம்க்கா. செம ரிச்சா கல்யாணம் நடந்துச்சு. மாமா அவரு யூஸ் பண்றதுக்குன்னே மூணு காரு வச்சிருக்காரு.''

''அய்ய....பெரிய காரு. காரையா கட்டிப்புடிச்சு குடித்தனம் நடத்தப் போறேன். உங்க மாமாவுக்கு இருந்தாலும் பேராசடா. தகர டப்பாவை நாலு பக்கமும் நசுக்கி, கண்ணும், காதும் வச்ச மாதிரி இருக்காரு. என்னை கட்டிக்கணுமா? உங்க மாமாவை கல்யாணம் பண்ணிக்கிறதுக்கு, நான் யாரையும் கல்யாணம் பண்ணிக்காமலே இருந்துடுவேன்'' என்றாள் தேவியக்கா.

காலம் வேகமாக ஓடியது. குஷ்பு போய், சிம்ரனும் வந்தபாடாயிற்று அக்கா விருப்பப்பட்டாற் போன்ற மாப்பிள்ளை மட்டும் கிடைக்கவே இல்லை. தேவியக்காவைப் பற்றி வெளியே விஷயம் பரவி, பெண் கேட்டு வருபவர்கள்கூட குறைந்து போனார்கள்.

வீட்டில் போரடிக்கிறது என்று தேவியக்கா கம்ப்யூட்டர் கிளாஸ் செல்ல ஆரம்பித்தாள். ஒரு நாள் கிளாஸ்க்கு சென்று விட்டு வந்த தேவியக்கா, ''பாபு... உன்கிட்ட ஒரு விஷயம் சொல்லணும்'' என்றாள்.

''என்னக்கா?''

'' ம் . . . நான் ஒருத்தரை லவ் பண்றேன்'' என்ற தேவியக்காவை, நான் ஆச்சர்யத்துடன் நோக்கினேன்.

3

தேவியக்கா தான் ஒருவரை காதலிப்பதாக சொன்னதும் நான் அசந்து போனேன்.

''நிஜமாவாக்கா சொல்ற?'' என்றேன்

''ஆமான்டா...'' என்றாள் வெட்கத்துடன் தலையை குனிந்து கொண்டு.

''யாருக்கா?''

''யாருகிட்டயும் சொல்லக்கூடாது.''

''சொல்லமாட்டேன்.''

''சத்தியமா..'' என்று கையை நீட்டினாள்.

''சத்தியமா சொல்லமாட்டேன்'' என்று கையில் அடித்தேன்.

''கம்ப்யூட்டர் கிளாஸ் எடுக்கறதுக்கு, திருச்சிலயிருந்து ஒருத்தர் வர்றாரு. சின்ன வயசுதான். ஆளு செம ஸ்மார்ட். அப்பப்ப என்னை லுக்கு விடுவாரு. கிளாஸ் முடிஞ்சப்பறம், நான் மட்டும் சந்தேகம் கேட்குற மாதிரி அவருகிட்ட பேசிகிட்டிருப்பேன். ரொம்ப டீசன்ட்டா நடந்துப்பாரு. நான் அவசரத்துக்கு யாருகிட்டயாச்சும் டைம் கேட்டா கூட, உடனே லவ் லெட்டரை நீட்டிடுவானுங்க. இவ்ரு, இதுவரைக்கும் தப்பா ஒரு வார்த்தை பேசினதில்ல. எனக்கு அவர ரொம்ப பிடிச்சு போச்சுடா. ராத்திரி படுத்தா தூக்கம் வரமாட்டேங்குதடா. என்னை அறியாமலே, கொஞ்ச, கொஞ்சமா லவ் பண்றேன்னு நினைக்கிறேன். நீதான் பாலகுமாரன், ஜானகிராமன்னு நிறைய படிக்கிறியே.... சொல்லு, இதுக்கு பேர்தான் லவ்வா?''

''நான் கேட்குற கேள்விக்கெல்லாம் பதில் சொல்லு. தனியா உக்காந்திருக்கறப்ப கூட, வெற்றிடத்த வெறிச்சுப் பாத்து சிரிக்கிறியா?''

''ஆமாம்... ஆமாம்.''

''ஏதாச்சும் லவ் சாங் கேட்டா, கிளுகிளுத்து போயிடுமே....''

''டேய்.... எப்படிரா கரெக்டா சொல்ற?''

''அந்த கருமம்ல்லாம் வந்தாதான் காதல். அவருகிட்ட ஏதாச்சும் சிம்ப்டம்ஸ் தெரியுதா?''

''என்ன சிம்ப்டம்ஸ்?''

''என்னக்கா நீ.... உன் மேல அவருக்கு ஐடியா இருந்தா, ஏதாச்சும் சிக்னல் தெரியும். உதாரணத்துக்கு, நேத்து டி.வி.ல குஷ்புவை பாத்தப்ப, உங்கள நினைச்சுகிட்டேன்னு சொல்றது... உன்னைப் பாத்தவுடனே, கண்ணுல ஒரு வெளிச்சம் தெரியறது.... இந்த மாதிரி ஏதாச்சும்?''

''ம்.... ஒரு தடவை க்ளாஸ்க்கு லேட்டா போனேன். என்னைப் பாத்தவுடனே, கண்ணுல அப்படி ஒரு டாலடிச்சுது.''

''எப்படி கரெக்டா சொன்னேன் பாத்தியா?''

''காலேஜ் போயி, நல்லா தேறிட்டடா.''

''ஸோ...அவருக்கும் ஐடியா இருக்கு,மேட்டரை சொல்லிடு.''

''சீ... பொம்பள புள்ள.... நான் போய் எப்படி சொல்றது? பாக்கலாம்'' என்று எழுந்தாள்.

அதன் பிறகு தேவியக்கா, அவ்வப்போது அவரைப் பற்றி ஏதாவது சொல்லி கொண்டேயிருப்பாள். ஒரு பெண், காதல் வசப்படும் தருணத்தில் எப்படி, எப்படியெல்லாம் நடந்துகொள்வாள் என்பதை தேவியக்கா மூலம்தான் அறிந்துகொண்டேன்.

எப்போதும் உற்சாகமான பேச்சு.... சிரிப்பு.... கண்கள் எப்போதும் ஒரு போதை போன்ற மயக்கத்திலிருந்தன. பேசிக்கொண்டிருக்கும் போதே கவனம் நழுவிவிடும். அறையினுள் தாவணி லேசாக கலைந்திருக்க, ஒரு ஓவியம் போல் அழகாக படுத்துக்கொண்டு, நான் வருவது கூட தெரியாமல், மேற்கூரையை பார்த்தபடி சிரித்துக்கொண்டிருப்பாள். சதா நேரமும் அவரைப் பற்றியே பேசிக்கொண்டிருப்பாள்.

எங்கிருந்தோ பறந்து வந்ததொரு கோழி இறகை தனது உதடுகளில் வருடியபடி, ''வைரமுத்துவோட காதல் கவிதைகளை படிச்சிருக்கீங் களான்னு அவரு கேட்டாருடா'' என்பாள். ஒரு காற்றுகால மாலையில், மொட்டை மாடியில, பாவாடை, தாவணி காற்றில் படபடக்க, ''இன்னிக்கி அவரு, 'நேத்து ராத்திரி பத்து மணிக்கு உங்களுக்கு புரைக்கேறுச்சா'ன்னு கேட்டாரு. 'ஏன்'னு கேட்டேன். 'அப்ப உங்கள நினைச்சுகிட்டிருந்தேன்'னு சொன்னாருடா'' என்பாள்.

இப்படியே நாட்கள் ஓடிக்கொண்டிருக்க.... ஒரு நாள்வேக, வேகமாக எங்கள் வீட்டிற்கு வந்த தேவியக்காவின் முகம், மிகுந்த உற்சாகத்திலிருந்தது. ''எங்க உங்க அம்மா?'' என்றாள்.

''எல்லோரும் கோயிலுக்கு போயிருக்காங்க. என்ன விஷயம்? அவரு லவ் பண்றன்னு சொல்லிட்டாரா?''

''எப்படிரா கண்டுபிடிச்ச?''

''மொச புடிக்குற நாய மூஞ்சப் பாத்தா தெரியாதா?'' என்ற என் தலையில் வேகமாக கொட்டினாள் தேவியக்கா.

''எப்படிக்கா சொன்னாரு? லவ் லெட்டர் கொடுத்தாரா?''

''அதெல்லாம் சாதாரண ஆண்கள் செய்யறது.''

''இவரு...''

''க்ளாஸ் முடிஞ்சு, அவருகிட்ட பேசப் போனேன். கைல ஒரு கல்யாணப் பத்திரிகைய வச்சுகிட்டு, ஏதோ எழுதிட்டிருந்தாரு. என்னைப் பாத்தவுடனே 'என் ஃப்ரண்டு கல்யாண பத்திரிகை'னு காமிச்சாரு. அதுல மாப்பிள பேர சுழிச்சுட்டு அவரு பேரையும்,பொண்ணு பேர சுழிச்சுட்டு என் பேரையும் எழுதியிருந்தாரு. நல்லாருக்கான்னு கேட்டாரு. எனக்கு அப்படியே சிலுத்துப் போயிடுச்சு. ரொம்ப நல்லாருக்குன்னேன்'' என்றாள் தேவியக்கா முகமெல்லாம் சிரிப்பாக.

''அப்புறம் என்ன பேசிக்கிட்டீங்க?''

''ரொம்ப நேரம் பேசிகிட்டிருந்தோம். அவரு தங்கச்சிக்கு மாப்பிள பாத்துகிட்டுருக்காங்களாம். தங்கச்சி கல்யாணம் முடிஞ்சவுடனே, நம்மளுத முடிச்சுடலாம்னு சொன்னாரு.''

''உங்க வீட்டுல ஒத்துக்குவாங்களா?''

''ஆரம்பத்துல கொஞ்சம் பிகு பண்ணிக்குவாங்க. நான் பிடிவாதமா இருந்தா ஒத்துக்குவாங்க.''

அதன் பிறகு எப்போது பார்த்தாலும், எனக்கு அலுப்பு தட்டும் அளவிற்கு, தேவியக்கா தனது காதல் குறித்தே பேசிக் கொண்டிருந்தாள்.

ஒருநாள், ''பாபு... எனக்கு ஒரு ஹெல்ப் பண்ணனுன்டா'' என்றாள்.

''என்ன ஹெல்ப்?''

''நாளைக்கு நாங்க திருச்சில மீட் பண்ணலாம்னு இருக்கோம். ஒரு ஃப்ரண்டு கல்யாணம்னு வீட்டுல சொல்லிட்டு போலாம்னு இருக்கேன். நான் தனியா போனா அனுப்பமாட்டாங்க. உன்ன துணைக்கு அழைச்சுட்டு போனா ஒண்ணும் சொல்லமாட்டாங்க. என்ன... வர்றியா?''

''கட்டாயம் வர்றன்க்கா'' என்றேன் தேவியக்காவின் காதலனை பார்க்கப்போகும் உற்சாகத்தில்.

மறுநாள் எங்கள் ஊரிலிருந்து நாற்பது நிமிடம் பயணித்து, திருச்சி சென்று இறங்கினோம். சத்திரம் பஸ் ஸ்டாண்டில் தேவியக்காவின் காதலர் எங்களுக்காக காத்துக் கொண்டிருந்தார்.

''இவருதான் ஆனந்த்'' என்று தனது காதலனை தேவியக்கா எனக்கு அறிமுகம் செய்து வைத்தாள்.

ஆனந்த் அட்டகாசமாக இருந்தார். தேவியக்காவின் செலக்ஷனாயிற்றே? தேவி எதிர்பார்த்த அத்தனை அம்சங்களும் அவரிடம் இருந்தன. ஆணுக்கு, ஆண் பொறாமைபட வைக்கும் அழகு.

அதன் பிறகு அவர்கள், நான் இருந்ததையே மறந்துவிட்டார்கள். பேருக்கு என்னை உடன் வைத்துக்கொண்டு, திருச்சி முழுவதும் சுற்றினார்கள். மலைக்கோட்டை படிக்கட்டில், ஒரு வார்த்தை கூட பேசிக்கொள்ளாமல், அரைமணி நேரம், வெறுமனே பார்த்துக்கொண்டு அமர்ந்திருந்தார்கள். கூட்டமில்லாத மாரிஸ் தியேட்டரில், என்னை முந்தைய ரோவில் உட்கார வைத்துவிட்டு, சின்ன, சின்ன சில்மிஷங்களோடு சினிமா பார்த்தார்கள். வெக்காளியம்மன் கோயிலில், ஆனந்த், தேவியக்காவிற்கு குங்குமம் வைத்துவிட்டார். அக்கா தலையிலிருந்து விழுந்த ஒரு மல்லிகை பூவை எடுத்து, அவர் தனது சட்டைப் பையில் போட்டுக்கொள்ள.... அக்காவின் முகம் பிரகாசமானது.

தேவியக்கா என்ன சொன்னாலும் ஆனந்த் சிரித்துக் கொண்டேயிருந்தார். அக்கா, 'ஒண்ணும், ஒண்ணும் ரெண்டு'ன்னு சொன்னால் கூட சிரிப்பார் போல. மாலை, இருவரும் பிரிய மனமில்லாமல் பிரிந்தனர்.

இப்படியாக, குதூகலமாக சென்று கொண்டிருந்த தேவியக்காவின் காதல் வாழ்க்கையில் ஒரு திருப்பம். திடீரென்று ஆனந்த் ஒரு மோட்டார் சைக்கிள் விபத்தில் சிக்கி, உயிர் பிழைத்துக்கொண்டாலும், நல்ல காயம். தேவியக்கா தனது கம்ப்யூட்டர் கிளாஸ் தோழிகளோடு சென்று ஆனந்தை பார்த்துவிட்டு வந்தாள். வந்ததிலிருந்து, தேவியக்காவிடம் அந்த பழைய உற்சாகம் இல்லை. ஏதோ யோசனையிலேயே இருந்தாள். நான் விசாரித்ததற்கு கூட, ''ஒண்ணுமில்ல'' என்று கூறிவிட்டாள்.

ஒரு மாதம் கழித்து, திடீரென்று ஒரு நாள் தேவியக்கா என்னிடம் கூறினாள். ''ஆனந்த் இன்னக்கி ட்யூட்டில ஜாயின் பண்ணிட்டாரு'' என்றாள்.

''இப்ப எப்படி இருக்காரு?'' என்றேன்.

''பரவாயில்ல.... ஆனா...'' என்று சில வினாடிகள் யோசித்த தேவியக்கா, ''எங்க வீட்டுல நம்ம கல்யாணத்துக்கு ஒத்துக்கமாட்டாங்க. என்னை மறந்துடுங்க''ன்னு சொல்லிட்டு வந்ததுட்டேன்'' என்றாள்.

''ஏன்க்கா.... உங்க வீட்டுக்கு தெரிஞ்சுடுச்சா?'' என்றேன் அதிர்ச்சியுடன்.

''இல்ல... சும்மாதான் சொன்னேன்.''

''ஏன்க்கா?''

''ஆக்ஸிடெண்டுக்கு பிறகு, அவரு கன்னத்திலேயும், நெத்தியிலேயும் மூணு இஞ்ச் நீளத்துக்கு பெரிய, பெரிய தழும்பு. கால் எலும்பு முறிஞ்சதும், முழுசா சரியாகல போலிருக்கு. லேசா, விந்தி, விந்தி

நடக்குறாரு. நான் ஆனந்த காதலிச்சதே அவரோட அழகுக்குதான். இப்படி இருக்கறவர எப்படி பாபு கல்யாணம் பண்ணிக்கமுடியும்?'' என்ற தேவியக்காவை நான் வெறுப்புடன் நோக்கினேன்.

4

தேவியக்கா, ஆனந்திடமிருந்து விலகிக்கொண்டதை என்னால் ஏற்றுக்கொள்ள முடியவில்லை. அதன் பிறகு தேவியக்காவிடம் பேசுவதைக் குறைத்துக்கொண்டேன். இதற்கிடையே நான் எம்.எஸ்ஸி படித்து முடிக்க.... சென்னையில் வேலை கிடைத்தது. சென்னைக்கு புறப்படுவதற்கு முன்பு தேவியக்கா வீட்டிற்கு சென்றேன்.

''வா பாபு... மெட்ராஸ்ல வேலை கிடைச்சுட்டுதாமே... அம்மா சொன்னாங்க'' என்று தேவியின் அம்மா வரவேற்றார்.

''ஆமாம்மா. அதான் சொல்லிட்டு போலாம்னு வந்தேன்.''

''எப்ப போற?''

''இன்னிக்கு ராத்திரிம்மா.''

''போறதுக்கு முன்னாடி, தேவிக்கு புத்தி சொல்லிட்டு போப்பா. நீதான் அவளுக்கு ரொம்ப தோஸ்த்து.''

''நான் என்னம்மா சொல்றது.....'' என்று இழுத்தேன்.

''நீயே சொல்லுப்பா. மாப்பிள்ளைய என்னா ஆர்டர் கொடுத்தா செய்யமுடியும்? நினைச்ச மாதிரியே எப்படிப்பா மாப்பிள்ளை கிடைக்கும்? இது இருந்தா அது இருக்காது. அது இருந்தா, இது இருக்காது. ஏதாச்சும் ஒண்ணு அட்ஜஸ்ட் பண்ணிட்டுதான் போகணும். வெளிய சொன்னா வெட்ககேடு. இது வரைக்கும் பதினஞ்சு மாப்பிள வந்து பாத்துட்டு போயிட்டாங்க. ஒருத்தன கூட பிடிக்கலன்னா எப்படி? இவங்கப்பாவும், மவ பேச்ச கேட்டுகிட்டு ஆடறாரு. இவ சேதி தெரிஞ்சு, ஒருத்தனும் இப்ப வர்றது கூட இல்லை. என் ஆயுசுக்கும், இப்படி ஒருத்திய பாத்தது இல்லை. நீ கொஞ்சம் சொல்லிட்டு போப்பா'' என்றபடி கண்களைத் துடைத்துக் கொண்டாள்.

''சரிம்மா....'' என்று கூறிவிட்டு, நான் தேவியக்காவின் அறைக்குள் நுழைந்தபோது, அவள் கண்ணாடி முன்பு நின்றுகொண்டிருந்தாள். என்னைப் பார்த்தவுடன், ''வாங்க.... வாங்க.... சார பாக்கவே முடியறதுல்ல'' என்றாள் கிண்டலாக. நான் பதில் ஒன்றும் கூறாமல், நாற்காலியில் அமர்ந்தேன்.

''மெட்ராஸ் போறியாமே?''

''ஆமாம். இன்னிக்கு நைட்டு கிளம்புறேன்'' என்ற நான் சில வினாடிகள் யோசித்துவிட்டு, ''எவ்வளவு நாளுக்கா இப்படியே இருக்க போற?'' என்றேன்.

''இப்படியேன்னா? புரியல....''

''வர்ற மாப்பிள்ளைய எல்லாம் வேண்டாம்னு சொல்லிகிட்டு... எப்படிதாங்க்கா மாப்பிள்ளை இருக்கணும்?''

''உனக்கு தெரியாதா? நல்ல சிவப்பா, உயரமா....'' என்று ஆரம்பித்து தான் 18 வயதில் கூறியதை மாற்றாமல் அப்படியே கூறினாள். எனக்கு, ''சிவப்பா உயரமா மீசை வச்சுக்காமல்...'' என்ற தலைப்பில் ஆதவன் எழுதியிருந்த சிறுகதை ஒன்று ஞாபகத்திற்கு வந்தது.

''நினைக்குற மாதிரியே கிடைச்சுடாதக்கா.''

''எல்லாம் பொறுமையா தேடினா கிடைக்கும்.''

''இப்பவே உனக்கு இருபத்தஞ்சு வயசு ஆவுதுக்கா'' என்ற என்னை சில வினாடிகள் உற்று பார்த்துவிட்டு, ''வேலை கிடைச்சுட்டதால, எனக்கு புத்திமதி சொல்ற அளவுக்கு பெரிய மனுஷனாயிட்டதா நினைக்சுக்காத. நீ கிளம்பு'' என்று முகத்தில் அடித்தாற்போல் கூறிவிட்டு, வேகமாக வெளியே சென்றாள்.

நான் சென்னை சென்ற பிறகு, தேவியக்காவுடன் சுத்தமாக தொடர்பு விட்டுப்போயிற்று. இடையிடையே ஊருக்கு வரும்போது கூட, தேவியக்காவை பார்க்கச் செல்வதில்லை. யதார்த்தமாக ரோட்டில் பார்த்தால், பேருக்கு விசாரித்துக்கொள்வதோடு சரி.

அம்மா மட்டும் அவ்வப்போது தேவியக்காவைப் பற்றி கூறுவார்.

''போன வாரம் கூட, ரயில்வேல வேலை பாக்குற மாப்பிள ஒருத்தன் வந்தான்டா. அவனையும் வேண்டாம்னுட்டா'' என்பார்.

இப்படியே மாப்பிள்ளைகளை மறுக்க, மறுக்க.... தேவியக்காவை பெண் பார்க்க வருவது கொஞ்சம், கொஞ்சமாக குறைந்துகொண்டே போய், கடைசியில் சுத்தமாக நின்றுவிட்டதாக கேள்விப்பட்டேன். தேவியக்காவிற்கு கல்யாணம் ஆகாதது குறித்தெல்லாம் கவலைப்படாமல், காலம் வேகமாக ஓடியது.

குஷ்பு போய், சிம்ரன் பிரகாசித்த காலமும் முடிந்து போய், த்ரிஷா, அஸின்வரை வந்தாயிற்று. நான் வேலைக்கு சென்று மூன்று ஆண்டுகள் முடிந்துவிட்டன. தேவியக்காவிற்கு திருமணம் ஆவதற்கான அறிகுறியே தெரியவில்லை.

கடந்த பொங்கலுக்கு ஊருக்குச் சென்றபொழுதுதான், நீண்டநாள் கழித்து தேவியக்காவை பார்த்தேன். நான் வீடு சென்று சேர்ந்த பொழுது, காலை ஏழு மணி இருக்கும். அம்மா அப்போதுதான் எழுந்து வாசல் தெளித்துக்கொண்டிருந்தார்.

''வாடா....''என்று வரவேற்றபடி, அம்மா எனது பேக்கை வாங்கிக் கொண்டு உள்ளே சென்றார்.

''எத்தனை மணிக்கு கிளம்பின?'' என்பது போன்ற சம்பிரதாயமான பேச்சுகள் முடிந்ததும், ''முக்கியமான ஒரு விஷயத்தை சொல்லணும்.

அத விட்டுட்டு மத்த கதையை பேசிகிட்டிருக்கேன். நம்ப தேவிக்கு கல்யாணம் முடிவாயிடுச்சுடா'' என்று அம்மா கூறியவுடன் அசந்து போனேன்.

''நிஜமாவா சொல்றீங்க?'' என்றேன்.

''நம்பவே முடியலல்ல. நேத்துதான் முடிவாச்சு,'' என்று அம்மா கூறிக்கொண்டிருக்கும்போதே, ''சரோஜாக்கா...'' என்று எதிர் வீட்டு தயிர்காரம்மா அம்மாவை கூப்பிட ''இதோ வந்துர்றேன்'' என்று அம்மா வெளியே சென்றாள்.

நான் சந்தோஷத்துடன், தேவியக்கா வீட்டிற்கு செல்லலாம் என்று கிளம்பியபொழுது, தேவியக்காவே வந்துவிட்டாள்.

''என்ன பாபு... நல்லாயிருக்கியா?'' என்றபடி வீட்டினுள் நுழைந்தாள் தேவியக்கா.

''ம்... நல்லாருக்கேன்க்கா'' என்றேன் சிரிப்புடன்.

''மாடிலயிருந்து உன்ன பாத்துட்டுதான் வர்றேன்.''

''அப்புறம்... விஷயம் கேள்விப்பட்டேன். கங்க்ராட்ஸ்'' என்றேன் உற்சாகத்துடன். தேவியக்கா சுரத்தில்லாமல் சிரித்தபடி, ''மாப்பிள்ள யாருன்னு தெரியுமா?'' என்றாள்.

''தெரியாது. அம்மா இப்பதான் உன் பேச்சை ஆரம்பிச்சாங்க. அதுக்குள்ள தயிர்காரம்மா கூப்டாங்கன்னு போயிட்டாங்க. யாருக்கா மாப்பிள? ஆனந்தா?'' என்றேன்.

''இல்ல.... உங்க பெங்களூர் மாமா'' என்றவுடன் எனக்கு தூக்கி வாரிப் போட்டது.

எனது அதிர்ச்சிக்கு இரண்டு காரணங்கள். பெங்களூர் மாமாவின் மனைவி, ஆறு மாதங்களுக்கு முன்புதான் ஒரு கார் விபத்தில் இறந்துபோனார். அதற்குள் மாமா இரண்டாவது திருமணம் செய்துகொள்கிறார். இரண்டாவது அதிர்ச்சி, தேவியக்கா இந்த கல்யாணத்திற்கு ஒத்துக்கொண்டது.

''திடீர்னு எப்படி?'' என்றேன்.

''எங்க கடைங்கள எல்லாம், ஹைவேஸ்ல ரோடு போடறதுக்காக எடுத்துகிட்டாங்க. தெரியும்ல்ல?''

''ம்... ரெண்டு வருஷத்துக்கு முன்னாடியே எடுத்துகிட்டாங் களே.''

''அப்ப மூணு லட்சம் தந்தாங்க. அவ்ளோ பணத்தையும் அப்பா பிசினஸ்ல போட்டாரு. செம லாஸ். எல்லாம் போயிடுச்சு. ரெண்டு வீட்டு வாடகை மட்டும்தான் வருமானம். அது சாப்பாட்டுக்கே பத்தாது. செலவுக்கு நகைங்களையும் விற்க ஆரம்பிச்சுட்டாங்க'' என்ற தேவியக்கா சில வினாடி பேச்சை நிறுத்தினாள்.

''நீங்க கஷ்டத்துல இருக்கீங்கன்னு அம்மா சொல்லியிருக்காங்க. ஆனா இவ்வளவு டீடெய்லா தெரியாது.''

''ரெண்டு வருஷமா பொண்ணு பாக்க வர்றது கூட நின்னு போயிடுச்சு. அப்படியே வந்தாலும் கல்யாணம் பண்ணி வைக்கறதுக்கு காசில்ல. அப்பதான் உங்க மாமா வந்தாரு.''

''எப்ப?''

''நேத்துதான். எங்க வீட்டுப் பிரச்சனைய எல்லாம், உங்கம்மா சொல்லியிருப்பாங்க போல. எங்க வீட்டுக்கு வந்து, இப்பவும் ஒண்ணும் கெட்டுப் போயிடல. தேவி சரின்னு சொன்னா, ரெண்டாம் தாரமா கட்டிக்கிறேன்னாரு. அம்மாப்பா ஒத்துக்கல. வீட்ட வித்தாச்சும் எனக்கு வேற இடத்துல பாக்கறன்னாங்க. நான் வேண்டான்னுட்டேன். அதையும் வித்துட்டு என்ன பண்ணுவாங்க. ஒரே நிமிஷம்தான் யோசிச்சேன். உங்க மாமாவ கட்டிக்கிறன்னுட்டேன்.''

''ஏன்க்கா?''

சட்டென்று குரல் தளுதளுக்க, ''எனக்கும் இருபத்தெட்டு வயசு தாண்டிருச்சுடா. வீட்லயும் கல்யாணம் பண்ணி வைக்குற நிலைமைல இல்ல. இப்படியே போனா, கல்யாணமாவாமலே போயிடுமோன்னு கொஞ்சம் நாளா பயம் வந்துடுச்சுடா'' என்ற தேவியக்கா அழுது விட்டாள்.

''அக்கா.... என்னக்கா இது?'' என்ற சமாதானப்படுத்த முயன்றேன். கண்களைத் துடைத்துக்கொண்டு, ''அதான் ஒத்துகிட்டேன். உங்க மாமா வசதியானவரு. எங்க குடும்பத்துக்கும் உதவியா இருக்கும்'' என்ற தேவியக்காவை வேதனையுடன் பார்த்தேன்.

''என்ன பாக்குற... எவ்ளோ உயரத்துல பறந்தாலும், கடைசில பட்டம் கீழ இறங்கிதானே ஆகணும்'' என்றாள். நான் ஒன்றும் பேசத் தோன்றாமல் மௌனமாக நின்றேன்.

– கல்கி–*2008*

•••

ஜி.ஆர். சுரேந்தர்நாத்தின் பிற நூல்கள்

1. மழைக்காலம்
2. தொலைந்த காலம்
3. தீராக்காதல்
4. கமலஹாசனும் காளிமுத்துவும்
5. தேவதையைத் தேடி...
6. காதல் காற்று
   (பிரபலமானவர்களின் காதல் பக்கங்கள்)